వ్యాస చంద్రిక

రచయిత

డా॥డి. మస్తానమ్మ

D9900051

వ్యాస చంద్రిక
- డా॥ డి. మస్తానమ్మ

ప్రతులు: 500
ప్రథమ ముద్రణ: 2014

వెల : 90/-

ప్రతులకు :
పి. బుజ్జి బాబు
18-5-279, సప్తగిరి నగర్,
కె.టి.రోడ్, తిరుపతి- 517 507,
చిత్తూరు జిల్లా,
సెల్ నెం.9652399053.

డి.టి.పి. & ప్రింటింగ్
శ్రీ ప్రభా గ్రాఫిక్స్
షాప్ నెం. 3, బాలాజి కాలనీ
తిరుపతి
స్థిరవాణి: 0877- 6573777, 0877-6540777

అంకితం...

నాకు జన్మనిచ్చి చదివించి

నా ఉన్నతికి అహరహం తపించిన

నా తల్లిదండ్రులకు

ఈ పుస్తకం అంకితం...

డి.సుబాన్‌బీ, కీ.శే॥ డి.బాబు గార్లకు

నమస్సుమాంజలులు

ఆకాంక్ష

ఆచార్య జి. దామోదర నాయుడు
విశ్రాంత తెలుగు ఆచార్యులు
యస్.వి. యూనివర్శిటి, తిరుపతి.
ప్రత్యేకాధికారి
సనాతన ధార్మిక విజ్ఞాన పరీక్షల విభాగం
హిందూ ధర్మ ప్రచార పరిషత్
తిరుమల తిరుపతి దేవస్థానములు
తిరుపతి
సెల్: 7893982500

డాక్టర్ శ్రీమతి మస్తానమ్మ 2010 నుండి 2013 వరకు నా వద్ద పరిశోధక విద్యార్థిని. శ్రీమతి డి. కామేశ్వరి నవలల మీద పరిశోధన చేసి డాక్టరు పట్టాను పొందింది. శ్రీమతి మస్తానమ్మకు విద్యార్థియైన మా వూరి అబ్బాయి ఒక రోజు నావద్దకు వచ్చి మా టీచరుకు పిహెచ్.డి అవకాసాన్ని కల్పించమని కోరినాడు. మీ టీచరును వచ్చి మాట్లాడమను ఆలోచిస్తానని చెప్పినాను. ఆ సందర్భంగా మొదటి సారి మస్తానమ్మ తెలుగు శాఖలో వచ్చి నన్ను కలసి మాట్లాడింది. ఆమె వినయం, మాట తీరు, ఆమెకు పిహెచ్.డి చేయాలన్న అభిలాష- ఈ మొదలైన అంశాలు నేను ఆమెను నా పరిశోధక విద్యార్థినిగా గ్రహించడానికి ప్రధానకారణాలు. ఆమె పరిశోధన విషయంలో రాజీ లేని ధోరణిని పాటించింది. ఎక్కడో ఏదో ఒకటి సమకూర్చుకొని పిహెచ్.డి. పూర్తి చేయాలని గాక, విషయాన్ని సేకరించడంలో ఖర్చుకు వెనుకాడ కుండా హైదరాబాదుకు అనేక సార్లు వెళ్ళి రచయిత్రిని నేరుగా కలిసి, సంభాషించి విషయ సేకరణ చేసింది. అంతేగాక విషయ వింగడింపులోను, వివరించడం లోను నా సూచనలు పాటిస్తూ విలువైన గ్రంథాన్ని వెలువరించింది.

స్వభావ రీత్యా సాహిత్య విషయంలో బాగా కష్టపడే తత్త్వం కలిగింది మస్తానమ్మ. తెలుగు భాష మీద ఎనలేని మక్కువ. ప్రాచీనం ఆధునికం అనే సంకుచిత మనస్తత్వంతో గాక విశాల దృక్పథంతో సాహిత్యాన్ని అధ్యయనం చేయడం ఆమెకున్న మంచి లక్షణం. ఎక్కడ తెలుగు సాహిత్యానికి, భాషకు సంబంధించి సెమినార్లు జరిగినా పత్రసమర్ప కురాలుగానో, శ్రోతగానో తప్పకుండా పాల్గొనేది ఆ పట్టుదలే అటు భాష మీద, ఇటు తెలుగు సాహిత్యం మీద ఆమెకున్న అభిరుచిని వ్యక్తం చేస్తుంది. ప్రస్తుతం డా॥ మస్తానమ్మ

మూడు ప్రధాన విభాగాలుగా 27 వ్యాసాలను పుస్తక రూపంలో ప్రకటించడం ఆమె అభిరుచికి అద్దం పట్టే అంశమే గాక, నా కెంతో ఆనందదాయకమైన విషయం.

తెలుగు సాహిత్యం మిక్కిలి విస్తృతమైంది. అనేక ప్రక్రియలల్లో, అనేక గ్రంథాలు వెలువడినాయి. అందులో ఎన్నో ఖిలమైపోయినాయి. ఒక కొత్త పుస్తకం ముద్రించబడిందంటే జిజ్ఞాస గల పాఠకుడు ఎంతో ఆనందపడతాడు. ఎందుకంటే రచయిత అనేక గ్రంథాలు పరిశీలించి, అనుభవాలను క్రోడీకరించి పుస్తక రచన చేస్తాడు. అంతటి విజ్ఞానం పాఠకుడు సునాయాసంగా పొందగలుగుతాడు. విమర్శనాత్మకమైన వ్యాసాలు వ్రాయడమంటే ఒక్కొక్క వ్యాసం ఒక తపస్సుతో సమానం. ఆ తపః ప్రభావం ఎంత గొప్పగా ఉంటే ఆ గ్రంథం అంత విషయ గర్భితంగా తయారు అవుతుంది.

నక్షత్ర (తారావళి) మాల వలె ఈ పుస్తకంలో 27 వ్యాసాలున్నాయి. అందులో త్రిమూర్తుల వలె మూడు విభాగాలున్నాయి. మొదటి భాగంలో తెలుగు భాషా విషయ సంబంధం గలిగిన నాలుగు వ్యాసాలున్నాయి. రెండవ భాగంలో సాహిత్య విషయ సంబంధం గలిగిన 19 వ్యాసాలున్నాయి. మూడవ భాగంలో హిందీ భాషకు సంబంధించిన వ్యాసంతో పాటు ఇతర వ్యాసాలు కూడా చేర్చటం జరిగింది. ఈ విభాగమే మస్తానమ్మ విశాల దృక్పథానికి తార్కాణంగా కనిపిస్తుంది. అయితే రెండవ విభాగమైన సాహితీ వ్యాసాలలో వ్యాసాలన్ని ఒక క్రమంలో లేకపోవడం కొంత అసంతృప్తిని కలిగిస్తూ ఉంది. వాటి వింగడింపులో కొంత జాగ్రత్త తీసుకొని ఉంటే బాగుండేది.

ప్రతి వ్యాసాన్ని డా॥ మస్తానమ్మ వివిధ ధోరణులలో ఆలోచించి, అనేక విషయాలు వివరంగా తెలియజేసి ఉండడం గమనింపదగిన అంశం. స్వభావ రీత్య మృదుభాషి, మితభాషి, సాహిత్యం సంప్రదాయాన్ని గౌరవిస్తూ వస్తున్న మార్పులను ఆహ్వానించే డా॥ మస్తానమ్మ ఇంకనూ ఎన్నో వ్యాసాలేగాక విమర్శ గ్రంథాలు కూడా ప్రకటించాలని, భగవంతుడు డా॥ మస్తానమ్మను తప్పక ఆ మార్గం వైపు నడిపించగలడని ఆశిస్తున్నాను. రామ్ రహీమ్ ఆశీస్సులు డా॥ మస్తానమ్మకు ఉండాలని ఆకాంక్షిస్తున్నాను.

ఆమె ఒక తెలుగు అక్షరం

హాజీ వేంపల్లి అబ్దుల్ ఖాదర్, ఎం.ఏ.,బి.ఇడి.
రాష్ట్ర అధికార భాషా సంఘం &
ఎస్వీయు పాలకమండలి మాజీ సభ్యులు.
1-34, కొత్తపేట ఎక్స్‌టెన్షన్
కలికిరి - 517234,
08, డిశంబర్ 2014.
9440756131.

ఏ భాషా సాహిత్య సంస్కృతులైనా సమకాలీన సామాజిక వికాసానికి ప్రతిబింబాలే! మానసిక చైతన్యానికి నికషోపలాలు! సామాజిక ఔన్నత్యానికి ప్రతీకలు! నిర్ద్వంద్వంగా ....జనహితమే వాటి పరమావధి!

పుబ్బలో పుట్టి మఖలో మాయమైపోయే సాహితీ విమర్శలు, వివేచనలు, విశ్లేషణలు ఎన్నెన్నో! కానీ డాక్టర్ మస్తానమ్మ పరిశోధక భాషా సాహిత్య వ్యాసాలు అలాంటివి కావు. ఒక విభిన్న దృక్పథం, ఒక విలక్షణ దృక్కోణం, ఒక విశిష్ట ప్రయోజనాన్ని గర్భీకరించుకున్న ఇక్షుఖండాలు.

రచయిత్రి స్పృశించిన వివిధ అంశాలు ఒక నిర్దిష్ట ప్రయోజనం వైపు పురోగమించేవే! భాషా సాహిత్యాభిమానుల్ని ప్రభావితం చేసేవే! అభ్యుదయ భూమికను ఆకాంక్షించేవే! వివిధ ప్రామాణిక సదస్సులలో పత్ర సమర్పణలు చేసినవే! రసజ్ఞుల ప్రశంసలకు సర్వత్ర పాత్రమైనవే!

జాతి, భాష సాహిత్యం, ఆచారవ్యవహారాలు, సాంప్రదాయ సంస్కృతులు, మహిళాభ్యుదయం, వచన కవిత, మాండలికాలు, కౌటుంబిక జీవనం, హేతువాదం, దేశభక్తి, ప్రపంచీకరణ - తదితర సాంప్రదాయక ఆధునిక పోకడలను - కొండను అద్దంలో చూపించినంత అద్భుతంగ అక్షరీకరించారు.

ఇంకా స్పష్టంగా చెప్పాలంటే -

వర్తమానానికే కాదు; రేపటి తరాలకు కూడా ఉపయుక్తంగ ఉండడానికి తన పరిశోధక వ్యాసావళిని ఒక చక్కని 'రీసోర్స్ మరియు రెఫరెన్స్' గ్రంథంగా శిల్పించిన తీరు అద్భుతం!

విస్తృత గ్రంథ శోధన -
అబ్బుర పరిచే భావజాలం -
వ్యక్తీకరణలో చక్కని స్పష్టత -
సునిశిత పరిశీలనా దృష్టి -
సరళ వ్యావహారిక శైలి -
అన్నిటికీమించి ఏకబిగిని చదివించే కథనరీతి -
చాలవా?......
చాలవా ఒక గొప్ప గ్రంథానికి ఉండవలసిన అర్హతలు?

ప్రథమ ప్రయత్నంలోనే రచయిత్రి మస్తానమ్మ శిఖరాగ్ర లక్ష్యాన్ని చేరుకున్నారు! రచయిత్రుల ప్రథమ పంక్తిలో చోటు సాధించుకున్నారు! ఆత్మీయ సాహితీ బంధువులకు ఇంతకంటే రుచ్యమైన భోజ్యం ఇంకేముంటుంది.

రేపటి మలుపులో మరిన్ని ఉపయుక్త గ్రంథాలను స్వప్నించాలన్న ప్రగాఢ విశ్వాసంతో శ్రీమతి మస్తానమ్మను మనఃపూర్వకంగ అభినందిస్తున్నా!

అభినందనం

డా॥ కె. రెడ్డెప్ప, ఎం.ఏ., బి.ఇడి., పిహెచ్.డి.
ఉపాధ్యాయుడు,
జిల్లా పరిషత్ ఉన్నత పాఠశాల,
నెరబైలు- 517 194
చిత్తూరు జిల్లా
చరవాణి: 9701510591

ప్రజలను సన్మార్గంలో నడిపించడమే సాహిత్యం పరమ ప్రయోజనం. ఆ ప్రయోజనాన్ని ఉద్దేశించి అనేక సాహిత్య ప్రక్రియలు ప్రచారంలోకి వచ్చాయి. ఆధునిక కాలంలో తెలుగు 'లఘు నిబంధనం' అనే ప్రక్రియ బహుళ వ్యాప్తిలోకి వచ్చింది. దీనిని ఆంగ్లంలో Essay అంటారు. దీనికి తెలుగులో 'వ్యాసం' అనే శబ్దాన్ని సమానార్థకంగా వ్యవహరిస్తున్నారు. నేడు అన్ని భారతీయ భాషల్లోను ఈ వ్యాసం ఒక ప్రక్రియగా స్థిరపడింది. ఇది ఒక అద్భుతమైన ప్రక్రియ. దీనిని ఆంగ్ల భాషలో ఎందరో మేధావులు దాదాపు 150 సంవత్సరాల పూర్వమే సృజించారు. వారి ప్రభావం భారతీయ సాహితీ వేత్తలపై పడింది. అయితే ఒరవడి వారిదైనా వినూత్నత మాత్రం మన వారిది. ఈ వాస్యాల్లోని విషయం లౌకిక జీవనానికి సంబంధించినది కావచ్చు. శాస్త్రీయ విషయం కావచ్చు, సాహిత్యానికి సంబంధించినది కావచ్చు. ఇంకా మానవుని జ్ఞాన వికాసానికి ఉపయోగించే ఏ విషయమైనా కావచ్చు. ఒక వ్యాస వైశిష్ట్యం రచయిత చూపిన విషయ ప్రతిపాదన చాతుర్యం మీద ఆధారపడి ఉంటుంది. ఆ లక్షణం డా॥ డి.మస్తానమ్మ వ్యాస చంద్రికలో స్పష్టంగా కనిపిస్తున్నది.

వ్యాసం గద్య రూప ప్రక్రియ. గద్యం కవీనామ్ నికషం వదంతి అన్నారు విమర్శకులు. గద్యం రాయడంలోనే ఆయా రచయితల ప్రతిభ వ్యుత్పత్తులు తేట తెల్లమవుతాయని దానర్థం. తాను చెప్పదలచుకొన్న విషయాన్ని సుస్పష్టంగా విశ్లేషించటంలో రచయితకు చక్కని నేర్పుండాలి. ఆ నేర్పు డా॥ డి.మస్తానమ్మలో సంపూర్ణంగా ఉండాయనిపిస్తుంది. ఈ రచయిత్రి దాదాపు దశాబ్ది కాలం నుంచి తెలుగు సాహిత్యాన్ని డిగ్రీ, బి.ఇడి విద్యార్థులకు బోధిస్తున్నారు. స్వతహాగా పరిశోధకురాలైన మస్తానమ్మ విద్యార్థులకు పాఠ్యంశాలను విశ్లేషణాత్మకంగా బోధిస్తూ వచ్చారని వారు రాసిన వ్యాసాలు స్పష్టం చేస్తున్నాయి. ఆ అనుభవంతో వీరు

వివిధ సాహితీ వ్యాసాలు రాశారు. వీటిని వ్యాస చంద్రిక శీర్షికతో 27 వ్యాసాలతో సంకలనాన్ని తీసికొచ్చారు. అందులో ప్రాచీన సాహిత్యం, ఆధునిక సాహిత్యం, భాషా శాస్త్రం వంటి వివిధ అంశాలకు చెందిన వ్యాసాలున్నాయి. ప్రతి వ్యాసంలోనూ లోతైన పరిశీలన, విభిన్న దృక్కోణాలు కనిపిస్తాయి. తాను ప్రతిపాదించిన ప్రతి అంశానికి సాహిత్య సాక్ష్యాధారాలను సందర్భోచితంగా ఉటంకించారు. ఇంకా వీరి వ్యాసాల్లో ఎక్కువగా తులనాత్మకత కనిపిస్తుంది. ప్రాచీనత పునాది వంటిదని భావించిన ఈ రచయిత్రి తన వ్యాసాల్లో అక్కడక్కడ సంస్కృత శ్లోకాలను, తెలుగు పద్యాలను ఉటంకించటం వల్ల ఆయా వ్యాసాలకు వన్నె తెచ్చినట్లయింది.

సర్వసాధారణంగా వ్యాస సంకలనాల్లో ఒకే వస్తువును విభిన్న పార్శ్వాల్లో చూపే వ్యాసాలుంటాయి. అయితే ఈ వ్యాస సంకలనంలో వివిధ కాలాల్లోని తెలుగు భాష సాహిత్యాంశాలు ఉన్నాయి. ఈ వ్యాసాలను చదివితే ప్రాచీన, ఆధునిక సాహిత్యంపై పాఠకునికి ఒక చక్కని అవగాహన కలుగుతుంది. ఈ దృష్ట్యా ఈ వ్యాస సంకలనం పరిశోధకులకు చక్కని ఆకర గ్రంథంగా దోహదపడుతుందని చెప్పవచ్చు. డా॥ డి.మస్తానమ్మ గారు ఇలాంటి మంచి వ్యాస సంకలనాలు మరిన్ని తేవాలని ఆశిస్తూ, త్రికరణ శుద్ధిగా అభినందిస్తున్నాను.

మనవి

డా॥డి. మస్తానమ్మ

సాహిత్యం సమాజానికి దిక్సూచి వంటిది. ప్రజలను విజ్ఞానవంతులుగా, చైతన్యవంతులుగా తీర్చిదిద్దుటకు అది ఎంతగానో దోహదపడుతుంది. ఈ విషయాన్ని నేను అనుభవపూర్వకంగా తెలుసుకున్నాను. తెలుసుకున్న విషయాలను వ్యాస రూపంలో రాసి సాహిత్యాభిమానులతో పంచుకున్నాను. ఆ పరంపరలో వెలువడినదే నా ఈ వ్యాస చంద్రిక. ఈ గ్రంథంలో 27 వ్యాసాలున్నాయి. ఈ వ్యాసాలు వివిధ సెమినార్లలో, పత్రికలలో, సమర్పించబడినవి, ప్రచురించబడినవి. రెండు వ్యాసాలు తిరుమల తిరుపతి దేవస్థానముల,తిరుపతి వారి ఆధ్వర్యంలో నడిచే ఎఫ్.ఎం రేడియోలో ప్రసారమయ్యాయి. స్నాత కోత్తర దశలో మా గురువుల బోధన ద్వారా తెలుగు సాహిత్యం పట్ల నేను అభిరుచి పెంచుకున్నాను. వారి రచనలు చదవటం ద్వారా రచన చేయటంలో పాటించాల్సిన మెలకువలు నేర్చుకున్నాను. దానికై ప్రాచీన సాహిత్యం నుంచి ఆధునిక సాహిత్యం వరకు అధ్యయనం చేశాను. నా పరిజ్ఞానం సహకరించినంత మేర సాహితీ సృజనకు పూనుకున్నాను. అందుకు వ్యాస ప్రక్రియను మొదటగా ఎంచుకున్నాను.

వ్యాసం రాయటం ఎంత సంక్లిష్టమైనదో సాహితీ వేత్తలందరికీ బాగా తెలిసిన విషయమే. అయినా సాహసం చేసి నేను వ్యాస రచనకు పూనుకున్నాను. ఈ వ్యాసాలు నేను ఒక్కసారిగా ఏక బిగిన రాసినవి కావు. సాహిత్య అధ్యయన విద్యార్థిగా, పరిశోధకురాలిగా, బోధకురాలిగా ఉన్న సమయంలో వివిధ అవసరాల నిమిత్తం రాయబడ్డాయి. ఈ మొత్తం 27 వ్యాసాల్లో కొన్ని వివిధ మాసపత్రికలు, సావనీర్లలో ప్రచురించబడ్డాయి. ఇందులో సాహిత్య వ్యాసాలు, భాషాసంబంధ వ్యాసాలు, విమర్శా వ్యాసాలు ఉన్నాయి. మొత్తంగా చూసినపుడు అన్నీ సాహిత్య వ్యాసాలుగానే కనిపిస్తాయి. సాహిత్య బోధకురాలిగా సహృదయుల ఆశిస్సులుంటాయనే ధీమాతో ఈ కృషికి పూనుకున్నాను. నేను కీర్తి కోసమో, లబ్ధి కోసమో ఈ వ్యాసాలు రాయలేదు. చంద్రునికో నూలు పోగన్నట్లు సాహిత్యాభిమానిగా నాకు తోచినంత సాహితీ సేవ చేయటానికి పూనుకున్నాను. ఆ పరంపరలో భాగం గానే వివిధ వ్యాసాలు రాశాను. ఆవిధంగా రాసిన ప్రతి వ్యాసంలోనూ నేను విశ్లేషించిన, వర్ణించిన, వ్యాఖ్యానించిన, విమర్శించిన, ప్రశంసించిన

అంశానికి బలం చేకూర్చే విధంగా శ్లోకాలు, పద్యాలు, ఇతర ఉక్తులు సోదాహరణంగా వివరించాను. నా సాహిత్య రచనా రంగంలో ఇది నా తొలి అడుగు. అందువల్ల రచనలో కొన్ని దోషాలు, లోపాలుండవచ్చు. ప్రమాదో ధీమ తామపి అన్నారు గదా పెద్దలు. సాహితీ వేత్తలు, విమర్శకులు, పాఠకులు లోపాలను సూచించిన వినమ్రంగా స్వీకరిస్తాను. అలాంటి వాటి కనుగుణంగా తదుపరి ముద్రణలో మార్పులు చేర్పులు చేయటానికి ప్రయత్నిస్తాను.

నా ఈ 'వ్యాస చంద్రిక' చదివి ఆశీస్సులందించిన మా గురువు ఆచార్య జి. దామోదర నాయుడు గారికి, ప్రశంసలు అందించిన పితృ సమానులు వేంపల్లి అబ్దుల్ ఖాదర్ గారికి, అభినందనలు తెలిపిన గురుతుల్యులు డా॥ కె.రెడ్డెప్ప గారికి నా నమో వాకములు.

ఈ వ్యాసాలు గ్రంథరూపం పొందుటకు కృషిచేసిన ముద్రాపకులు ప్రభా జిరాక్స్, తిరుపతి యాజమాన్యులు వై.ప్రభాకర్ గారికి కృతజ్ఞతలు.

నన్ను కన్నబిడ్డలా చూసుకున్న అత్తమామలు పి. సుభాన్‌బి, పి.అబ్దుల్ వహాబ్ గార్లకు ప్రత్యేక ధన్యవాదములు.

నాకు చేదోడు వాదోడుగా ఉంటున్న నా జీవిత భాగస్వామి పి.బుజ్జి బాబు గారికి కృతజ్ఞతలు. నా చిన్నారులు లతీఫ, ఆయేషా, అబ్దుల్ రెహమాన్‌లకు శుభాశీస్సులు.

విషయ సూచిక

I. భాషా విషయక వ్యాసాలు

1. తెలుగు భాష వికాస దశలో శైలీ పరిణామం 01-11
2. తెలుగు భాష, జాతి- భావిగతి 12-20
3. తెలుగు వ్యవహారిక పదజాలంపై తమిళ భాష ప్రభావం 21-28
4. డా॥వి.ఆర్. రాసాని రచనలు- మాండలికాల ప్రయోగం 29-35

II. సాహిత్య వ్యాసాలు

5. మహిళల సమస్యల చిత్రణలో అందె వేసిన నవలా రచయిత్రి డి.కామేశ్వరి 36-37
6. చారిత్రక కావ్యం - కృష్ణరాయ విజయం 38-42
7. డి.కామేశ్వరి నవలలు - కుటుంబ జీవనచిత్రణ 43-46
8. హేతువాద సాహిత్యం - సామాజిక న్యాయ పోరాటం 47-55
9. చేమకూర వెంకటకవిపై తాళ్లపాక తిమ్మక్క కవితా ప్రభావం 56-60
10. శ్రీకాళహస్తీశ్వర క్షేత్ర ప్రాశస్త్యం 61-63
11. జాషువా ఖండ కావ్యాలు - పశుపక్ష్యాది కళా వైదుష్యాలు 64-68
12. మహాభారతంలోని వృత్తులు - నాటి ప్రజల జీవన విధానం 69-74
13. రామ రసామృత భాండం-దాశరథీ శతకం 75-78
14. సాహిత్యంలో సత్యనిష్ఠ 79-83
15. మహాభారతం - సంస్కృతీ విన్యాసం 84-94
16. ఆముక్తమాల్యదలో రాయల వర్ణణా వైచిత్రి 95-100
17. గురజాడపై ప్రాచీన కవుల ప్రభావం 101-107
18. అన్నమయ్య దృక్పథంలో శ్రీ వేంకటేశ్వరస్వామి స్వరూపం 108-116
19. త్రిపురనేని కురుక్షేత్ర సంగ్రామ నాటకం- హేతుతత్వం 117-126
20. రాసాని 'కాటమరాజు యుద్ధము' నాటకం- నాటి చరిత్రకు సజీవ తార్కాణం 127-132

21.వచన కవితల్లో సామాజిక చైతన్యం 133-138
22.ప్రపంచీకరణ దుష్ఫలితాలను చిత్రించిన వచన కవిత 139-147
23.తెలుగు సాహిత్యంలో తాంబూల ప్రాశస్త్యం 148-153

III. ఇతరాలు

24.క్రమశిక్షణ 154-159
25.నిత్యజీవితంలో దేశభక్తి 160-165
26.జానపద కళలు- మన సంస్కృతికి ప్రతిబింబాలు 166-171
27.హిందీ కథానికల్లో స్త్రీపాత్ర చిత్రణ - భిన్నపార్శ్వాలు 172-176

తెలుగు భాష వికాస దశలో శైలీ పరిణామం

తెలుగు భాషకు సుమారు రెండువేల సంవత్సరాలకు పైబడిన చరిత్ర ఉంది. ఆవిధంగానే తెలుగు సాహిత్యానికి వేయి సంవత్సరాల ఘనత ఉంది. ప్రజావ్యవహారంలో నుండి శాసనాలలోకి, శాసనాల నుండి కావ్యరూపంలోకి తెలుగు సాహిత్యం పరిణామం చెందింది. ఈ పరంపరలో భాగంగా వివిధ ప్రాచ్య, పాశ్చాత్య భాషాపదాలు కూడా తెలుగులో చేరాయి. దాంతో తెలుగు భాష సాహిత్యాలు మరింత సుసంపన్నం అయ్యాయి. ముక్తకం, పంచకం, దశకం, శతకం, వంటి సంఖ్యా ప్రక్రియలు, పద్యం గద్యం చంపూ, నిర్వచనం, రగడ, యక్షగానం, ద్విపద, చిత్ర బంధ కవిత్వం, దండకం, హరికథ, సమస్యా పూరణం, పదం, కీర్తన, అవధానం, నాటకం, నాటిక, ఏకాంకిక వంటి రూప ప్రక్రియలు, కావ్యం, ఇతిహాసం, పురాణం, విలాసం, మహత్యం, పరిణామం, ప్రబంధం, ఉదాహరణ, మాలిక, వంశావళి, సంవాదాలు, నవల, కథానిక, గల్పిక, వచన కవిత్వం, ఖండకావ్యం యాత్రచరిత్ర, జీవిత చరిత్ర, స్వీయచరిత్ర, లేఖా సాహిత్యం, శాస్త్రకావ్యాలు, వ్యాసాలు, వంటి వస్తుప్రక్రియల్లో తెలుగు సాహిత్యం పరిఢవిల్లింది. ఇవేగాక హైకూలు, నానీలు వంటివి ఇటీవల బాగా ప్రాచుర్యం పొంది పాఠకుల దృష్టిని ఆకర్షిస్తున్నాయి. ఇన్ని ప్రక్రియల్లో ఎంతో విస్తృతంగా తెలుగు సాహిత్యం వికసించింది. ఆ వికాసాన్ని చక్కగా నిర్దేశించేది శైలి విన్యాసం. ఆ శైలీ పరిణామ వికాశాన్ని పెదధోరణులను, నేటి మన కర్తవ్యాన్ని విశ్లేషించడమే ఈ వ్యాస ప్రధానోద్దేశం.

శైలి

రచనలో భాషను వాడే పద్ధతిని శైలి అంటున్నారు. ఆంగ్లంలోని 'style' అన్న పదానికి సమానార్థకంగా శైలి శబ్దాన్ని వాడుతున్నారని పరిశోధకులు అభిప్రాయపడ్డారు. మన ప్రాచీనాలంకారికులు నేరుగా ఎక్కడా శైలి శబ్దాన్ని ప్రయోగించినట్లు కనబడదు. కైశికి, ఆరభటి, సాత్వతి, భారతి అను వృత్తులు, అభిధ, లక్షణ వ్యంజన వంటి లక్షణాలు, వైదర్భీ గౌడి పాంచాలి వంటి రీతులు, శయ్య, ద్రాక్ష కదళి నారికేళ వంటి పాకములు కావ్యంలో ఉండాలని పేర్కొన్నారు. ఇవన్నీ శైలిని నిర్దేశిస్తున్నా ప్రధానంగా శయ్యను శైలిగా మనం పరిగణించవచ్చు. ఈ విషయాన్ని

"పదము లొండొంటితోఁగదిసి మేల్సరణి
గుదిరిన శయ్య నాఁగొమరారు కృతుల"

అని చెలమచర్ల రంగా చార్యులు పేర్కొన్నారు. అయినా ఒక్క మాటలో చెప్పాలంటే మన కవులు శైలికి విస్తృత పరిధిని నిర్ధారించినట్లు దీని ద్వారా తెలుస్తున్నది.

శైలి భేదాలు

"తెలుగు సాహిత్యాన్నంతటిని పరిశీలించిన మీదట ఐదురకాల శైలి భేదాలు ఉన్నట్లు పరిశోధకులు నిర్ధారించారు. అవి పద గుంఫన శైలి. సరళశైలి, ప్రాచీన శైలి, ఆధునిక శైలి, మాండలిక శైలి". ఏ శైలి అయినా పదాల ఎంపిక, పద బంధాల నిర్మాణం, వాక్యాల కూర్పులోని వైవిధ్యం ద్వారా శైలిగా రూపాంతరం చెందుతాయి. వీటిని స్థాలీ పులీక న్యాయంగా పరిశీలిద్దాం.

పదగుంఫన శైలి

పదగుంఫన శైలిని ఉదాత్త శైలి అనికూడా అంటారు. ఇంగ్లీషులో దీనిRhetoric Style' అంటారు. భాష ప్రభావవంతంగా ఉండడం, శైలి అలంకార యుక్తంగా ఉండటం, పాఠకులను ఆకట్టుకొని తిప్పుకోవటం, ఆడంబర స్ఫూర్తి ఉండటం అనేవి ఈ శైలి లక్షణాలు. "చీమ కుత్తుకలో సింహము ప్రవేశించినదే! సముద్ర సప్తకము–చేటి పడియలో నిఱికినదే! పరమాణువులో– పర్వతమిమిడినదే! కాసులేనివాని గుడిసెలో – కైలాసమవతరించినదే" వంటి వాక్య ప్రయోగం ఈ శైలికి చక్కని ఉదాహరణగా చెప్పవచ్చు.

సరళశైలి

విషయం ప్రధానంగా రాసే శైలిని సరళశైలి అంటారు. శాస్త్ర విద్య వైజ్ఞానిక వ్యాసాలలోనూ, సృజనాత్మక సాహిత్యంలోనూ ఈ శైలిని ప్రయోగిస్తున్నారు. సూటిదనం, తేలికదనం దీని ప్రధాన లక్షణాలు. గుడిపాటి వెంకటాచలం, కొడవటి గంటి కుటుంబరావు, మునిమాణిక్యం నరసింహారావు వంటి రచయితలు ఈ శైలిలో రచనలు చేశారు.

ప్రాచీన శైలి

ప్రాచీన శైలి అంటే నన్నయ శైలిని తీసికోవచ్చు. ప్రసన్న కథాకలితార్థ యుక్తి, నానారుచిరార్థసూక్తి నిధిత్వం, అక్షర రమ్యత అనునవి నన్నయ శైలీలక్షణాలు. తదనంతర

తెలుగు కవులలో ఎక్కువమంది నన్నయనే అనుసరించారని చెప్పవచ్చు. అయితే సుమతిశతక కర్త బద్దెన, వేమన లాంటి వారు ప్రాచీన శైలికి భిన్నంగా సరళశైలిలో రచనలు చేశారు. నన్నయ నుంచి కందుకూరి వరకు ప్రాచీన శైలిలోనే కవులు ఎక్కువ రచనలు చేశారు. సుదీర్ఘ వాక్య నిర్మాణం, పదాడంబరం, దీర్ఘ సమాసాల ప్రయోగం ఇందులో ఎక్కువగా కనిపిస్తాయి. అక్కడక్కడ అరుదుగా సరళశైలి కూడా కనిపిస్తుంది.

ఆధునిక శైలి

ఆధునిక శైలి అంటే సరళ వ్యవహారిక శైలిగా పరిగణించవచ్చు. ఈ కాలంలో ఎక్కువగా వచనంలోనే రచనలు వెలువడ్డాయి. దీనిలో శబ్ద కాఠిన్యం, సమాసాడంబరత, సుదీర్ఘ వాక్యరచన ఉండవు. విషయం ప్రధానంగా చిన్న చిన్న పదాలతో, వాక్యాలతో సర్వజన సుబోధకంగా రచన కొనసాగుతుంది.

మాండలిక శైలి

భాష జీవనది వంటిది. నదిలో మార్గమధ్యంలో ఎన్నో ఉపనదులు వచ్చి కలుస్తుంటాయి. దాని ద్వారా నది పరిధి విస్తృతమౌతుంది. అదేవిధంగా భాషలో పరభాషాపదాలు వచ్చి చేరుతుంటాయి. పొరుగు భాషాప్రజల ప్రభావం కూడా భాషపై పడుతుంది. ఆ విధంగా భాషలో పదజాలం పెరుగుతుంది. అయితే అట్లా వచ్చి చేరిన పదాలు ఒక ప్రాంతానికే పరిమితమౌతాయి. వాటి అర్థం ఆ ప్రాంత వ్యవహర్తలకే త్వరగా బోధపడుతుంది. అదే భాష మాట్లాడే ఇతర ప్రాంతాల వారికి భావం స్ఫురిస్తుందిగాని ఖచ్చితమైన అర్థం వెంటనే తట్టదు. ఉదాహరణకు చెప్పాలంటే హైదరాబాదుకు మరొక తెలుగు ప్రాంతపువారు వెళ్లినపుడు 'లొల్లి సేయకుండి' అనే శబ్దం వింటారు. రచ్చచేయకండి అనే భావం అయితే సందర్భాన్ని బట్టి వెంటనే తెలుస్తుంది గాని దాని అర్థం సూటిగా తెలియదు. అట్లాంటి భాషా పదప్రయోగాలను మాండలిక మనవచ్చు."భాషకు సంబంధించినంత వరకు వ్యవహారపరిధిని మండలం అంటారు. ఈ మండలం ప్రాంతీయమయిన పరిధి కావచ్చు, వర్గపరమైనపరిధి కావచ్చు. ఆమండలంలో వాడుకలో ఉన్న భాషను మాండలికం అంటారు". ఈ దృష్టితో పరిశీలించి పూర్వమండలం, ఉత్తర మండలం, దక్షిణ మండలం, మధ్యమండలం అంటూ నాలుగు మాండలిక విభాగాలుగా

తెలుగు భాషను విభజించారు. ఇక ఈ ఐదు రకాలైన శైలీ భేదాలు వెయ్యేండ్ల తెలుగు సాహిత్యంలో ప్రయోగించబడ్డాయి. ఇవి ఆయా కవుల కవిత్వ విభజన ఆధారంగా ఎలా ప్రయోగించబడ్డాయో ఇక్కడ వివరించడం జరిగింది.

కవయిత్రులు - కవితాశైలి

ప్రాచీన చానమ్మ మొదలు ఇటీవలి కాలం వరకు జీవించిన శ్రీమతి ఆత్మూరి అన్నపూర్ణమ్మ వరకు ఎందరో కవయిత్రులు వివిధ ప్రక్రియల్లో రచనలు చేశారు. వీరందరూ గూడా సరళశైలిలో రాశారని చెప్పవచ్చు. మచ్చుకు తరిగొండ వెంగమాంబ రచనలో ఒక్క ఉదాహరణ చుద్దాం.

"నా చిన్ననాట నోనమాలనైన
నార్యులెవరు నా కానతీ లేదు
ఇకనైన చెప్పుదునెట్టులో వాణి
నకలంకుడై జిహ్వాయం దుంచెగురుదు"

అంటుంది కవయిత్రి. ఈ పద్యంలోని పదాలన్నీ సరళమైనవే.

ప్రాచీన తెలుగు కవులు-కవితాశైలి

ప్రాచీన తెలుగు కవులు ఎక్కువగా గ్రాంధిక శైలిలోనే రచనలు చేశారు. ఆది కవి నన్నయ నుంచి కందుకూరి వీరేశలింగం పంతులు వరకు ప్రాచీన గ్రాంధిక శైలిలోనే రచనలు చేశారని చెప్పవచ్చు. ఆ తొమ్మిది వందల సంవత్సరాల కాలంలో ఏ కొద్ది మందో సరళ గ్రాంధికంలో పద్య ప్రయోగం చేశారు.

కం॥ "స్వాభావిక నవకవితా
ప్రాభవముల నుభయ భాష ప్రౌఢిమఁ జెప్పన్
భూ భవనంబున సరితే
రాభారతి నీవు దక్క నన్నయ జక్క"

అంటాడు జక్కన మహాకవి. ఈ పద్యంలో గ్రాంధిక పదజాలమే ఎక్కువగా ప్రయోగించబడింది.

చాటువుల్లో తెలుగు

తెలుగు సాహిత్యంలో వేలాది చాటువులు చెప్పబడ్డాయి. వాటిలో ఇంచుమించు సరళ గ్రాంధికమే ప్రయోగించబడిందని చెప్పవచ్చు. ఉదాహరణకు పాపకంటి పుల్లంరాజు పద్యాన్ని పరిశీలిద్దాం.

కం॥ **కాలము కఠినము వచ్చెను.**
బాలాదుల సంతరింప భారంబాయెను
ఏలాగున రక్షింతువొ
చాలా కురుమమూర్తి లోల సజ్జన పాలా!" -

అంటాడు కవి.

శతకాలలో శైలి ప్రయోగం

తెలుగు సాహిత్యంలో కొన్ని వందల శతకాలు వెలువడ్డాయి. వాటిలో వృషాధిప, శ్రీకాళహస్తీశ్వరా వంటి వేళ్ల మీద లెక్క బెట్ట గలిగిన శతకాలలో తప్ప తక్కిన అన్ని శతకాలలో సరళశైలి ప్రయోగించబడింది. అయితే అందుకు భిన్నంగా జొన్నవిత్తుల రామలింగేశ్వర రావు గారు పూర్తి ఆంగ్ల పదాలు ప్రయోగించి బతుకమ్మ పండగను ప్రశంసిస్తూ కంద పద్యంలో శతకం రాశాడు. ఉదాహరణకు ఈ పద్యం చూడండి.

కం॥ **ప్రైజింగ్ యూ హానెస్ట్లీ**
థౌజండ్స్ ఆఫ్ గుడ్ ఫ్లవర్స్, డైర్‌వర్‌షిప్ యూజ్
రీజన్‌లెస్, బ్లూజమ్ లెస్,
హౌజనరస్, ప్లీజ్ గివ్‌దెమ్ ఆల్ బతుకమ్మా!

అంటాడు. ఆంగ్లపదాలు ఎంతో చక్కగా తెలుగు పదానికి ఇమిడి పోయాయి.

వాగ్గేయకారుల సాహిత్యంలో శైలి ప్రయోగం

తెలుగు వాగ్గేయకారులు అచ్చ తెనుగు పదాలలోనే కీర్తనలు రాశారు. వారి రచనల్లో ఎక్కువగా ఆనాటి సామాన్య ప్రజల వాడుకలోని పదాలే ఎక్కువగా కనిపిస్తాయి. ఇందుకు ప్రయాగ రంగదాసుగారి కీర్తనను పరిశీలిద్దాం.

చరణం॥ "పట్టు పుట్టము గట్టి పట్టించు
కండువ గట్టి పట్టు దట్టి నడుముకు గట్టిగ కట్టెదరారా"

ఇవన్నీ నిత్య వ్యవహారిక పదాలే కదా!

యక్షగానం, బుర్రకథల్లో శైలి ప్రయోగం

పండిత పామరులను అమితంగా ఆకట్టు కొన్న కళారూపాలు బుఱ్ఱకథ, యక్షగానం. ఇందులో ప్రయోగించబడిన భాష సరళ వ్యవహారిక మేనని గట్టిగా చెప్పవచ్చు.కందుకూరి రుద్రకవి సుగ్రీవ విజయాన్ని పరిశీలిస్తే ఆ విషయం తేట తెల్ల మౌతుంది.

"ముక్కులు చెక్కులు మూపులు వీపుల్
ప్రక్కలు పిక్కలు బరులును దరులున్"

అంటూ అంత్య ప్రాసతో అచ్చ తెనుగు పదాలు ప్రయోగించాడు కవి.

అవధానాలలో శైలి ప్రయోగం

తిరుపతి వెంకటకవుల మొదలు నేటి మేడసాని మోహన్ వరకు ఎందరో అవధానులు ఉన్నారు. వీరందరూ ప్రాచీన కావ్య శైలిలో పదగుంఫన కవితా రీతిలో ఆశు కవిత్వం చెప్పారని చెప్పవచ్చు. బులుసు వేంకట రామమూర్తి గారు చేసిన ఒక అష్టావధాన పద్యం చూద్దాం.

తే॥గీ॥ పాలుపంచడు రారాజు పాండవులకు
పెరుగుచున్నది వానిలో దురితముగన
నేయిలను గల్గదిట్టి యహితము, వాని
నూనె మూర్ఖత, తప్పదు యుద్ధమింక"

నన్నయాది కవుల ప్రాచీన భాషా శైలి ఈ పద్యంలో ఉంది.

యాత్రాచరిత్రల్లో శైలి

ఏనుగుల వీరాస్వామి 'కాశీయాత్రా చరిత్ర', కోలా శేషాచల కవి 'నీల గిరియాత్ర', నాయని కృష్ణకుమారి 'కాశ్మీర దీపకళిక' వంటి యాత్రా చరిత్ర గ్రంథాల్లో ఎక్కువగా గ్రాంధిక పదజాలమే ప్రయోగించబడింది.

అయితే ఇటీవలి కాలంలో వెలువడుతున్న గ్రంథాల్లో మాత్రం సరళ వ్యవహారిక శైలీ విన్యాసం కనబడుతుంది.

ఆధునికాంధ్ర కవిత్వంలో శైలీ ప్రయోగం

ఇరవయ్యవ శతాబ్దం ప్రారంభ దశను ఆధునిక యుగమని, అప్పటి నుంచి వెలువడుతున్న సాహిత్యాన్ని ఆధునిక సాహిత్యమని విమర్శకులు విశ్లేషించారు. ఈ ఆధునిక కవిత్వంలో భావకవిత్వం, అభ్యుదయ కవిత్వం, విప్లవ కవిత్వం, దిగంబర కవిత్వం, స్త్రీ వాద కవిత్వం, దళితవాద కవిత్వం, మైనారిటీ వాద కవిత్వం అంటూ ఎన్నో శాఖలున్నాయి. వీటన్నిటిలో సరళ వ్యవహారిక పదజాలమే ప్రయోగించబడింది.

భావ కవిత్వం

భావకవిత్వానికి దేవులపల్లి కృష్ణశాస్త్రి ఆద్యుడనే చెప్పాలి. వారి కృష్ణపక్షం, ప్రవాసం అందుకు సజీవ సాక్ష్యం. అందులో ప్రయోగించబడిన భాష సరళ వ్యవహారికమే.

"అంత నా గొంతులో 'హా ప్రియ' యను కేక
అంతంత దివి కేగె, అంతంత దిగిపోయె
తారలే కను విచ్చి తమములే శ్రుతివిచ్చి
ఆరవము విని నన్నుగని జాలి నొందాయి"

అంటాడు కవి. ఇందులో కవి చాలా సరళ పద ప్రయోగం చేసి అల్పాక్షరాలలో అనల్పార్థాన్ని సృష్టించాడు.

అభ్యుదయ కవిత్వం

అభ్యుయ కవిత్వానికి పునాది వేసింది శ్రీశ్రీ యనే చెప్పాలి. వారి మహాప్రస్థానం దానికి ప్రబల సాక్ష్యం.

"పొలాలనన్నీ హలాలదున్ని
ఇలాతలంలో హేమం పండగ

కర్షక వీరుని కాయం నిండ

కాలువ గట్టే ఘర్మజలానికీ
ధర్మజలానికి ఖరీదు గట్టే"
షరాబు లేడంటాడు.

ఇందులో ఒకటి రెండు తప్ప అన్నీ సరళమైన శబ్దాలే ఉన్నాయి.

విప్లవ కవిత్వం

విప్లవ కవిత్వంలో ప్రయోగించబడిన భాష సరళ వ్యవహారికమే. చెరబండరాజు, శ్రీశ్రీ, సుబ్బారావుపాణిగ్రాహి, గద్దర్ లాంటి వారి కవిత్వమే దానికి నిలువుటద్దం. దీనికి సుబ్బారావు పాణిగ్రాహి గారి ఉదాహరణ చుద్దాం.

"ఎరుపంటే కొందరికి భయం భయం
పసిపిల్లలు వారి కన్న నయం నయం
సూర్యునిలో తొలి కాంతి ఎరుపు మయం
ఎరుపులోని ఆ కాంతి అతిరమ్యం
స్త్రీల నుదుటి తిలకం ఎర్రని సింధూరం
ఎరుపు రంగు ఎన్నటికీ కాదు అపాయం

శ్రమ జీవుల హక్కులకై ఎలుగెత్తే అరుపుంది"

అంటాడు కవి. ఇందులో ప్రయోగించబడిన పదాలన్నీ సరళ వ్యావహారిక పదాలే.

దిగంబర కవిత్వం

చెరబండరాజు, జ్వాలాముఖి, నిఖిలేశ్వర్, భైరవయ్య, నగ్నముని అనే ఐదుగురు కవులు దిగంబర కవిత్వాన్ని రాశారు. వారి కవిత్వంలో సరళశైలి ప్రయోగించబడింది. జ్వాలాముఖిగారు 'కిలికించితం' అనే కవితలో ఇలా అంటాడు.

"అవినీతి పంకిలం
అందరికీ శ్రీ చందన మైనందుకు
ఆదర్శం అర్భకుని చరమ శ్వాస"

అంటాడు కవి. ఇలాంటి ఉదాహరణలు ఎన్నైనా ఇవ్వచ్చు.

స్త్రీవాద కవిత్వం

స్త్రీవాద కవిత్వంలో సరళ వ్యవహారిక భాష ప్రయోగించబడింది. బి.పద్మావతి 'గుక్క పట్టిన బాల్యం' అనే కవితలో ఇలా అంటారు.

"అమ్మ కట్టుకున్న చీరకున్న అంచుల్లా
అమ్మకు మేమిద్దరం
అమ్మ దృష్టిలో నేను మైనస్, వాడు ప్లస్.

ఈ సరళమైన భాషే దాని ఆర్ద్రతను పాఠకులకు తెలియజేస్తున్నది.

దళితవాద కవిత్వం

దళిత సాహిత్యంలో అసలుసిసలైన వ్యవహారిక పదజాలం ప్రయోగిం చబడింది. ఎంతో క్లిష్టమైన భావాన్నైనా కవులు అలవోకగా, తేలికగా చెప్పారు. 'అవధాని గారూ అవధరించండి' అనే కవితలో డా॥ ప్రసాద మూర్తి ఇలా అంటాడు.

"అక్షరం ఇప్పుడు
కులం తక్కువ వాడి ప్రక్కలో
కులుకుతోంది" - గతమంతా

అణచి వేయబడ్డ ఆవేదనలోంచి ఈ మాటలు వెలువడ్డాయి. అదేవిధంగా మైనారిటీవాద, బిసీ వాద, ప్రాంతీయ వాద తత్వ కవిత్వాల్లో వ్యవహారిక భాష ప్రయోగించబడింది.

తెలుగు గజళ్లు - రుబాయిల్లో శైలిప్రయోగం

తెలుగులోకి గజళ్లు - రుబాయిలూ ఉర్దూ నుంచి అనువదించబడ్డ సాహిత్య ప్రక్రియలు. అనువదించబడినా మూల భాషా భావం పొల్లుపోకుండా సరళ భాషలోకి తెలుగు కవులు అనువదించారు. అట్టివారిలో అగ్రస్థానం దాశరథిగారిది. ఆ తరువాతి స్థానం సినారె గారిది. నిర్దిష్ట పదాలను ఏరుకొని, వాటి కున్న భావచ్ఛాయలను కొల్లగొట్టి సార్థకంగా ప్రయోగించడం సినారె నిపుణత ఉదాహరణకు గజల్ లహరి -15ను పరిశీలిద్దాం.

"మేను కోరు కుంటుంది మెత్తని బులుపు
మనసు కోరు కుంటుంది మౌనం పిలుపు"

అంత్యప్రాసలతో స్వచ్ఛమైన అచ్చమైన తెలుగు పదాలు ఇందులో కూర్చబడ్డాయి. ఇదేరీతిలో ఆధునిక కథానిక సాహిత్యం, వచనకవితలు, గేయాలు, హైకూలు, నానీలు వంటి విభిన్న సాహిత్య ప్రక్రియల్లో సరళ వ్యవహారికం ప్రయోగించబడింది.

ముగింపు

పైనతెలిపిన అంశాలన్నిటిని కూలంకషంగా విశ్లేషించినపిమ్మట స్థూలంగా చెప్పాలంటే తెలుగు భాషలో సాహిత్యం గ్రాంధికంగా పుట్టి కాలానుగుణంగా పదగుంఫనశైలి, సరళశైలి ఆధునిక శైలి, మాండలిక శైలిగా పరిణామం చెందింది. నేడు వ్యవహారిక రూపంలోకి పరుగులు తీస్తున్నది. ఈ పరిణామక్రమం స్వాగతించ దగ్గదే. కాని దీని వలన గతం కంటే నేడు తెలుగు భాషకు ఎంతో హాని జరుగుచున్నదని చెప్పక తప్పదు. అయితే ఆ దోషం వ్యవహారిక భాష ప్రయోగానిది కాదు. దీనికి ప్రధాన కారణం భాషా బోధనలో, రచనలో సరళతను ఉదాసీనత పాటించడమే. దీనికి ప్రధాన హేతువులు ఇవి.

1. పాఠ్యపుస్తకాల్లో అక్షర దోషాలుండుట.
2. విద్యార్థులు రాసిన జవాబు పత్రాల్లోని అక్షర దోషాలను పరిగణనలోకి తీసికోక పోవుట.
3. తెలుగు వారుగా మన తెలుగు భాషపై మనకు గౌరవం లేకుండుట.

ఇంకా వివరంగా చెప్పాలంటే పాఠ్యపుస్తకాల్లో, ప్రసారమాధ్యమాల్లో, వాణిజ్య ప్రకటనల్లో, కరపత్రాల్లో, గోడరాతల్లో, వాహనాల మీద రాసే పేర్లలో, సినిమారాతల్లో, వివిధ విషయాలకు చెందిన ముద్రిత గ్రంథాల్లో ఎక్కడ చూసినా అక్షర దోషాలే కనిపిస్తున్నాయి. 1975 సం॥ ముందుటి వరకు మనకు ఎక్కడా అక్షర దోషం కనిపించేదికాదు. నేడు ఎందెందో వెదకాల్సిన అవసరం లేకుండానే అందందే దోషాలు మనల్ని వెక్కిరిస్తున్నాయి. ఈ విషయంలో దినపత్రికలు మాత్రం భాషా ప్రియులకు కొంత ఊరట కల్గిస్తున్నాయి. ఈ పరిస్థితి ఇలాగే కొనసాగితే భాషా దోషోద్ధరణకు మరో పెద్ద ఉద్యమం కొనసాగ వలసి వస్తుంది. అటు వంటి వ్యయప్రయాసల నుంచి మనం బయట పడాలంటే ఈ క్రింది చర్యలను పటిష్ఠంగా అమలు చేయాలి.

1. తేలిక మాటలతో సరళమైన వాక్యాలతో అభిప్రాయం ప్రకటించే అలవాటును పెంచాలి.
2. అన్ని మాండలికాలకు దగ్గరగా ఉండే పద్ధతిలో ప్రమాణ భాష ఏర్పడాలి.
3. భాష ప్రయోగ దోషాల పట్ల కఠినంగా వ్యవహరించాలి.

అప్పుడు మాత్రమే శైలీ శాస్త్రానికి నిండుదనం, పరిపూర్ణత, సార్ధకత, సాధికారత, ప్రామాణికత ఏర్పడుతుంది. అందుకు తెలుగు వారందరూ స్వచ్ఛందంగా ముందుకు వచ్చి తెలుగు భాష సాహిత్య ఉద్ధరణకు, చక్కని శైలీ విన్యాసానికి తమ తోడ్పాటును అందించాలి.

ఉపకరించిన గ్రంథాలు

1. ఆంధ్ర ప్రతాపరుద్ర యశోభూషణము- పుట. 112
2. తెలుగు మౌలిక అంశాలు- పుట. 129
3. ఆంధ్రప్రదేశ్‌లో తెలుగు మాండలికాలు- పుట. 26
4. శ్రీ వేంకటాచల మహాత్మ్యము -ప్రథమా శ్వాసం- 21వ పద్యం
5. జక్కన- విక్రమార్క చరిత్ర- ప్రథమా శ్వాసం- 24వ పద్యం
6. తెలుగు చాటువులు- పుట. 149
7. తెలుగు శతకాలు - పుట. 83
8. తెలుగు వాగ్గేయకారులు- పుట. 29
9. ఆశు కవిత్వం- అవధానాలు- పుట. 66
10. ప్రవాసము- పుట. 59
11. మహాప్రస్థానం- శ్రీశ్రీ
12. విప్లవ వాదం- పుట. 47
13. దిగంబర కవితోద్యమం- పుట. 59
14. స్త్రీ వాదం- పుట. 92
15. దళిత సాహిత్యోద్యమం- పుట. 29
16. తెలుగు గజళ్లు- రుబాయిలు- పుట. 77

హైదరాబాదు, కేంద్రీయ విశ్వవిద్యాలయం భాషాశాస్త్ర సంఘటన
వారు 15,16 ఫిబ్రవరి 2013 నాడు నిర్వహించిన
జాతీయ సదస్సులో సమర్పించిన వ్యాసం.

తెలుగు భాష, జాతి - భావిగతి

జాతి, భాష, దేశం అనేవి మానవ సమాజాలను గుర్తించే సంకేతాలు. జాతి శబ్దానికి వంశం, జన్మం, వర్గం అని నిఘంటువులర్థాన్నిస్తున్నాయి. ఒక జాతి మాట్లాడు భాష, వారి వేషం, ఆచార వ్యవహారాలు, విశ్వాసాలు, సంస్కృతి మొదలైనవి. వేరొక జాతి నుండి వేరుచేస్తాయి. భిన్నజాతులవారు ఒకే దేశంలో కలసి జీవిస్తున్నప్పటికీ వారు మాట్లాడే భాష వారి ప్రత్యేకతను తెలియజేస్తుంది. మనది తెలుగు జాతి, మన జాతి భాష తెలుగు. వివిధ జాతులకూ, భౌగోళిక ప్రాంతాలైన దేశాలకు, వారి భాషలకు పలు పేర్లుండటం సహజం. ఆకోవలోనే మన తెలుగు భాషకూ జాతికీ ఆంధ్రం, తెనుగు, తెలుగు, త్రిలింగమనే పేర్లు కాలక్రమాన వ్యాప్తిలోనికి వచ్చి వ్యవహరింపబడుతున్నాయి.

తెలుగు జాతికీ భాషకూ దేశానికీగల పేర్ల చరిత్ర

విశ్వామిత్ర మహర్షి తన ఆజ్ఞోల్లంఘనం చేసిన యాభైమంది కుమారుల్ని అనార్య జాతులైన ఆంధ్ర, పుండ్ర, శబర, పులిందాదులలో కలసి పోండని శపించినట్లుగా ఋగ్వేదంలోని ఐతరేయ బ్రహ్మణంలో ఉంది. వ్యాస మహర్షి రచించిన మహాభారతం సభా పర్వంలో "పాండ్యోఢ్ర రాజౌచ సహాంధ్రకేణ" అనే శ్లోకంలో ఆంధ్రుల ప్రశస్తి ఉంది. గ్రీకు రాయబారి మెగస్తనీసు (క్రీ.పూ. 400సం॥) ఆంధ్రజాతిని గూర్చి, వారి బలసంపదను గూర్చి వివరించాడు. 'ఇండికా' అనే గ్రంథంలో శకార, అభీర, చండాల, శబర, ద్రుమిళ, ఆంధ్ర, వనచరులనెడి ఏడు విభాషలు నాటకంలో ఉపయోగించదగినవని భరతముని (క్రీ.శ. 1శ) తన నాట్య శాస్త్రంలో పేర్కొన్నాడు. నందంపూడి శాసనంలో (క్రీ.శ. 1053) నారాయణభట్టును "యస్సంస్కృత కర్ణాట ప్రాకృత పైశాచి కాంధ్ర భాషా సుకవి రాజ శేఖర ఇతి ప్రథితః విభవేన" అని నన్నయభట్టు పొగిడాడు. వాల్మీకి రామాయణం కిష్కింధకాండలో "తథైవాంధ్రశ్చ" అనే శ్లోకంలో సుగ్రీవుడు సీతాన్వేషణకై వానరులను దక్షిణ దిశకు పంపుతూ వారు వెదకవలసిన రాజ్యాలలో ఆంధ్రదేశాన్ని పేర్కొన్నాడు. ఈ విధంగా జాతి, భాష, దేశవాచిగా ఆంధ్రశబ్దం ప్రయోగించబడింది. రాజరాజనరేంద్రుడు భారతాన్ని "తెనుఁగున రచియింపు మధిక ధీయుక్తి మెయిన్" అని నన్నయను కోరినట్లు

శ్రీమదాంధ్ర మహాభారతం[ఆదిపర్వం - ప్రథమాశ్వాసం - 16 వపద్యం] ద్వారా తెలుస్తుంది. నన్నయ సమకాలికుడని భావిస్తున్న వేములవాడ భీమకవి చెప్పిన చాటు పద్యంలో 'తెలుంగాధీశ' అనే శబ్దం దేశాన్ని సూచిస్తుంది.

ఘనుడన్ వేములవాడ వంశజుడదాక్షారామ భీమేశనం
దనుడన్ దివ్య విషామృత ప్రకట నానా కావ్య ధుర్యుండ భీ
మన నాపేరు వినంగఁ జెప్పితిఁ దెలుంగాధీశ! కస్తూరికా
ఘనసారాది సుగంధ వస్తువుల వేగందెచ్చి లాలింపరా!

[రావూరి దొరసామి శర్మ - తెలుగులో తిట్టు కవిత్వం - పుట6]

తెలుంగు శబ్దం త్రికలింగ శబ్ద భవమని భాషాపరిశోధకుల అభిప్రాయం. శ్రీశైలం, ద్రాక్షారామం, కాళేశ్వరం అనే ఈ మూడు శివలింగ క్షేత్రాల మధ్య దేశాన్ని త్రిలింగ దేశమన్నారని మరికొందరి యభిప్రాయం. న, ల, వర్ణాల వినిమయం వలన తెనుఁగు, తెలుంగుగా మారిందని కాలక్రమంలో తెనుగు, తెలుగుగా పరివర్తనం చెందివుంటుందని ఆధునిక భాషాశాస్త్ర పరిశోధకులు నిగ్గుదేల్చారు. "తప్పక నాపేరఁదగ నాంధ్ర భాష జెప్పి ప్రఖ్యాతంబు సేయింపు మూర్వి" అని గోనబుద్ధారెడ్డి రంగనాథ రామాయణం అవతారికలో చెప్పాడు. 'దేశభాషలందు తెలుగు లెస్స' యని మహాకవి శ్రీనాథుడు, తదనంతర కాలములో శ్రీకృష్ణదేవరాయలు 'తెలుగు' శబ్దాన్ని భాషా వాచిగా ప్రయోగించారు. 'తెలుగ దేలయన్న దేశంబు తెలుగేను' అని శ్రీకృష్ణదేవరాయలు తన ఆముక్త మాల్యద [ప్రథమాశ్వాసం 15 వ పద్యం] లో తెలుగు శబ్దాన్ని దేశవాచిగా పేర్కొన్నాడు. దేశ, జాతి, భాషా పరంగా ఆంధ్ర, తెనుగు, తెలుగు, త్రిలింగ శబ్దాలు ప్రయోగించబడి కాలక్రమంలో పర్యాయ పదాలుగా నిలబడ్డాయి.

తెలుగు జాతి గత వైభవం

వేదకాలం నుండి తెలుగు జాతి మనుగడ సాగిస్తున్నా శాతవాహనుల కాలానికి అన్ని రంగాల్లో వేళ్లూనుకొని విజయకేతనాలను ఎగురవేసింది. భాష-సాహిత్యం, సంస్కృతి, కళలు, చారిత్రకాది సామాజిక విషయాల్లో గణనీయంగా రాణించింది. అంతకు పూర్వం శాసనాలు, ప్రజల నోళ్లకే పరిమితమైయున్న వాఙ్మయాన్ని రాజరాజ నరేంద్రుని

ప్రోత్సాహంతో నన్నయ భారతాంధ్రీకరణకు పూనుకొన్నాడు. ఆ తరువాత సంస్కృత భాషలోని పురాణాలు, ఇతిహాసాలు, కావ్యాలు, శతకాలు, ప్రబంధాలు, నాటకాలు మొదలైన సాహిత్యమంతా తెలుగులోకి అనువదింపబడింది. రాజులు, మంత్రులు, దండనాథులు-కవులను పోషించారు. శ్రీకృష్ణదేవరాయలు అష్టదిగ్గజ కవులను పోషించాడు. తంజావూరు నాయకరాజులు తెలుగు సాహిత్యానికి అగ్రతాంబూల మిచ్చారు. నన్నయ, నన్నెచోడుడు, పాల్కురికి సోమనాథుడు, తిక్కన, ఎర్రన, నాచనసోమన, శ్రీనాథుడు, పోతన, అల్లసాని పెద్దనాదులైన అష్టదిగ్గజకవులు, రాజకవులు శ్రీకృష్ణదేవరాయలు, రఘునాథరాయలు, విజయరాఘవరాయలు వారితో పాటు చేమకూర వేంకటకవి, కంకంటి పాపరాజు, వేమన, వీరబ్రహ్మం, తాళ్లపాక తిమ్మక్క, మొల్ల, లీల, ముద్దు పళని, రంగాజమ్మ వంటి కవయిత్రులు, అన్నమయ్య, త్యాగయ్య, క్షేత్రయ్య వంటి పదసంకీర్తనాచార్యులు, కందుకూరి వీరేశలింగం, గురజాడ అప్పారావు, గిడుగురామమూర్తి పంతులు వంటి భాష, సాహిత్య సంస్కర్తలు తెలుగు సాహిత్యాన్ని సుసంపన్నం చేసారు. సంస్కృతాంగ్ల భాషా సాహిత్యాలను స్వీకరించి తెలుగుసాహిత్యం నవ్యత సంతరించు కొనింది తద్వారా వివిధ ప్రక్రియలలో స్వతంత్ర రచనలూ వెలువడ్డాయి.

సీ॥ వేగిరాజుల సతీ వితతికి గురువంపు, నడక నేర్పినది నన్నయ్య రచన
తెలుగు భాషా పదమ్మునకు జారని వన్నె బట్టించినది కవి బ్రహ్మ పలుకు
కంచుఢక్కల నోరు గట్టించి జయ కేతనముల నెత్తినది శ్రీనాథు జిహ్వ
ప్రతిలేని యపవర్గ పదవి వంకకు రహదారితీసినది పోతన చరిత్ర
తే॥గీ॥ విజయనగరాధిపుల పురావేదికలకు, నందలంబుల మోయుమర్యాదగరపి
తనివిగొన్నది మొన్న పెద్దన కవిత్వ మంధ్రభారతీ! నీ తేజమద్భుతంబు"

అని గుర్రం జాషువా తన్మయత్వంతో ఎలుగెత్తి పాడినారు. నేడు నవల, నాటకం, కథానిక, వచన కవిత, తదితర ప్రక్రియలతో ఆధునిక తెలుగు సాహిత్యం ఇతర భాషా సాహిత్యాలకు మిన్నగా రాణిస్తూంది.

కళలు

శిల్పం, చిత్రలేఖనం, అష్టాదశ విద్యలు, చతుష్షష్టికళలు, తెలుగు దేశంలో వెలుగొందాయి. వివిధ కళలకు కాణాచి తెలుగు దేశం. వాటిని పోషించిన జాతి తెలుగుజాతి. రామప్పగుడి, వేయిస్తంభాల మంటపం, విజయనగరం కోట, తిరుమల, శ్రీకాళహస్తి, యాదగిరిగుట్ట, అమరావతి, కొలనుపాకమొదలైన ప్రదేశాలలోని గుడులు గోపురాలు తెలుగువారి శిల్ప విన్నాణానికి నిలువెత్తు సాక్ష్యాలు. సాముగరిడీలు, గుర్రపుస్వారీ, విలువిద్యలు, కుమ్మరం, కమ్మరం, వడ్రంగం, వ్యవసాయం, వీధిభాగవతాలు, యక్షగానాలు, గారడీవిద్యలు, చదరంగం, పాచికలు, గంగిరెద్దులాటలు, తోలుబొమ్మలాటలు, దసరా, దీపావళి, సంక్రాంతి, ఉగాది మొదలగు పండుగలు జరుపుకొనే విధానం తెలుగుజాతి కళా తృష్ణకు నిదర్శనాలు.

సంస్కృతి

తెలుగుజాతికి మహోన్నతమైన సంస్కృతి ఉంది. సహనమే సంస్కృతియని సర్వేపల్లి రాధాకృష్ణన్ గారు తెలిపారు. సంస్కృతి అంటే మానవుని ఆత్మదర్శనమని ఆచార్య ఖండవల్లి లక్ష్మీరంజనంగారు తన ఆంధ్రుల చరిత్ర-సంస్కృతి(పుట3)లో తెలిపారు. సంస్కారమే సంస్కృతియని మరికొందరి అభిప్రాయం. పరమత సహనం, స్త్రీలను గౌరవించడం, ప్రకృతిని ఆరాధించడం, వివిధ పండుగలను భక్తిశ్రద్ధలతో జరుపుకోవడం తెలుగుజాతికి వెన్నతో పెట్టినవిద్య. శాతవాహనరాజులు తమపేరు ముందు తల్లిపేరు పెట్టుకొని దైవసమానంగా చూసారు.

వ్యాపారం

కాకతీయుల కాలంనాడే తెలుగుజాతి ఇతరదేశాలతో సముద్రయాన వ్యాపారం సాగించింది. ఆనాడు మోటుపల్లి ప్రసిద్ధ ఓడరేవు. ఆంధ్రదేశంలోని వస్తువులు, వివిధ ఉత్పత్తులు ఖండాంతరాలకు ఎగుమతి చేయబడ్డాయి. పదహారు మూరల చీరను అగ్గిపెట్టెలో ఇమడ్చగలిగినంత నేర్పుతో చీరను నేసిన నేతగాండ్రు మన తెలుగు జాతివారు. మన నేతపని వారి కీర్తి దేశదేశాల్లో రెపరెపలాడింది.

సీ॥ **మంటి కుండయు నుల్కమంచం బెఱుంగక చందవోల్పురము పెంపొందునాడు**
కొల్లకొల్లగ మోటుపల్లి రేవునఁ బిసాళించు, కస్తూరిని దించునాడు

రతనాల ముత్యాల రాసులు వోసి రాయల రాచవీటిలో నమ్మునాడు
మంచుందెరల నీసడించు సెల్లాలు బందరు దుకాణములందు మెఅయునాడు
తే॥గీ॥ అందచందమ్ములకు దీవులైన తెలుఁగు, సతుల పన్నీటి కలయంపిచల్లునాడు
నీ విలాసంబు నిండిన తీవిగాంచి, పొంగలేనైతి నక్కటా పురిటిగడ్డ

ఈ పద్యంలో తుమ్మల సీతారామమూర్తి చౌదరిగారు తెలుగుజాతి వ్యాపార వైభవాన్ని నినదించారు. భాషలో, భావంలో, సాహిత్యంలో కళల్లో, వినోదాల్లో, ఆచార వ్యవహారాల్లో, అందచందాలలో, పరాక్రమాలలో, ధైర్యసాహసాలలో, సకల విద్యలలో, సహనంలో, వేషభూషణాదుల్లో, దేశభక్తిలో, సుగుణాలలో, సంఘసంస్కరణల్లో, ఆతిథ్య మివ్వడంలో, శరణాగతి రక్షణలో, ఐక్యతలో సాటిలేదనిపించుకొన్న జాతి మన తెలుగుజాతి.

వర్తమానంలో తెలుగుజాతి

చరిత్రలో తనకంటూ ఒక ఉన్నత స్థానాన్ని సంపాదించుకొన్న తెలుగు జాతి గతం ఉజ్జ్వల, ఉత్కృష్ట వారసత్వంతో సమైక్యజాతిగా చిరకాలం వర్ధిల్లాల్సిన జాతి 'వేర్పాటు' వాదంతో అపుడపుడూ కొన్ని ఒడిదుడుకు లెదుర్కుంటూంది. అమరజీవి పొట్టిశ్రీరాములుగారి ఆత్మార్పణతో గాసట బీసటగా వేర్వేరు జాతుల అధీనంలో ఉంటూ వచ్చిన తెలుగు వారికి మొట్టమొదటి భాషా ప్రయుక్త రాష్ట్రం ఏర్పాటైంది. ఇది తెలుగుజాతికి గర్వకారణం. సమైక్యరాష్ట్రం ఏర్పడి అర్ధశతాబ్ది గడిచినా ప్రాంతీయ వైషమ్యాలు, విచ్ఛిన్నకర ధోరణులు, వేర్పాటు భావనలు ఇంకా సమసిపోలేదు. తెలుగుజాతి మధ్య సహజీవన సంబంధాలు బలపడి 'కాంక్రీటు' లాగా గట్టిపడవలసినదిబోయి పగుళ్లదారిన పడబోతూంది. "తెలుగుజాతి మనది, నిండుగ వెలుగుజాతిమనది, తెలంగాణనాది, రాయలసీమనాది, సర్కారునాది నెల్లూరునాది, అన్నీ కలసి తెలుగుజాతి మనదే మనదేరా" అని ఆచార్య సి.నారాయణరెడ్డిగారు ప్రబోధించినా, 'విడగొట్టెవారుందురు, చెడగొట్టెవారుందురు', ముచ్చెరగుల నొక్కటిగ మీఁడ వేసే వారరుదు" అని ఆరుద్రగారు హితంపలికినా, 'చేయెత్తిజైగొట్టు తెలుగోడా, గత మెంతో ఘనకీర్తిగలవోడా' అని వేములపల్లి శ్రీకృష్ణ గతాన్ని సాక్షాత్కరించినా, "అంతర్యుద్ధ మరిష్టదాయకముగాదా జాతికిన్నీతికిన్" అని తుమ్మల సీతారామమూర్తి చౌదరిగారు నచ్చజెప్పినా, 'మా తెలుగుతల్లికి మల్లెపూదండను' శంకరంబాడి సుందరాచారిగారు

సమర్పించినా, తెలుగుజాతిలోని కొందరికి సమైక్యతాభావం వేళ్లూనకొనలేదు.

"సింధునదిలో పండువెన్నెలలో! చిరదేశపు చిరుపడతులతో

అందాల తెలుగులో ఆలపిస్తూ పాట! అందరం పడవల్లో ఆడివద్దాం"

అని సుప్రసిద్ధ తమిళకవి సుబ్రహ్మణ్యభారతి తెలుగుభాషను ప్రశంసించిన మనలో చలనంలేదు తెలుగుజాతికి తెలుగు భాషకు అవినాభావ సంబంధముంది. ఆ మాటకొస్తే ఏభాషకైనా ఆజాతితో అటువంటి అనుబంధం ఉంటుంది. నేడు తెలుగుభాష నానాటికీ బలహీనపడుతూంది. ఇతర భాషల వారితో పోల్చితే మనకు భాషాభిమానం చాలాతక్కువని చెప్పవచ్చు. విదేశాల్లో వున్న తెలుగువారు సభలు క్రమముదప్పకుండా జరుపుకొంటూ మాతృభాషాభిమానం చాటుకుంటుండగా మనం మాత్రం మాతృభాషను తృణీకరిసూ పరభాషా వ్యామోహంలోబడి కొట్టుమిట్టాడు తున్నాం. జాతి అస్తిత్వానికి భాష ఆయువు పట్టువంటిది. తెలుగును జాతీయ భాషగా గుర్తించాలని తమిళ ప్రజల ఆరాధ్య దైవం అన్నాదొరై కోరారు. తమిళనాడులో తెలుగు ప్రజలు నివసిస్తున్న ప్రాంతాల్లోని బోర్డులలో పేర్లు తెలుగులో ఉండగా, తెలుగుదేశ రాజధాని హైదరాబాదులో బోర్డులన్నీ ఆంగ్లంతో రాయబడి ఉన్నాయి. ఒక జాతిని పరిపాలించే అధికారం మీకు దొరికితే అప్పుడు మీరేం చేస్తారు? అని కన్ఫ్యూషియస్‌ను ప్రశ్నిస్తే "అప్పుడు నేను నాభాషను సంస్కరిస్తాను' అని సమాధానమిచ్చారు. ఈ మాట మన తెలుగుజాతికి కనువిప్పు కలగాలి. తెలుగుభాష మనుగడ భవిష్యతులో కష్టమని ఐక్యరాజ్యసమితి హెచ్చరించినా మనలో ఉలుకు పలుకు లేదు. 'తెలుగు భారతదేశపు అనుసంధాన భాష కాదగినది" అని హొల్డేన్ పండితుడు ప్రశంసించినా మన చెవుల కెక్కలేదు. తెలుగుభాషపై వచ్చిన ప్రశంసలుగాని విమర్శలుగాని మనపై ఎలాంటి ప్రభావం చూపడంలేదు. భాషా విషయంలో మనం నిద్రాణంగా నిస్తేజంగా నిర్లజ్జగా ఉంటున్నామనడం అతిశయోక్తికాదు. భాషను విస్మరించిన జాతి, జాతి ఆలంబనంగాలేని భాష మనుగడ సాగించలేవు. ఈ దృష్టిలో చూచినపుడు తెలుగుజాతి–భావిగతిని ఊహించడమే విభ్రాంతికి గురిచేస్తుంది. ఇప్పటికే అనేక గిరిజన భాషలు అంతరించాయని సర్వేలుచెబుతున్నాయి. లిపి, సాహిత్యం, సంస్కృతి, చరిత్ర కలిగిన తెలుగుభాషకూడా అదే దారిలోనడుస్తూందని పరిశోధకులు తెలుపుతున్నారు. ఈ వాస్తవాన్ని

మననం చేసుకుంటే తెలుగుజాతి, తెలుగుభాషాభిమానుల హృదయాలు కకావికల మౌతున్నాయి.

తెలుగుజాతి – భావిగతి

పురోభివృద్ధి కోరువారు పూర్వవృత్తాంతం మరువరాదు. ఈ సూక్తి మనకు అక్షరాలా వర్తిస్తుంది. రెండు వేల సంవత్సరాలకుపైగా ఉనికి కలిగిన జాతి మనుగడ ప్రశ్నార్థకమౌతూదంటే దానికి బాధ్యత మనమే వహించాలి తప్ప భవిష్యత్తరాలు కాదు గదా!

శ్లో॥ ఆంధ్రత్వ మాంధ్ర భాషాచాన్ద్రదేశ స్స్వజన్మభూః ॥

తత్రాపి యాజుషీ శాఖానాల్పస్య తపసఃఫలం॥"

అని శ్లాఘించిన అప్పయ్యదీక్షితుల హితోపదేశం ప్రతి తెలుగువాని హృదయాన్ని తాకాలి. తెలుగుజాతి తన చరిత్ర, సంస్కృతితో కలకాలం వర్తిల్లాలంటే మొత్తం తెలుగు జాతంతా ఈ క్రింది చర్యలకు పూనుకోవాలి.

1. ఒక జాతి వ్యక్తిత్వం వేళ్లూనుకోవడానికి ఆజాతిభాషకూ, సాహిత్యానికీ, సంస్కృతికీ, చరిత్రకు, ఐక్యతకూ ఆజాతివారు పెట్టనికోటవంటివారు. ఈ పరిజ్ఞానం వారసత్వంగా కొనసాగాలి.
2. పానుగంటి లక్ష్మీనరసింహారావుగారి వ్యాసాలను[సాక్షి] డిగ్రీ స్థాయి వరకు పాఠ్యాంశాలుగా చేర్చాలి.
3. పిల్లలు విద్యాభ్యాసం ఏ, బి, సి, డిలతోగాక ఓనమాలతో ప్రారంభించాలి.
4. డిగ్రీస్థాయి వరకు తెలుగును తప్పనిసరి సబ్జక్టు (విషయం)గా పెట్టాలి.
5. తెలుగు భాషా వికాసమే తెలుగుజాతి ప్రకాశమని గుర్తించాలి.
6. భాష అమలు చేసే విషయంలో చర్యలు తీసుకొనే అధికారం అధికార భాషా సంఘానికివ్వాలి.
7. తెలుగు అకాడమీని పరిపుష్టం చేయాలి.
8. జాతి సమైక్యతను పెంచే పాఠ్యాంశాలను పిల్లలకు నేర్పాలి.
9. భాష పరమార్థం ఐక్యత, అదే జాతి ఐక్యత అని ప్రతి ఒక్కరూ గుర్తించాలి.

10. అచ్చ తెనుగులో గూడా సుసంపన్నమైన సాహిత్యాన్ని పండించవచ్చు. పొన్నెగంటి తెలగన అచ్చతెనుగు పదాలతో యయాతి చరిత్రరచించాడు! ఇలాంటి విషయాల ద్వారా పిల్లల్లో భాషాభిమానం పెంపొందించాలి.
11. "అన్యభాషలు నేర్చి ఆంధ్రంబురాదంచు, సకిలించు ఆంధ్రుడా! చావవెందుకురా!" అని గర్జించిన కాళోజి మాటలు మనలోచైతన్యాన్ని నింపాలి.
12. కొన్ని ప్రైవేటు ఆంగ్ల భాషా పాఠశాలల్లో ఇలారాసిన బోర్డులు దర్శనమిస్తున్నాయి. "THIS IS ENGLISH ZONE, DON't TALK TULUGU" ఇలాంటి పాఠశాలల్ని సంబంధిత అధికారులు ఆకస్మికంగా తనిఖీచేసి గుర్తింపు రద్దు చేయాలి. పసిమనసులపై ఇంత గాఢంగా పరభాషను రుద్దుతుంటే మాతృభాషపై మమకారమెలా కలుగుతుందో ప్రతి తెలుగు వాడు ఆలోచించాలి.

ముగింపు

తెలుగువారి వేషం, కట్టు, బొట్టు మారాలి. నిత్యం వ్యవహరించాల్సిన భాష మారింది. ఆచార వ్యవహారాలు, పండుగలు, ఆటలు, వినోదాలు రూపుమారాయి, కొన్ని అంతరించాయి. ఇది ఇప్పుడు పుట్టుకొచ్చిందికాదు.

తే॥ గీ॥ **"బట్ట కట్టున కాకున్న జుట్టువలన, జుట్టువలన గాకున్న బొట్టు వలన**
బోల్చదగునన్ని దేశాల పురుషజనుల, దెలుగువాడీ తడని పోల్చు తెన్నులేదు"
[ఆచంట వేంకటరాయశర్మ - కళ్యాణి పత్రిక - మే నెల 1934]

శర్మగారిందులో పురుషులనుద్దేశించి చెప్పినా, నేడు స్త్రీపురుషులందరివి అదే దారిలోనున్నాయి. గతమనే గట్టిపునాదిమీద వర్తమాన, భవిష్యత్తులనే భవనాలను నిర్మిద్దాం. స్వార్థాన్ని విడనాడి నలుగురి శ్రేయస్సుకోరి జాతి ఐక్యతకు కంకణం కట్టుకుందాం. ఈ సందర్భంగా ప్రజాకవి కాళోజినారాయణరావుగారి మాటలు ఉటంకించడం సబబని భావిస్తున్నాను.

"కలిస్తే నిలుస్తాం
నిలిస్తే గెలుస్తాం
విడిపోతే పడిపోతాం

పడిపోతే చెడిపోతాం”

తెలుగుపత్రికలు, సామాన్య ప్రజలు, పామరులు, జానపదులున్నంతకాలం తెలుగుజాతి తేజం వేయి సూర్య ప్రభలతో విరాజిల్లుతుంది. పండితుల పాండిత్యం దీనికి దోహదపడు తుందనుటలో సంశయమక్కరలేదు.

పుంగనూరు, తెలుగు భాషా పరిరక్షణ సమితి వారు 29 జనవరి 2014 నాడు 'తెలుగు భాష పరిరక్షణ- మన బాధ్యత' అనే అంశంపై నిర్వహించిన సదస్సులో చదివిన వ్యాసం.

తెలుగు వ్యవహారిక పదజాలం పై తమిళ భాష ప్రభావం

ప్రపంచంలోని అతి పెద్ద భాషా కుటుంబాల్లో ద్రావిడ భాషా కుటుంబం ఒకటి. ఇందులో ఇరవై మూడు భాషలున్నాయి. భాషా శాస్త్రజ్ఞులు వీటిని దక్షిణ, మధ్య, ఉత్తర ఉప కుటుంబాలుగా విభజించారు. తమిళం, మలయాళం, కన్నడం, తుళు, కొడగు, తోడ, కోట , బడగ భాషలను దక్షిణ ద్రావిడ భాషలుగానూ, తెలుగు, కుయి, కువి, కొండ, గోండి, కొలామి, నాయికి, పర్జి, బళ్లారి, గదబ, పెంగో, కోయ భాషలను మధ్య ద్రావిడ భాషలుగానూ, కురుఖ్, మాల్తో, బ్రాహుయి భాషలను ఉత్తర ద్రావిడ భాషలుగాను వర్గీకరించారు. ఇవిగాక ఎరుకల, యెరవ, కురుబ, కైకాడి, కొరవ, ఇరుల వంటి తెగల వారు ఆ పేరుగల భాషతోనే మాట్లాడుతున్నారు. అయితే వీరి సంఖ్య వేలల్లో మాత్రమే ఉంది. వీటిలో "ఎరుకల, కైకాడి, కొరవ, బుర్గండిలు తమిళ భాషా మాండలికాలుగాను, కురబ కన్నడ భాషా మాండలికంగానూ పేర్కొన్నారు." ఈ భాషల్లో తమిళ, కన్నడ, తెలుగు, మలయాళ భాషలకు ప్రాచీనమైన లిఖిత సాహిత్యం, కోశ వ్యాకరణ రచనా సంప్రదాయం ఉన్నాయి. అందువల్ల ఈ నాలుగు భాషలను నాగరిక భాషలు అంటున్నారు. తక్కిన వాటికి లిఖిత సాహిత్యంలేదు. అందువల్ల వాటిని అనాగరిక భాషలుగా పరిగణిస్తున్నారు. ఈ భాషల్లోని వాఙ్మయమంతా వాగ్రూపమైనదే. వారి ఆటల్లో పాటల్లో మాటల్లో కథల్లో ఎంతో సాహిత్యం ఉంది.

భారతదేశంలోని సగం భూభాగంలో ద్రావిడ భాషలు మిగిలిన సగ భాగంలో ఆర్యభాషలు వ్యవహరింపబడుతున్నాయి. దక్షిణ భారతదేశమంతా ద్రావిడ భాషలు, ఉత్తర భారతదేశమంతా ఆర్యభాషలు మనుగడలో ఉన్నాయి. బెంగాలి, ఒరియా, గుజరాతీ, అస్సామీ, మరాఠీ, హిందీ వంటి లిపి సాహిత్యం ఉన్న ఆర్యభాషలు అక్కడ ఉన్నాయి. వీటిలోమంచి సాహిత్యం సృజించబడింది. "ఆర్యభాషల్లో వేదసాహిత్యం నుంచి ఆధునిక సాహిత్యం దాకా లభిస్తుంది. క్రీ.శ.13-14 శతాబ్దాల నుంచి మాత్రమే నేటి ఆర్యభాషల్లో సాహిత్యం నిరంతరంగా పుట్టింది. బ్రిటీష్ మహాయుగంలోనే ఆ భాషల్లో ఉత్తమ సాహిత్యం, రాశి కూడా వ్యాపించింది. సాహిత్య భాషలుగా ద్రావిడ భాషా కుటుంబానికి చెందిన

తమిళం, కన్నడం, తెలుగు, మలయాళాలు నేటి ఆర్యభాషలకన్నా ఎంతో ప్రాచీనమైనవి. ప్రాచీనార్య భాషల ప్రభావం ద్రావిడ భాషలమీద అపారంగా ఉన్నా, ద్రావిడ భాషలవల్ల సంస్కృతం నుండి నేటి బెంగాలీ దాకా ఆర్యభాషలు ప్రభావితమైనాయిఅన్నారు పరిశోధకులు. దీనిని బట్టి ఒక భాష మరొక భాషపై కొద్దో గొప్పో ప్రభావం చూపుతుందని తెలుస్తున్నది.

మానవున్ని తక్కిన జంతుజాలం నుంచి వేరు చేస్తున్నది వాక్కు ఒక్కటే. ఏ ప్రాణికిలేని వాక్కు మనిషికి మాత్రమే ఉంది. మనుషుల మధ్య ఉన్న వివిధ సన్నిహిత సంబంధాల మూలంగా ఒక భాషీయుల ప్రభావం మరొక భాషీయులపై పడుతున్నది. ఇది భౌగోళిక చారిత్రక సత్యం. ప్రజల మధ్య ఉన్న ఆదాన ప్రధానాల కారణంగా భాషలోకి కొత్త పదజాలం వచ్చి చేరుతుంది. దీనికి శాస్త్ర సాంకేతికాభివృద్ధి కూడా కొంత వరకు దోహదపడుతుంది. దాంతో భాషలో కొంత పదజాలం పెరుగుతుంది. కొంత లుప్తమవుతుంది. ఇరు భాషా ప్రాంతాల సరిహద్దు ప్రజలపై ఇరు భాషల ప్రభావం ఉంటుంది. ఆపరంపరలో భాగంగా ఒక భాషా పదజాలం మరొక భాషీయులపై గాఢమైన ముద్ర వేస్తుంది. ఆ ప్రభావం వాగ్రూపంలో, లిఖిత రూపంలో గూడా ఉంటుంది. ఈ దృక్పథంతో మనం ద్రావిడ భాషలను పరిశీలించిన తెలుగుపై మళయాళం కంటే తమిళ కన్నడ భాషల ప్రభావం ఎక్కువగా ఉందని చెప్పవచ్చు. అందుకు ప్రధానహేతువు తమిళ కన్నడ భాషలు తెలుగు వ్యవహర్తలకు సరిహద్దుల్లో ఉండటమే. అయితే తమిళ ప్రభావం ఒక్క చిత్తూరు జిల్లాపైనే ప్రధానంగా ఉండగా, కన్నడ ప్రభావం చిత్తూరు, అనంతపురం, కర్నూలు మహబూబ్‌నగర్, రంగారెడ్డి వంటి జిల్లాలపై ప్రభావం చూపుతున్నది. కానీ జిల్లాల పరంగా చూస్తే ఒక్క చిత్తూరు జిల్లానే 220 కి.మీ. మేర తమిళ రాష్ట్రానికి సరిహద్దుగా ఉంది. ఇంత సరిహద్దు విస్తార జిల్లా ప్రాంతం మరొకటి లేదనవచ్చు. ఈ కారణంగా తెలుగుపై తమిళ భాషా ప్రభావం ఒకే జిల్లాపై ఎక్కువగా ఉందని స్పష్టంగా చెప్పవచ్చు. అందులోనూ సత్యవేడు, నగరి, వేపంజేరి, చిత్తూరు, పలమనేరు, కుప్పం, నియోజకవర్గ ప్రజలపై తమిళ ప్రభావం అధికంగా ఉంది. వాగ్రూపంలో ఉన్న అటువంటి ప్రభావాన్ని ఈ వ్యాసంలో చర్చించి వివరించడం జరిగింది.తెలుగు మాతృభాషగా కలిగిన తమిళ సరిహద్దు ప్రాంత ప్రజలు – ఆ భాష ప్రభావంతో నిత్యవ్యవ హారంలో

ఆ భాషా పదజాలాన్ని, పదస్వరూపాన్ని విరివిగా వాడుతున్నారు. దానికి కొన్ని ఉదాహరణలను పరిశీలిద్దాం.

1. క్రియల్లో వస్తున్న మార్పు

వాడు బడికి రాడు – అనటానికి బదులుగా తమిళ ప్రభావంతో ఇలా అంటారు. వాడు బడికి వచ్చేలేదు. ఇందులో 'వరదిల్లె' అనే తమిళ శబ్దాన్ని యథాతథంగా అనువదించుకొని మాట్లాడుతారు.

2. సర్వనామాల్లో వస్తున్న మార్పు

వీళ్లు – వాళ్లు అనటానికి బదులుగా వీళ్లుద–వాళ్లుద అంటారు.

తమిళంలో 'ఇవంగుద – అవంగుద' శబ్దాలకు అనువాదపు మాటలవి. ఎక్కువ మాటలకు 'ద' కారం చివర చేర్చి మాట్లాడతారు.

3. ద్రవ్యాన్ని సూచించే సందర్భంలో

'కాసు' శబ్దం తమిళులు వాడతారు. కాసు అంటే డబ్బు అని అర్థం. తమిళ ప్రభావంతో 'కాసుల్లేవు' అని ప్రతి తెలుగువాడు అలవోకగా వాడతారు. గురజాడ అప్పారావుగారు ముత్యాల సరంలోని 'కన్యక' గేయంలో 'కాసు శబ్దాన్ని వాడారు. దీనిని బట్టి బంగాళాఖాత సముద్ర తీర ప్రాంత ప్రజలపై తమిళ ప్రభావం ఉన్నట్లుగా మనం భావించవచ్చు. దానికి ప్రధాన కారణం తమిళ మత్స్య కారులు కావచ్చు లేదా అప్పారావుగారికి తమిళ ప్రాంతంలో బాగా పరిచయం అయినా కారణం కావచ్చు.

4. సంఖ్యావాచక సూచనలో

తమిళ భాషా ప్రభావిత తెలుగు ప్రజలు సంఖ్యా బోధక సందర్భాల్లో ఇలా అంటారు.

రెండు భార్యలు, రెండు మంది

పై ఉదాహరణలో ఇద్దరు భార్యలు, ఇద్దరు మనుషులు అనటానికి బదులు రెండు భార్యలు, రెండు మంది అంటూ వ్యవహరిస్తున్నారు.

5. ఆహార విషయంలో

తెలుగు ప్రజలు సాపాటు, నాస్టా వంటి పదాలు విరివిగా వాడతారు. భోజనం, టిఫిన్ అని తెలుగువారితో బాటు ఇతర ప్రాంతాల్లో గూడా సహజంగా వ్యవహరిస్తారు. అందుకు భిన్నంగా తమిళంచేత ప్రభావితులైన తెలుగు ప్రజలు అలవోకగా సాపాటు, నాస్టా వంటి పదాలను ప్రయోగిస్తారు. అలాంటిదే సాంబారు కూడా.

6. వేతనం విషయ సంబంధంలో

'జీతం' అని తెలుగు వారు సహజంగా ప్రయోగిస్తుండగా తమిళ ప్రభావిత ప్రజలు మాత్రం 'సొంబలం' అంటారు. తమిళ శబ్దాన్ని యథాతథంగా ప్రయోగిస్తున్నారు.

7. ఉపాధ్యాయుని విషయంలో

'ఉపాధ్యాయున్ని' తమిళ భాషా ప్రభావిత ప్రజలు 'వాద్దేరు' అంటారు. అయ్యవారు అని దానర్థం.

8. నూనె గింజల విషయంలో

వేరుశనగ కాయను కళక్కాయ అంటారు. 'కళ్' అనగా రాయి అని అర్థం. రాళ్లలో పండుతుంది కనుక కళక్కాయ అంటారు.

9. నీటి విషయంలో

నీటిని 'తన్నీరు' అంటారు. అయితే ఎక్కువమంది 'తన్ని' అని పిలుస్తారు.

10. వచనం విషయంలో

నిత్య బహువచనాన్ని తమిళ ప్రభావం దృష్ట్యా ఏకవచనాంతంగా ముగిస్తారు.

ఉదా॥ నీరుంది, పూలుంది అంటారు.

నీళ్లున్నాయి, పూలున్నాయి అనరు. ఆ ప్రాంత పత్రికా విలేఖరులు గూడా ఈ విధంగానే వార్తలు రాస్తున్నారు. పత్రికలు కూడా వాటిని అదేవిధంగా ప్రచురిస్తున్నాయి.

11. గృహనిర్మాణ వనరుల విషయంలో

మనం 'కంకర' అనే శబ్దాన్ని వారు 'జల్లి' అంటారు. జల్లి అంటే గులకరాయి అని అర్థం.

12. ఇంటి యజమాని సంబోధన విషయంలో

మనం 'భర్త' మగడు, మొగుడు వంటి శబ్దాలను యజమాని పరంగా ప్రయోగిస్తుండగా వారు మాత్రం 'వీటికారు' అంటారు. వీడు - ఇల్లు, కారు - యజమాని అని అర్థం. వారు తమిళ శబ్దాన్ని తెలుగులోకి యథాతథంగా అనువదించి అలా అంటారు.

13. కూరగాయల విషయంలో

టమోటాలను 'తక్కాలి' అంటారు తమిళులు. వారితో ప్రభావితులైన తెలుగు ప్రజలు కూడా తక్కాలి అని వ్యవహరిస్తున్నారు.

14. శరీర సౌష్టవాన్ని తెలిపే విషయంలో

ఒకరు బలంగా, బలిష్టంగా ఉంటే అట్టివారిని తమిళులు 'దొన్ని' అంటారు. లావు అని ఆ శబ్దార్థం. తెలుగు వారికి ఎన్నో మంచి పదాలు ఉన్నా 'దొన్ని' అని ఎక్కువ మంది వ్యవహరిస్తున్నారు.

15. ద్రవ పదార్థాల విషయంలో

కొబ్బరి నీళ్లను తమిళ ప్రభావిత ప్రాంత తెలుగు ప్రజలు 'ఎల్లనీరు' అంటారు. లేత నీరు, చల్లనీరు ఇలా ఏ పేరుతోనూ వ్యవహరించక 'ఎల్లనీరు' అంటున్నారు. అన్ని ప్రాంతాల్లో ఎక్కువ ప్రజల నోళ్లలో నానిన పేరు ఇదే.

16. సంబంధ బాంధవ్యాల విషయంలో

తండ్రిని నాన్న అంటారు తెలుగువాళ్లు. ఇంకొన్ని ప్రాంతాల్లో అయ్య అని కూడా సంబోధిస్తారు. అయితే తమిళ ప్రభావిత ప్రాంతాల్లో అప్ప అంటారు. తమిళ భాషలో అప్ప అంటే తండ్రి అని అర్థం.

17. చేపల విషయంలో

చేపలను తమిళంలో 'మీన' అంటారు. తమిళ ప్రభావ ప్రజలు గూడా చేప అనకుండా 'మీన' అంటారు. అదే విధంగా ఎండు చేపను కరవాడు అంటారు. ఈ పదం నేడు అన్ని ప్రాంతాల్లో విరివిగా వ్యవహరింపబడుతున్నది.

18. రంగు తెలిపే విషయంలో

నల్లగా ఉన్నవారిని గూర్చి తెలిపే సందర్భంలో 'కరుపు' అని తమిళ శబ్దాన్నే ఆ భాషా ప్రభావిత ప్రాంత ప్రజలు వ్యవహరిస్తున్నారు.

19. అనువాద విషయంలో

'చెట్లు' అనడానికి బదులుగా తమిళ భాషా ప్రభావిత ప్రజలు 'చెట్టులు' అంటారు. తమిళంలో 'చెడింగు' శబ్దానికి యథాతథానువాదం అది. అదే విధంగా 'తిరుగుట' అనే శబ్దానికి చుట్టుకొనుట అనే పదాన్నే వాడతారు. తిరిగి వస్తిని అనడానికి 'సుత్తిని వరియె' అనెడి తమిళ శబ్దానువాదాన్ని అనుసరించి చుట్టుకొని వస్తిని అంటారు.

20. సామాజికాంశాల విషయంలో

ఇద్దరి మధ్యగాని ఇరువర్గాల మధ్యగాని ఏర్పడిన గలాటాను, ఘర్షణను, సమస్యను పరిష్కరించుటకు తెలుగు ప్రజలు సమావేశాన్ని ఏర్పాటు చేస్తారు. దానిని మధ్యస్థం, పంచాయతి, రచ్చబండ అంటారు. అయితే తమిళ ప్రజలు 'న్యాయం సొల్లింగనారు'-న్యాయం సెప్తాండారు అంటారు. తమిళ భాషా ప్రభావాన్ననుసరించి తెలుగు ప్రజలు 'చ' కారానికి బదులు 'స' కారాన్ని ప్రయోగిస్తారు. 'చంపకవల్లి' అనటానికి బదులు సంబగవల్లి అంటారు. క-ప లకు, గ-బ లను వాడతారు.

ఇదే విధంగా తెలుగు భాషా ప్రభావంతో ఎన్నో తెలుగుపదాలు తమిళ, కన్నడ భాషల్లోను చేరాయి. దీనికి ప్రధాన కారణం తమిళ, కన్నడ, తెలుగు భాషా ప్రజలు ఇరుగు పొరుగున ఉండటం ఒక కారణం. ఇక రెండవ కారణం ప్రజల వలసలు. మూడవ కారణం ఈ భాషలకు లిపి, సాహిత్యం ఉండటం. ఈ విషయాన్ని పాశ్చాత్య పండితులుగూడా అంగీకరించారు. **"Four major Dravidian languages - Tamil, kannada, Telugu and malayalam are among the constitutional languages of India, Each has a rich literature of its own"** అని **M.S. Andronov** అంటారు. ద్రావిడ భాషా కుటుంబానికి చెందిన తెలుగును చారిత్రకంగా పరిశీలిస్తే ప్రాచీన దశలో తత్సమ తద్భవ పదజాలం ఎక్కువగా చేరినట్టు చెప్పవచ్చు. మహమ్మదీయుల పరిపాలనా కాలంలో అరబిక్, పర్షియన్

భాషాపదాలు తెలుగువారి రాజకీయ, సాంఘిక రంగాలలో వ్యవహారంలోకి వచ్చాయి. ఆ తరువాత వరుసగా పోర్చుగీసు, ఇంగ్లీషు మొదలైన యూరోపియన్ భాషల ప్రభావం తెలుగుపైన ఎక్కువగా కనిపిస్తుంది. తెలుగులోనికి తత్సమ, తద్భవేతర భాషాపదాలు కూడా ఎక్కువగా వచ్చి చేరాయి.

ప్రపంచంలోని అన్ని భాషల్లోను ఆదాన ప్రదానాలున్నాయి. అవిలేని భాష ఒక్కటి కూడా ఉండదు. ప్రపంచభాషగా గుర్తించబడిన ఆంగ్లంలో కూడా ఆదాన ప్రదానాలున్నాయి. అందువల్లనే ఆ భాషలోని పదజాలం మొత్తం పదిలక్షలకు చేరుకున్నది. " ఏ భాషలో నైనా పదాలు దేశ్యాలు (**Indegenous**) అన్య దేశ్యాలు (**Foriegn**) అని రెండు రకాలుగా ఉంటాయి. మూలభాష నుంచి సంక్రమించినవి దేశ్యాలు, తదితరాలు అన్యదేశ్యాలు. భాషలో కొత్త పదాలు చేరడానికి ముఖ్యమైన కారణం ఆదానం (**Borrowing**) సాధారణంగా ఒక భాషను మాట్లాడే ప్రజలు భౌగోళికంగా సమీపవర్తి భాషల నుంచి గాని, సాంఘిక, రాజకీయ, మత, సాంస్కృతిక, వాణిజ్య సంబంధాల వల్ల దూరవర్తి భాషల నుంచిగాని కొత్త పదజాలాన్ని గ్రహిస్తారు. ఒక భాషా వ్యవహర్త ఒక వస్తువును గాని, ఒక భావాన్నిగాని సూచించడానికి తగిన పదం తన భాషలో లేనప్పుడు తనకు సన్నిహిత సంబంధంగల వ్యవహర్త భాషలో ఆపదం ఉంటే దాన్ని స్వీకరిస్తాడు. వాణిజ్య సంబంధాలవల్ల భాషలు పదాలను పరస్పరం ఇచ్చిపుచ్చుకుంటాయి"అని భాషా శాస్త్రజ్ఞురాలు వి.స్వరాజ్యలక్ష్మి చెప్పారు. ఒక భాష పదజాలం మరొక భాషలోకి చేరుటకు ఆ రెండు భాషలు ఇరుగుపొరుగున ఉండటమే కారణం కాదు. వివిధ ఆర్థిక రాజకీయ సాంఘిక మత పరిస్థితులు దానిపై ప్రభావం చూపుతాయి. అదేవిధంగా పాలకుల భాషగూడా పాలితులపై గాఢమైన ప్రభావం చూపుతుంది. తెలుగుపై ఆంగ్ల భాషా ప్రభావానికి ఇది చక్కని ఉదాహరణగా చెప్పవచ్చు. ప్రపంచంలోని ఏ భాషను పరిశీలించినా అందులో ఆదాన ప్రదానాల ప్రభావం లేనిది కనిపించదు.

ఉపకరించిన గ్రంథాలు

1. Linguistic Survey of India- IV Volume by Dr. M.S. Andronov
2. తెలుగు భాషా సాహిత్య సంస్కృతుల చరిత్ర - పుట. 38-39
3. Dravidian languages- page. 1.
4. తెలుగు భాషా చరిత్ర - పుట. 326

తిరుపతి, శ్రీ వేంకటేశ్వర విశ్వవిద్యాలయం భాషాశాస్త్ర విభాగం వారు-
మైసూరు, దక్షిణ భారత ప్రాంతీయ భాషా కేంద్రం వారి సహకారంతో
25-27 మార్చి 2013 నాడు నిర్వహించిన
జాతీయసదస్సులో సమర్పించిన వ్యాసం.

డా॥ వి.ఆర్. రాసాని రచనలు - మాండలికాల ప్రయోగం

భాష పరిణామం చెందుతుంటుంది. ఉన్న పదసముదాయం వివిధ కారణాలచేత జన వ్యవహారం నుంచి తెర మరుగవుతుంటే కొత్త పదాలు వచ్చి చేరుతుంటాయి. ఇది అన్ని భాషలకు వర్తించే నియమం. ఇలాంటి పరిణామం మరో సరిహద్దు భాషా ప్రాంతంలో త్వరగా జరుగుతుంది. క్రమేణ అది ఇతర ప్రాంతాలకు వ్యాపిస్తుంది. వృత్తి రీత్యా, వ్యాపారరీత్యా. జీవన భృతిరీత్యానో ఒక ప్రాంతంలోని ప్రజలు మరొక ప్రాంతంలోకి వలసలు పోతుంటారు. ఆ క్రమంలో వారి భాషా పద సంపద వారు వెళ్లిన ప్రాంతాల ప్రజలకు చేరుతుంది. ఆ భాషా ప్రభావం కూడా వలస వెళ్లిన వారిపై పడుతుంది. ఈ విధంగా భాషా పదసంపద పరస్పరం వినిమయమవుతుంది. అదే కాలక్రమేణ ఆ భాషా పదంవలె కలిసిపోతుంది. ఇది ఒక రకమైన పరిణామంకాగా, మరొక పరిణామం కూడా ఉంది. అదే పాలకుల భాషా ప్రభావం. పాలకులు ఏ భాష మాట్లాడితే అది పాలితులపై గాఢంగా ప్రభావం చూపుతుంది. అందుకు గట్టి నిదర్శనమే తెలుగుపై సంస్కృతాంగ్లాల ప్రభావం. పూర్వం మనలను పాలించిన రాజులు సంస్కృతంలో మాట్లాడేవారు ఆనాడు అది రాజ భాష. అందువల్ల ఆనాటి రాజులు సంస్కృత భాషను బలవంతంగా ప్రజలపై రుద్దారు. తర్వాత అదే విధంగా ఆంగ్లం కూడా తెలుగుపై చెరగని ముద్రవేసింది. బ్రిటీషు వారు వెళ్లిపోయి ఆరుదశాబ్దాలు దాటుతున్నా, వారి భాషాప్రభావం మనపై రోజు రోజుకూ పెరుగుతున్నదేగాని తగ్గటం లేదు. ఈ పరంపరలో భాగంగానే భాషలో మార్పులొస్తుంటాయి. అవి కాలక్రమంలో ఒకే భాష మాట్లాడే విశాల ప్రాంతంలో ఒక పరిమిత ప్రాంతానికే పరిమితమవుతుంటాయి. అదే భాషా వ్యవహర్త ఇతర ప్రాంతం నుంచి ఆ ప్రాంతానికి వచ్చినపుడు ఆ పద భావంగాని అర్థంగానీ అతనికి అవగాహన కావు. అలాంటి పదాలనే మాండలికాలనవచ్చు.

"ఒక కాలంలో ఒక మనిషికి సంబంధించిన వైయక్తిక భాషా వ్యవహారాన్ని ఆంగ్లంలో Dialect అని వ్యవహరిస్తారు. మాండలిక భాష అంటే ఒక మండలానికి చెంది, భిన్నభిన్న జనులకు సంబంధించిన, ఒక కాలము యొక్క వైయక్తిక భాషా వ్యవహారాల

సమాహారం అని నిర్వచించవచ్చు. ప్రాంతీయ భేదాన్ని లెక్కపట్టెకుండా ఒక భాష మొత్తంలో, ఒక కాలంలో ఉండే భిన్న వ్యవహారాల సమాహారాన్ని గ్రహిస్తే, దానికీ, ఒక ప్రాంతానికి మాత్రమే చెందిన భిన్న వ్యవహారాల సమాహారానికీ భేదం కనిపిస్తుంది. ఒక భాష మొత్తంలో ఉండే వైయక్తిక వ్యవహారాల మధ్యగల పోలికల కంటే ఒక మాండలికంలోని వైయక్తిక వ్యవహారాల మధ్య ఉండే పోలికలు హెచ్చు. ఒక భాషకు చెందిన రెండు మాండలికాల్లో ఈ వైయక్తిక భాషా వ్యవహారాలు ఎక్కువ పోలికలు కలగినవిగా కనిపిస్తే ఆ రెండు ప్రాంతాల వారికీ పరస్పరావగాహన శక్తి Mutual Intrelligibility పుష్కలంగా ఉన్నట్లు అర్థం చేసుకోవచ్చు. అంటే ఆ రెండు ప్రాంతాల మధ్య సమాన వ్యవహార పరిధి ఉంటుంది. ఈ పరిధి స్పష్టంగా ఉన్నంతకాలం ఆ మాండలికాలు రెండూ భిన్న భాషలుగా పరిగణింపబడక, ఒకే భాషకు చెందిన ప్రాంతీయ భేదాలుగానే పరిగణించబడతాయి. ఒక్కొక్కసారి రెండు మాత్రమేగాక అంతకెక్కువ ప్రాంతాలకు చెందిన భాషా భేదాలకు కూడా ఒకే సమాన వ్యవహార పరిధి ఉండటం సంభవించవచ్చు. లేదా వాటికి ఒకే సమాన వ్యవహార పరిధిలేకపోయినా, అవి సమకూడే పద్ధతి వల్ల ఒకదాని కొకటి అర్థమయ్యే మార్గం స్పష్టం కావచ్చు" అని మాండలిక స్వరూప స్వభావాలను గూర్చి ఆచార్య నాయని కృష్ణకుమారిగారు వివరించారు.[తెలుగు భాషా చరిత్ర –తులనాత్మక పరిశీలన, పు:114]

మాండలికాలను అవి ఏర్పడే రీతులను వాటి స్వరూప స్వభావాలను గూర్చి ప్రాచ్య, పాశ్చాత్య పండితులెందరో విస్తృతంగా పరిశోధన చేసారు. తమ పరిశోధనా ఫలితాలను సమగ్రంగా వివరించారు. వారందరి అభిప్రాయాలూ దాదాపుగా ఒక్కరీతిలోనే ఉన్నాయని చెప్పవచ్చు. మన తెలుగు భాషకు సంబంధించి ఆచార్య భద్రిరాజు కృష్ణమూర్తి గారు, ఆచార్య గంటి జోగి సోమయాజి గారు, ఆచార్య నాయని కృష్ణకుమారి గారు, ఆచార్య బొడ్డుపల్లి పురుషోత్తం గారు మాండలిక విజ్ఞానంపై విస్తృతంగా పరిశోధనచేసారు. ఆ పరం పరలో భాగంగానే ఆచార్య జి.ఎన్. రెడ్డిగారు వృత్తి పదకోశాలను రూపొందించారు. ఒకే వృత్తిచేసే ఒకే భాషా వ్యవహర్తల ప్రాంతంలో భిన్న ప్రదేశాల్లో ఆవృత్తి పరికరాలకు వివిధ పేర్లుండుట మనం సహజంగా చూస్తున్నాం.

ఉదా॥ నాగలి - మడక

మెట్ట - చేను

వంటి పదాలను పేర్కొనవచ్చు. నాగలి మెట్ట అనే పదాలు కోస్తాంధ్రలో, మడక చేను అన్నవి రాయలసీమలో వ్యవహారులో ఉన్నాయి. ఈ మాండలికాలు ఏర్పడుటకు గల కారణాలను గూర్చి ఆచార్య బొడ్డుపల్లి పురుషోత్తంగారు ఇలా వివరించారు.

1. ఒకే భాషా వ్యవహారంలో గల ప్రాంతంలో ఒక ప్రదేశం నుంచి మరొక ప్రదేశానికి ప్రజల రాకపోకలకు అంతరాయం కలగటం.
2. భాషా వ్యవహార ప్రాంతం విస్తృతంగా ఉండటం
3. అధిక జనాభా
4. భౌగోళిక పరమయిన అడ్డంకులు ఉదా॥ పర్వతశ్రేణులు, అడవులు, నదులు వంటివి
5. రాజకీయ సరిహద్దులు
6. సామాజిక నిర్మాణంలో కుల మత అంతరాలు
7. వివిధ వృత్తుల వారి వలసలు వంటి అనేక కారణాలను చూపవచ్చు.

ప్రారంభం నుంచి కూడా సాహిత్యం శిష్ట సాహిత్యం, జానపద సాహిత్యంగా విభజించ బడుతూ ఎదుగుతూ వచ్చింది. శిష్టసాహిత్యంలో గ్రాంధిక భాష ప్రయోగింపబడుతూ వచ్చింది. అయితే అరకొరగా మాండలిక పదాలకు స్థానం కల్పించబడేది. కానీ జానపద సాహిత్యంలో గ్రాంధిక భాషకు ఆస్కారంలేదు. మాండలిక పదజాలానికి అగ్రస్థానముండేది. నన్నయ నుంచి కందుకూరి వరకు గ్రాంధిక భాషలో రాచనలు చేయగా గురజాడ అప్పారావు దానిని మలుపు తిప్పాడు. తన కన్యాశుల్కనాటకంలో ఉత్తరాంధ్ర మాండలికాన్ని ప్రయోగించాడు. అప్పుడు మొలకెత్తిన మాండలిక ప్రయోగం నేటికి పుష్పించి ఫలించింది. గురజాడను ఆదర్శంగా తీసికొని ఎందరో రచయితలు మాండలికంలో రాస్తున్నారు. అలాంటి వారు ఆంధ్రదేశంలోని ప్రతిజిల్లాలోనూ ఉన్నారు. ఆపరంపరలో చిత్తూరు జిల్లాను పరిగణనలోకి తీసికున్నపుడు డా॥వి.ఆర్.రాసాని, నామిని సుబ్రహ్మణ్యం నాయుడు, సుంకోజీ దేవేంద్రాచారి లాంటి వారిని పేర్కొనవచ్చు. వారిలో డా॥ వి.ఆర్. రాసానిగారు తన రచనల్లో మాండలికాలనుప్రయోగించిన రీతిని ఈవ్యాసంలో

సోదాహరణంగా వివరించటం జరుగుతుంది.

డా॥ వి.ఆర్. రాసానిగారు వందకుపైగా కథలు, ఐదు నాటకాలు, పది నవలలు, వందలాది సాహిత్య వ్యాసాలు, చాలా కవితలు రాసారు. వీరి రచనల్లో చిత్తూరు జిల్లా ప్రజల మాండలికం ప్రయోగించబడింది. వాటిని ఈ వ్యాసంలో వివరించటం జరుగుంది.

1. గొడ్లు - పశువులు

" నిజమేలే. యిదేమన్నా గొడ్లకు గెడ్డి దొరికే కాలమా. ఎట్లనొ వొగట్ల గొడ్లను కాపాడుకోవాల గదా"

(నేల తీపి - పు:2)

2. తూరీలు - పర్యాయాలు

" ఎప్పుడో చచ్చాం. ఆ మాటకొస్తే ఎన్నో తూరీలు చచ్చి బతికినాం"

(నేల తీపి - పు:22)

3. జాడ - ఉన్నచోటు, ఆచూకీ

" అనుమానం వచ్చి ప్రతి ఊరూ తిరిగాను..... వీళ్లజాడే తెలియడం లేదు"

(అజ్ఞాతం - పు:51)

4. చేను - మెట్ట పొలం

" కొందరు ఆటోళ్లకు మూరాజానెడు చేను గుడ్డాలున్నాయని వాటివల్లా వాళ్లకు గూడా కొంతలోను దొరికిందని బ్రహ్మయ్యకు తెలిసినట్లు లేదు"

(అజ్ఞాతం-పు: 103)

5. గబ్బు పన్లు - చెడు పనులు

" ఎన్ని గబ్బు పన్లు జేస్తా వున్నా మొగుడు.... పెండ్లాం దెగ్గిరా, పెండ్లాం .. మొగుడి దగ్గిరా వొగరి మీద వొగరు లేని ప్రేమలు వొలక బోసుకుంటా, తెగ నటించేస్తా ఉండారు."

(మావూరి కతలు - పు:12)

6. గోడు - బాధ

"మా గోడు అందర్నీ కదిలించింది"

(మావూరి కతలు - పు:19)

7. బిరీన - త్వరగా

" సరే! రేపుట్నించి వద్దిక సందేళ బిరీన అన్నాలు దినేసి ఈడికొచ్చేయండ! అంటూ గురువు ఈరప్పలేసిపాయ"

(మావూరి కతలు - పు:22)

8. బగిసి - శక్తి,

" వాని బగిసి ఉప్పు రాతికి పనికి రాకుండా అయిపోదా"

(మావూరి కతలు - పు:30)

9. పట్టున - వద్ద

"కొంచెం మరే దగ్గా గుట్టుగా ఇంటి పట్టున వుండరా? యిది ముందే అన్నేకారి కాలం"

(మావూరి కతలు - పు:43)

10. "పోయ్యే గుండికే - పొయ్యేటప్పటికే

" ఈయప్ప పోయ్యేగుండికే సకదేవుడు కోటంలో కూసోని ఉండాడు"

(మావూరి కతలు - పు:45)

11. బట్టా - తిట్టు

" అవ్ రా నాబట్టా. ఈ రామకిష్ణుడు దొరసామి ఈళ్లంతా నీకంటె పెద్దోళ్లు కదా"

(మావూరి కతలు - పు:87)

12. నీపాసుల గోల - నిందించుట

" నీ పాసులగోలా. నావల్ల కాదురో పెద్దోడా! అంటూ ఆయప్ప పైకొచ్చేశ"

(మావూరి కతలు–పు:92)

13. సారిసారికి - మాటిమాటికి

"నారాయుడు తెలుగు బుక్కుదీసి సారిసారికి నత్తి సాగపీకతా సదవతావుండె."

(మావూరి కతలు - పు:133)

14. గుందికి - సమయానికి

"ఆమాటినే గుందికి అర్జునుడు మొనుసు సివుక్కుమనె"

(మావూరి కతలు - పు:119)

15. అప్ప - అయ్య

" అప్పుడు ఆయప్పే అట్లా అన్నాడు"

(మావూరి కతలు - పు:63)

16. కేక - పెద్ద అరుపు

"శ్రీనివాసులు లేచి వెళ్లి గుమ్మందాటి వీధిలోకి ఒక అడుగువేసి ఆకేక వినిపిస్తున్న వైపు చూశాడు"

(ముద్ర-పు:73)

17. ఈన పుల్లలు - పొరక పుల్లలు

"కోటమ్మ సారక్కట్లు, ఈనపుల్లలు అమ్ముకుంటా వుండాది"

(ముద్ర - పు: 79)

ఇలాంటి మాండలికాలు వారి రచనల్లో కోకొల్లలుగా దొరుగుతాయి. ఈ మాండలిక పదాలు కేవలం చిత్తూరు జిల్లాకే పరిమితమై లేవు. ఇతర ప్రాంతంలోనూ వ్యహారంలో ఉ న్నాయి. అయితే వాటి వ్యవహారం చిత్తూరు జిల్లాలో ఎక్కువగా ఉంది. అయితే డా॥ వి. ఆర్. రాసాని గారు తన రచనల్లో ప్రయోగించిన మాండలికాలు చిత్తూరు జిల్లాలో పూర్తిగా వ్యవహారంలో లేవు. పీలేరు, పులిచెర్ల, చిన్నగొట్టిగల్లు, పాకాల ప్రాంతాల్లో జనులు వ్యవహారించే పదాలను మాత్రమే ఎక్కువగా వీరు తన రచనల్లో ప్రయోగించాడు. తక్కిన ప్రాంతంలోని పదాలు పెద్దగా ప్రయోగించిన దాఖాలాలు లేవు. తమిళ భాష ప్రభావంలో కుప్పం నుంచి సత్యవేడు వరకు వ్యవహారంలోకి తమిళ పదాలు ప్రవేశించాయి.

మదనపల్లె ప్రాంతంలో కన్నడ భాషా ప్రభావంతో కన్నడ పదాలు తెలుగులో కలిసిపోయాయి. అయితే వాటి ప్రమేయం లేకుండానే తెలుగులో ఎన్నో మూలపదాలున్నాయి. వ్యవహర్తలు లేక అవి మరుగున పడిపోతున్నాయి. ఇది భాషా సంస్కృతికి పెద్ద దెబ్బతీస్తుంది. ఈ ప్రమాదం దాదాపు ఇప్పటికే వచ్చిందనవచ్చు. కన్నతల్లి వంటి మన తెలుగు భాషను, దాని మూలాలను, స్థానిక మార్పు చేర్పులను గుర్తించి, భద్రపరచి మన వారసులకు అందించవలసిన బాధ్యత మనపై ఉంది. దీనిని ఏ ఒక్క రచయితో భర్తీ చేయలేడు.

తెలుగు వారందరూ పూనుకోవాలి. దానికై విస్తృత పరిశోధన సాగాలి. ముఖ్యంగా చిత్తూరు జిల్లాలోని కథానిక, నవల రచయితల రచనలను పరిశోధించి పద కోశాలను తయారుచేస్తే మారుమూల ప్రాంతాల్లోని ప్రజల వ్యవహారంలో ఉన్న మూల సంపదను పరరక్షించిన వారమవుతాము.

తిరుపతి, శ్రీ పద్మావతి మహిళా విశ్వవిద్యాలయం తెలుగు విభాగం వారు 24 మార్చి 2014 నాడు 'తెలుగు మాండలికాలు' అనే అంశంపై నిర్వహించిన సదస్సులో చదివిన వ్యాసం.

మహిళల సమస్యల చిత్రణలో అందె వేసిన నవలా రచయిత్రి డి.కామేశ్వరి

తానొక మహిళగా, తనతోటి మహిళలు నిత్యం ఎదుర్కొంటున్న వివిధ సమస్యలను సమాజం దృష్టికి తీసుకొచ్చి, ఆ సమస్యల సృష్టికర్తలకు కనువిప్పు కలిగే రీతిలో పరిష్కారం చూపుతూ కథ, నవలా రచనలు చేస్తున్న రచయిత్రి డి.కామేశ్వరిగారు. వీరు ఇప్పటి వరకు సుమారు 300 కథలు, 21 నవలలు రాశారు. వీరి రచనల్లో ముఖ్యంగా నవలల్లో స్త్రీల సమస్యలే ప్రతిబింబించబడ్డాయి. కొత్తనీరు, చీకటి పొద్దున వెలుగురేఖ, అరుణ, పడగనీడ, విధివంచితులు, తిరిగి దొరికిన జీవితం, శిక్ష, వివాహబంధాలు, కోరికలే గుర్రాలైతే, ఇంటింటి కథ, పరాజితులు, కొత్తమలుపు, మరోప్రేమకథ, అగ్నిపరీక్ష, జీవితం చేజారనీయకు, శుభోదయం, ఎండమావులు, జన్మభూమి, మనసునమనసై, ఉషోదయం, తీరంచేరిన నావ వంటివి కామేశ్వరిగారి నవలలు. వీరి నవలలు శీర్షిక చదువగానే కథాంశం కొంత మేరకు బోధపడుతుంది. అది ఆమె కలం బలం.

అరుణ, తిరిగి దొరికిన జీవితం, పరాజితులు, జన్మభూమి వంటివి సామాజిక నవలలు. విధివంచితులు, వివాహబంధాలు, కొత్తమలుపు, అగ్నిపరీక్ష, జీవితం చేజారనీయకు, శుభోదయం, ఎండమావులు, మనసున మనసై, ఉషోదయం, వంటివి స్త్రీవాద నవలలు. కొత్తనీరు, చీకటి పొద్దున వెలుగు రేఖ, శిక్ష, కోరికలే గుర్రాలైతే, ఇంటింటి కథ, మరో ప్రేమకథ వంటివి మధ్యతరగతి జీవిత నవలలు, పడగనీడ, అనేది మనోవిశ్లేషణాత్మక నవల. వీరి ఏ నవల తీసికున్నా అందులో బాధితురాండ్రు స్త్రీలు. బాధించేవారు పురుషులు. కొందరు మగవారు ప్రేమ పేరుతో అమ్మాయిలను లోబరుచుకుంటే మరికొందరు ఏవేవో ఆశలు చూపి వశపరచుకుంటారు. కొందరు స్త్రీలు సాటి స్త్రీ అని భావించి సహాయ సహకారాలు అందిస్తే సహాయం పొందిన స్త్రీ సహాయం చేసిన స్త్రీనే శత్రువుగా చూస్తుంది. కొందరు స్త్రీలు అత్యాశాపరులై భర్తలను వేదిస్తే, మరికొందరు పురుషులు తమ భార్యలను ఎంతో ప్రేమగా చూసుకున్నా భార్యలు వారిని తృణీకరిస్తారు. చివరికి అవలక్షణాలు కలిగిన వారిలో స్త్రీ పురుషులు కూడా ఉంటారన్నారు రచయిత్రి.

కొందరు పిల్లలు తల్లిదండ్రులను ధిక్కరించి ప్రేమ పేరుతో వెళ్ళి, సమస్యలు చుట్టుముట్టగా తిరిగి వారు తల్లిదండ్రులను శరణు జొచ్చిన ఇతివృత్తాలు కామేశ్వరి నవలలకు కేంద్రబిందువు లయ్యాయి.

కామేశ్వరిగారు అన్ని వర్గాల స్త్రీల మనస్సు లోపలి పొరల్లోకి చొచ్చుకుపోయి వారి మానసిక, ఆర్థిక, సాంఘిక స్థితిగతులను అధ్యయనం చేసి వాటి కొక చక్కని పరిష్కారాన్ని అన్వేషించి, ఆ అంశాల్ని నవలా రూపంలోకి తెచ్చారు. వీరి నవలల్లో స్త్రీ పక్షపాత మున్నట్లు కనిపించినా పురుషద్వేషం మాత్రం ఎక్కడా కనిపించదు. కొన్ని నవలల్లో స్త్రీ పురుషుల (భార్యభర్తల) ఇద్దరి పొరబాట్లను ఎత్తి చూపారు. వీరిచ్చే సందేశం కొన్ని నవలల్లో అంతర్లీనంగా ఉండగా, మరికొన్ని నవలల్లో ప్రత్యక్షంగా ఉంటుంది. అహంకార పూరితులైన స్త్రీ–పురుషుల స్వభావాలను ఎండగట్టారు. బతుకు బండికి భార్యభర్తలు రెండు చక్రాల్లాంటి వారని కొన్ని నవలల్లో విశ్లేషించారు. తాను చూసిన, వినిన అంశాలను తులనాత్మకంగా విశ్లేషించిన తరువాతే రచయిత్రి నవలా రూపంలోకి ఆ భావజాలాన్ని తెచ్చినట్లు మనకు బోధ పడుతుంది.

డి.కామేశ్వరిగారు భావ ప్రకటనలో సున్నితత్వాన్ని, భాష విషయంలో సరళతను, అభిప్రాయ ప్రకటనలో నిర్భీతిని సందేశమిచ్చుటలో నిర్మొహమోటాన్ని చూపారు. నవల ప్రారంభం నుండి అంతం వరకు ఏక బిగిన చదవాలనిపించే కథన రీతిని ఎన్నుకున్నారు. ఆధునిక కాలానుగుణంగా విషయగాఢత స్పష్టము చేయుటకు ప్రతినవలలోనూ అక్కడక్కడ ఆంగ్ల భాషా ప్రయోగాలను చేశారు. వారి కోరికలే గుర్రాలైతే, కొత్తమలుపు నవలలు సినిమాలుగా రూపొందాయి. అరుణ అనే నవల సీరియల్ నిర్మించబడింది. జీవితం చేజారనీయకు, మనసున మనసై అనెడి నవలలు తమిళంలోకీ, అగ్నిపరీక్ష, కోరికలే గుర్రాలైతే, అరుణ అనే నవలలు కన్నడంలోకి అనువదించబడ్డాయి. ఒక్కమాటలో చెప్పాలంటే వీరినవలలు సామాజిక స్పృహతో కూడిన స్త్రీల జీవితచరిత్రలు.

నడుస్తున్న చరిత్ర, నవంబర్ 2012 లో ప్రచురితమైన వ్యాసం.

చారిత్రక కావ్యం - కృష్ణరాయ విజయం

తెలుగు సాహిత్యంలో మరుగునపడిన కవిత్వ రత్నాలెన్నో ఉన్నాయి. అట్టి వాటిలో చెప్పుకోదగ్గది కృష్ణరాయవిజయం. దీని కర్త కుమార ధూర్జటి. "కుమార ధూర్జటి కృత కృష్ణరాయ విజయ కావ్యము. రాయవాచకానికి పద్యాను కృతి. నేటికి లభ్యమైన ఉపపత్తులను బట్టి విశ్వనాధనాయకుని స్థానాపతి రాయవాచకాన్ని క్రీ.శ 1590-1602 ల మధ్యకాలంలో రచించాడని భావించడమైనది."అని బి.అరుణ కుమారి గారు తెలిపారు. "రాయల వాచక రచనానంతరం దాదాపు నూరేండ్లకు కుమారు ధూర్జటి రాయవాచకానికి ఈ పద్యాను కృతిని రూపొందించాడు"అని ఆరుద్ర తెలిపారు. అయితే కృష్ణరాయ విజయంలో ఎక్కడా రాయవాచక ప్రసక్తిలేదు. రాయవాచకాన్ని అనుసరించి కృష్ణరాయ విజయాన్ని తాను రూపొందించినట్లు కుమార ధూర్జటి కూడా ఆ కావ్యంలో ఎక్కడా చెప్పలేదు. అయినా రాయవాచకానికి అనుకరణేనని పరిశోధకులు తేల్చారు.

కుమార ధూర్జటి కృష్ణరాయ విజయం రాసేనాటికి వయసులో చిన్నవాడని పీఠిక ద్వారా తెలుస్తున్నది. ధూర్జటిని ఆ కావ్య రచనకు ప్రోత్సహిస్తూ అరవీటి చిన వెంకటాద్రి పలికిన ఈ కింది మాటలు దీనిని బలపరుస్తున్నాయి.

కం॥ బాలుఁడవయ్యును విద్యా
శీలుఁడవు గంభీర మధుర శృంగార కళా
లాలిత చాతుర్యకవి
త్వాలోచన నిపుణ వేంకటామాత్యమణీ!

అన్నాడు రాజు. ఇంకా ఈ కవి చిన్ననాడే సావిత్రి చరిత్రము, ఇందుమతీవిహహము రంచించినట్లు (పీఠిక 25వ పద్యం ద్వారా) తెలుస్తున్నది. కృష్ణరాయ విజయంలోని ప్రధాన ఇతివృత్తం శ్రీకృష్ణదేవరాయల జైత్రయాత్రలు. విశ్వనాథ నాయకుని స్థానాపతి రచించిన రాయవాచకానికి కృష్ణరాయ విజయం పద్యాకృతి' అని విమర్శకులు అభిప్రాయపడ్డారు. "యథార్థానికి, కుమారం ధూర్జటి, రాయవాచకాన్ని ముందుం చుకొని కృష్ణరాయ విజయాన్ని మలిచాడనే విషయం అద్దంపట్టినట్లు కానవస్తుంది. కృష్ణరాయ విజయంలోని ప్రధాన

కథా గమనమంతా రాయవాచకాన్ని యథాతథంగా అనుసరించిందని, ఆ రెంటిని ముందుంచుకొని చదివే ఏ పాఠకుడికైనా తెలుస్తుంది. అంతేగాక రాయవాచకంలోని పేరాలను యథాతథంగా పద్యాలలోకి అనువదించాడు. కొన్ని వాక్యాలను వీలైనంతవరకు, అట్లే పద్యపాదాలలోకి సర్దాడు." మచ్చుకు ఒక్క ఉదాహరణ చూద్దాం.

రాయవాచకంలో "తిమ్మరుసు రాయలవారిని మందలించుట" అనే శీర్షక కింద ఉన్న పాఠం ఇలా ఉంది.

"రాయలవారు, సింహాసనపర భారకం వహించే మీ వంటి పెద్దలు ఉండగా అట్టికార్యములు యాలవచ్చీని. మీరు తృణాన్ని బట్టితే మేరువు శాయగలరు. ఆమేరువునే, తృణముగా నడిపించగలరు. అఘటన ఘటనా సామర్థ్యములు మీకేగలవు, అని వ్యంగ్యోక్తులుగా ఆనతిచ్చినందులకు సాళువ తిమ్మరసయ్య పలికినది. ఆరీతే అవును. అవి యేయే యంటెను స్వామివారు సకల కార్య భాగ(ర)ములున్ను మీ మీద పూనికెజేసి నడిపించంగా ఆ రీతిని నడుస్తావున్నది. చిత్తానకురాకుంటే యేమనగా తృణమాత్రం, తృణగ్రాహియయిన యింద్రనీలము ఖ్యాతిబొందును. తృణమనియెంచి గ్రహించక వున్నట్టాయెరా, జాతినిలము గాదని వెలతరుగును. అటు గనుకయేలిన స్వామివారి ప్రతాపమువల్లనే గదా కొలిచినవారు ఘనమౌట. కొలిచినవార్లను ఘనముగా నడవగానే యేలిన వారికి కీర్తి ఖ్యాతులు కలుగుట" ఈ పంక్తులకు కుమార ధూర్జటి పద్యానుసరణ ఇలాఉంది.

వ॥ అనిన నమ్మహీశ్వరుం దతనింగనుం గొని

కం॥ క్షితి ఘటనా ఘటన సమ
ర్థతగల మీవంటి సత్ప్రధానులు గలుగన్
మతి మాకేల విచారము
సతత మొనర్తుము యథేష్ట సంచారంబున్

తే॥ తృణము మేరు వొనర్తురు క్షణములోన
మేరువైనను దృణమౌను మీరగాద
టన్న సామాజికులకు సామర్థ్యమధిక

మగుట వసుధా ప్రభూవుల భాగ్యంబు సుమ్ము.

మ॥ అనుదా రాయలు వారితోఁబలికె నయ్యప్పాజీ యో స్వామియే
మనగా నెంతటి వారిమయ్య భవదీయాజ్ఞా విలాసంబులో
నసువొందన్భయ భక్తులన్మెలగినట్లైనం గృపంజూడు కొ
ల్చిన వారెచ్చటనైన భూపతులకు న్శిక్షార్హు లెంచన్ ధరన్

తే॥ లలితఁదృణ గ్రాహియైన నీలమున కరయ
విలువ యధికంబు తృణమని విడిచినంత
జాతి నీలంబుగాదన్న సరణి ధరణి
ప్రభువులు పరిగ్రహించిన ప్రజలు ఘనులు

ఉ॥ కావున మీ ప్రతాపమునఁగాక సమర్థతవేఱె కల్గునా
దేవర వార లిట్లనినఁదెల్పు కొనంగ సమర్థులెవ్వరో
భూవర మీరలే క్రియను బుద్ధికిఁజెప్పిన నాక్రమంబునన్
దేవసమస్త కార్యములు దీర్చెదరమ్ము పురమ్ము జేరగన్"

రాయవాచకంలోని ఘటనాఘటన సమర్థులు, తృణము, నీలము, ప్రతాపము, కీర్తి ఖ్యాతులు వంటి శబ్దాలు యథాతథంగా కృష్ణరాయ విజయంలో ప్రయోగించబడ్డాయి. ఈ ప్రయోగంలో ధూర్జటి మహాకవి కొన్ని జాగ్రత్తలు కూడా తీసికున్నాడు. భాషను వాడుకోవడమేతప్ప, భావంపొల్లుపోలేదు. ఇది యధాతథాను వాదాన్ని తలపిస్తున్నది. వీటికి ఒక్కటే తేడా అదేమంటే, రాయవాచకం గద్యంలో ఉండగా, కృష్ణరాయ విజయం చంపువుగా ఉంది.

కుమార ధూర్జటి తన కావ్యంలో వర్ణనలకు అధిక ప్రాధాన్యమిచ్చాడు. ప్రబంధ సరణిలోనే అష్టాదశవర్ణనలను అక్కడక్కడ చేశాడు. గజపతి కుమార్తెను కవి ఇట్లా వర్ణించాడు.

తే॥ శంఖ శంఖంబులైనను సరసి జాక్షి
గళముతో సాటిగావనర్గళ జయాంక
తరుణినును ఁగౌనుతో ననంతమ్ము లగువ
సంతములు నైన సరిగా వహార్యధైర్య

గజపతి కుమార్తె కంఠధ్వనికి శంఖంగూడు సమానం కాదంటాడు కవి. ఆమె ఆహార్యం ముందు ప్రకృతిని పులకింపజేసే వసంతం కూడా దిగదుడుపేనంటాడు.

ఇంకా కవి కన్నుల పండువు అనే జాతీయాన్ని ఆ కావ్యంలో చాలాసార్లు ప్రయోగించాడు. దీనికి ఒక్క ఉదాహరణ చూద్దాం.

తే॥ అటుల జయలక్ష్మిఁ గైకొని హరుల కరులఁ
బరుల ధన పంక్తులను దన వశము జేసి
వెలయు శ్రీ కృష్ణరాయల విభవ గరిమఁ
గాంచి కన్నుల పండువుగాఁగ నపుడు

శ్రీ కృష్ణదేవరాయల వైభవ గరిమ కన్నుల పండుగగా సాగిందట. రాయలను ధనలక్ష్మి ఘనంగా వరించిందట.

ఈ కవి అష్టాదశ వర్ణనలతో బాటు నవరసాలనుగూడా పోషించాడు. ఇది చారిత్రక కావ్యమైనను రాయలు – గజపతి కుమార్తెల వివాహ వేళ చక్కని శృంగారరసాన్ని పోషించాడు. ఈ కావ్యంలో వీరమును అంగిగను, శృంగారాన్ని అంగముగను వర్ణించాడు. కృష్ణరాయల పాత్ర పోషణలో త్యాగవీరము, దయావీరము, దానవీరమును చక్కగా పోషించాడు. వీరరస పోషణకు ఎక్కువగా పంచచామర వృత్తమును ఎన్నుకొన్నాడు.

పంచచామరము

ముకుంద సత్కృపా కటాక్షము న్విరాజిలన్ నృపా
ముకుంద బల్లెముంగరంబు బూని శత్రుసైన్యమున్
చెకుందముం జెలంగ జొచ్చి చింతు వింతగాననెన్
ముకుందపాత్రుఁ డెంతయుం బ్రమోదయుక్త చిత్తుఁడై

శ్రీకృష్ణదేవరాయల పరాక్రమానికి శత్రుసేనలు చెల్లా చెదురయ్యాయట. పద్యం ఎత్తుగడలో, ఛందోరీతి ఎన్నుకొనుటలో, భాష ప్రయోగించుటలో, భావాన్ని నిగూఢంగా చెప్పుటలో ధూర్జటి మహాకవిది ఒక వినూత్న సరణి. నాలుగా శ్వాసాల ఈ చారిత్రక

కావ్యంలో ఎంతో చరిత్ర దాగి ఉంది. ఆనాటి చారిత్రక పరిస్థితులకు ఈ కావ్యం నిలువుటద్దం. చరిత్రను చరిత్రగా కాక కావ్యంగా మలచిన కుమార ధూర్జటి ప్రతిభ నికషోఫలం.

ఉపకరించిన గ్రంథాలు

1. ఆంధ్రవాఙ్మయమున చారిత్రక కావ్యములు
2. సమగ్ర ఆంధ్ర సాహిత్యం
3. కృష్ణరాయ విజయం- 24వ పద్యం
4. కృష్ణరాయ విజయం- చతుర్థాశ్వాసం- 60వ పద్యం
5. కృష్ణరాయ విజయం- తృతీయాశ్వాసం- 47వ పద్యం
6. కృష్ణరాయ విజయం- తృతీయాశ్వాసం- 87వ పద్యం

నెల్లూరు, విక్రమ సింహపురి విశ్వవిద్యాలయం తెలుగు విభాగం వారు 24 డిసెంబర్ 2012 నాడు 'తరతరాల తెలుగు వైభవం' అనే అంశంపై నిర్వహించిన సదస్సులో చదివిన వ్యాసం.

డి.కామేశ్వరి నవలలు - కుటుంబ జీవనచిత్రణ

ఆంగ్ల సాహిత్య ప్రభావంతో తెలుగు సాహిత్యంలోనికి ప్రవేశించి వికసించి పరిమళిస్తున్న ఆధునిక తెలుగు వచన ప్రక్రియ నవల సంఘంలోని దురాచారాలను, మూఢ విశ్వాసాలను, దురలవాట్లను చిత్రించి పాఠకులను చైతన్యపరిచి, మంచి ఆదర్శవంతమైన సమాజాన్ని రూపొందించుటలో నవల నాడు నేడు ప్రముఖ స్థానాన్నాక్రమిస్తున్నది. అంతేగాకుండా శాస్త్రీయ, మనోవైజ్ఞానిక, చారిత్రక అంశాలను కూడా కళ్లకు కట్టినట్లు చిత్రించుటలో అన్ని ప్రక్రియల కంటే నవల చాలా ముందంజలో ఉంది. రచయితలతో పోటీ పడుతూ రచయిత్రులు కూడా నవలలు రాశారు, రాస్తున్నారు. రచియిత్రులు నవలలు రాయటం ప్రారంభించాక తమ వంటింటి సమస్యలను, గృహహింసను, వరకట్న వేధింపులను, బాల్యవివాహాలను, పురుషాధిక్యతను పాఠకులకు తగినరీతిలో అందించగలిగారని భావించవచ్చు. యద్దనపూడి సులోచనారాణి, మల్లాది వసుంధర, ఓల్గా, జయప్రభ, డి.కామేశ్వరి, వాసా ప్రభావతి ఆ కోవలోకి వస్తారు. వీరిలో డి.కామేశ్వరిగారు అతితక్కువ కాలంలో 21 నవలలు రచించి రికార్డు సృష్టించారు. ఒక్క నవలలే కాకుండా కథలు, కవితలు లెక్కకు మిక్కుటంగా రచించారు డి.కామేశ్వరిగారు. వీరి నవలా సాహిత్యవైశిష్ట్యాన్ని స్థాలీ పులీకన్యాయంగా స్పృశించడమే ఈ వ్యాస ప్రధానోద్దేశం.

వీరు కొత్తనీరు (1968), చీకటి పొద్దున వెలుగురేఖ (1968), అరుణ (1975), పడగనీడ (1975), విధివంచితులు (1975), తిరిగిదొరికిన జీవితం (1975), శిక్ష (1976), వివాహబంధాలు (1976), తీరంచేరిన నావ(1976), కోరికలే గుర్రాలైతే (1977), ఇంటింటి కథ (1978), పరాజితులు (1978), కొత్త మలుపు (1980), మరోప్రేమకథ (1980), అగ్ని పరీక్ష (1992), జీవితం చేజారనీయకు (1993), శుభోదయం (1993), ఎండమావులు (1996), జన్మభూమి (1999), మనసునమనసై (2000), ఉషోదయం (2007) రచించారు. వీరి ప్రతి నవలలోనూ స్త్రీల సమస్యలే చిత్రించబడ్డాయి. ఆధునిక సమాజంలోని స్త్రీల సమస్యలు, సమస్యల వెనుక ఉన్న పరిస్థితులు, ఆ పరిస్థితులకు కారణభూతమైన స్థితిగతులను పాఠకులకు వివరించి, వాటికి చక్కని

పరిష్కార మార్గాలను చూపారు. కొందరు రచయితలు సమస్యను మాత్రమే ఎత్తి చూపుతారు. అది సామాన్య రచయితలు చేసే పని. సామాజిక స్పృహ ఉన్న రచయితలు మాత్రమే వాటికి పరిష్కార మార్గాలు చూపుతారు. డి.కామేశ్వరిగారు అటువంటి సామాజిక స్పృహ ఉన్న చక్కని రచయిత్రి, కథకురాలు కూడా. తాను సమాజంలో చూసిన లేక అనుభవించిన కుటుంబ పరిస్థితులే తనను రచయిత్రిగా నిలబెట్టాయని స్వయంగా డి.కామేశ్వరిగారే చెప్పుకున్నారు. తన రచనల్లో సామాజిక స్పృహ, స్త్రీవాదం-వివాహవ్యవస్థ గురించి చెప్పానని, మనోవిశ్లేషనాత్మక దృక్పథంతో రచనలు చేశానని గర్వంగా ప్రకటించుకోగల ఉత్తమరచయిత్రి కామేశ్వరి.

సహజంగా నవలలో వాస్తవికత, కాల్పనికత, ఊహాకల్పనా చమత్కారం, సమాహార స్వభావం అనే నాలుగు లక్షణాలుంటాయి. అయితే కామేశ్వరిగారి నవలల్లో తక్కిన మూడింటికంటే వాస్తవికతకే అధిక ప్రాధాన్యమిచ్చారు. దీనికి వీరు ప్రతినవలా తార్కాణమేనని చెప్పవచ్చు. మచ్చుకు 'అరుణ' నవలను పరిశీలిస్తే ఆ సంగతి మరింత స్పష్టమౌతుంది. ఉన్నతాశయంతో పల్లెటూరి ప్రజలకు వైద్యసేవలు అందించాలన్న విశాల దృక్పథంతో అన్ని ఐశ్వర్యాలను తృణప్రాయంగా వదలిన ఒక స్త్రీమూర్తి ఉదాత్తచరితమే 'అరుణ' నవల ఇతివృత్తం. రామారావు -కమలమ్మగార్ల చిన్న కూతురు అరుణ. ఆ అమ్మాయి ఎం.బి.బి.ఎస్. చేసింది. తన చిన్ననాటి స్నేహితురాలి ఊర్లో ప్రాక్టీసు పెట్టింది. అక్కడ ప్రజలకు ఉచితసేవలందిస్తుంది. ప్రజలకు తలలో నాలుకలా గుర్తింపు తెచ్చుకొనింది. ఒకసారి ప్రెసిడెంట్‌గారమ్మాయికి గర్భస్రావం చేయడానికి నిరాకరించడంతో అరుణ మీద కక్ష్య కడతాడు ప్రెసిడెంటు. ఆ పల్లెటూరిలో ప్రశాంతంగా సాగుతున్న ఆమె జీవితానికి ప్రెసిడెంట్ మొదటి శత్రువుగా మారతాడు. ఎలాగైనా కక్ష్య తీర్చుకోవాలని భావించి ఎవరో ఆపదలో ఉన్నారని మభ్య పెట్టి ఊరిబయట ఉన్న బంగళాకు అరుణను తీసుకెళ్తారు. అటువైపుగా ఆ సమయానికి వస్తున్న రమేష్ జరగబోయే ప్రమాదాన్ని ఊహించి ఆమెను రక్షిస్తాడు. ఆ సంఘటనకు భయపడి ఆ పల్లెటూరినే వదిలేద్దామనుకుంటుంది. అయితే రమేష్ అండగా నిలబడతాడు. దాంతో ఆమె మనసు కుదుటపడి అక్కడే ఉంటూ తన సేవలను కొనసాగిస్తుంది. కొన్నాళ్లకు రమేష్‌కు దుర్బుద్ధి పుడుతుంది. ఆమెను లొంగదీసుకోవాలని

భావిస్తాడు. అయితే అతనికి ఆమె లొంగకుండా ధైర్యంగా నిలబడుతుంది. ఇంకా ఎన్నో వాస్తవ దృక్పథాలతో ఎన్నోమలుపులు తిరుగుతుందీ నవల. చివరకు అరుణదే విజయమౌతుంది. పై చేయి ఔతుంది. ఇందులోని పాత్రలు వాస్తవమైనా, కాకపోయినా – ఇతివృత్తం, సంఘటనలు వాస్తవాలే. ఇలాంటి సంఘటనలు నేడు కూడా సమాజంలో ఎన్నో నిత్యమూ జరుగు తున్నాయి.

ఈమె నవలలు పాఠకులకు అత్యంత దగ్గర కావడానికి మరొక ముఖ్య కారణం. ఈమె ప్రయోగించిన భాష సరళశైలీ విన్యాసంతో వీరి ప్రతిరచన నడుస్తుంది. పాత్రలు నాటకంలో లాగా సంభాషించుకున్నట్లు మనకు నవల చదువుతుంటే అనిపిస్తాయి. " స్వాతంత్ర్యం లేని వాళ్లంటే నలభైయేళ్ల ముందు భారతీయులు కాదు. ఆఫ్రికాలో నీగ్రోలనీగాదు నా ఉద్దేశ్యం. పెళ్లిచేసుకొని తమ ఆశలు, ఆశయాలు, కోరికలు అన్నిటినీ మగాడి యిష్టాయిష్టాలకి బలిపెట్టి, అతని కణుగుణంగా మారి, అతని ఇష్ట ప్రకారం నడుచుకుంటూ పిల్లల్ని కని, వండిపెట్టి, ఆ భర్త – పిల్లలు సర్వమని, వాళ్లకి చాకిరీ చేస్తూ జీవితం వెళ్ల బుచ్చడమే పరమావధి అని, నమ్మి ఇంటి నాలుగు గోడల మధ్య కూలబడ్డం నాదృష్టిలో బానిసత్వం" అని విధివంచితులు నవలలో పాత్రల చేత సహజసిద్ధంగా చెప్పించారు కామేశ్వరిగారు.

వీరి దృష్టి నుండి ఏ వృత్తివారు తప్పించుకోలేక పోయారు. డాక్టర్లు, లాయర్లు, వ్యాపారులు, చిరుద్యోగులు మొ॥న అన్ని వర్గాల వారి ప్రస్థావన వీరి నవలలో మనకు కనిపిస్తుంది. భాషస్పష్టత కోసం ఆంగ్ల వాక్యాలను కూడా తరచుగా ప్రయోగించారు. "మేడమ్! ఐ నెవర్ సెడ్ దట్ హి ఈజ్‌మై హస్బెండ్ హి ఈజ్ జస్ట్ ఫాదర్‌టు మై సన్, దట్సాల్" వంటి ఆంగ్ల ప్రయోగాలు కోకొల్లలుగా వారి నవలల్లో ఉన్నాయి.

వీరి నవలలు చదువుతుంటే మన ఇంట్లో సమస్యలో, మన పొరుగు వారి సమస్యలో మనం నిత్యం చూస్తున్న వ్యక్తుల స్వరూప స్వభావాలో మన కళ్ల ముందు గోచర మౌతాయి. ఇతివృత్త ఎంపికలో, పాత్రల సంఘర్షణలో, పాత్రలకు పేర్లు పెట్టడంలో భాషా శైలిలో, సందేశ మివ్వడంలో – ఒక్కటేమిటి ప్రతి అంశంలోనూ స్థానికత, సార్థకత, వాస్తవికత, నిజాయితీ, నిబద్ధత, సామాజిక దృష్టికోణం, సమస్యలకు పరిష్కార మార్గం,

ఆలోచింపజేసే దృక్పథం వీరి నవలల్లో అడుగడుగునా కనిపిస్తాయి. ఆ కారణంగా తెలుగునవలాకాశంలో డి.కామేశ్వరి గారిది ధ్రువస్థానమని చెప్పడం అతిశయోక్తి కాదు.

భావవీణ, జనవరి 2013లో ప్రచురితమైన వ్యాసం.

హేతువాద సాహిత్యం - సామాజిక న్యాయ పోరాటం

తెలుగు సాహిత్యానికి సుమారు రెండు వేల సంవత్సరాల చరిత్ర ఉంది. తెలుగు లిఖిత సాహిత్యానికి వేయి సంవత్సరాల ఘనత ఉంది. సంస్కృత భారతాన్ని ఆంధ్రీకరించి నన్నయ ఆదికవి బిరుదును కైవసం చేసికున్నాడు. నన్నయ మహాకవికి ఆనేపథ్యాన్ని పాదుగొల్పిన రాజరాజ నరేంద్రుడు తెలుగు సాహితీ సరస్వతి కిరీటంలో కలికితురాయిగా నిలిచిపోయాడు. రాజరాజు, నన్నయలు నాటిన సాహితీ వృక్షం నేటికి శాఖోపశాఖలుగా విస్తరించించిది. ఆ వృక్షపు విత్తులు కాలాంతరంలో పరిపరి విధాలుగా వివిధ ప్రాంతాలకు వ్యాపించి అక్కడక్కడ మొలచి పెరిగి పెద్దవై ఘోరారణ్యాన్ని తలపిస్తున్నట్లు, తెలుగు సాహిత్యం కూడా వివిధ ప్రక్రియలతో విస్తరించింది. ఆ వరుసలో కాలానుగుణంగా ఆయాకాలాల్లో వెలువడిన సాహిత్యం ఆనాటి సామాజిక పరిస్థితులను కళ్లకుకట్టినట్లూ చిత్రించింది. అందులో ఆచరణీయాంశాలు, ఆదరణీయాంశాలు, ప్రశంసించాల్సిన అంశాలు, విమర్శించాల్సిన విషయాలు, నిర్ద్వంద్వంగా ఖండించాల్సిన అంశాలూ ఉన్నాయి. 'పురాణ మిత్యేవ నసాధుస్వరం' అనిన కాళిదాసు మహాకవి ఉక్తిని పరిగణనలోకి తీసికున్నా, తీసికోకపోయినా ఆనాటి నుంచి నేటివరకు ప్రత్యక్షంగానో, పరోక్షంగానో సమాజంపై చెడు ప్రభావం చూపుతున్న అంశాలను త్రికరణశుద్ధిగా చర్చించుకోవడం చాలా అవసరం. ఆ కోవలో సామాజిక అన్యాయాలను మొట్టమొదట ప్రశ్నించిన కవిత్వమే హేతువాద కవిత్వం.

మానవుడు సంఘజీవి. ఒంటరిగా జీవించటం అనేది దాదాపు అసాధ్యం. ఒక వేళ జీవించినా ఎంతోకాలం అట్లా మనుగడ సాగించలేడు. అందువల్ల సామూహికంగా జీవిస్తారు. ఆవిధంగా కలసిమెలసి జీవించడాన్ని సంఘం అంటారు. సంఘం, సమాజం అనేవి పర్యాయ పదాలు. సమాజంలోని ప్రజల జీవన స్థితిగతులను నిర్దేశించే శాస్త్రం సామాజిక శాస్త్రం. "సమాజంలో మానవుల మధ్య ఉన్న పరస్పర సాంఘిక సంబంధాన్ని తెలిపే శాస్త్రం సమాజశాస్త్రం. ఈ సాంఘిక సంబంధాలన్నీ మానవునికి - మానవునికి, మానవునికి - సమూహానికి, సమూహానికి - సమూహానికి మధ్య ఉంటాయి"ఈ బంధాలలో కండబలం, కులబలం, ధనబలం ఉన్నవారు ఎప్పుడూ ఇతరులపై ఆధిక్యతను చూపుతూ

ఉంటారు. ఇది చరిత్ర చెప్పిన సత్యం. ఇది పురాణకాలం నుంచి గూడా వస్తున్నదే. ఆదిమ మానవుని దశ దాటిన తరువాత మానవులు కులాలు, వర్గాలుగా విడిపోయి పరస్పరం దాడులు చేసికున్నారు. హింసకూ పాల్పడ్డారు. అటువంటి ఇతివృత్తాలను ఆధారంగా చేసికొని ఎన్నో రచనలు వెలువడ్డాయి. ఏ రచన వెలువడినా భారత రామాయణ భాగవతాలను ఆలంబనంగా చేసికొని కావ్య రూపం సంతరించుకున్నాయి. అందులో ఒక వర్గం లబ్ధిపొందగా, మరొకవర్గం తీవ్రంగా నష్టపోయింది. దాని ద్వారా సమాజంలో ప్రజల మధ్య అంతరాలు పెరిగాయి. అటువంటి వాటిని నిగ్గదీసి ప్రశ్నించిన సాహిత్యమే హేతువాద సాహిత్యం. ఆనాటి అసమానతలను, అన్యాయాలను రామాయయణంలో జాబాలి, భారతంలో చార్వాకుడు ప్రశ్నించారు. వారిని ఆదర్శంగా తీసికొని వేమన, త్రిపురనేని రామస్వామి చౌదరి, గుఱ్ఱంజాషువా, శ్రీశ్రీ తదితరులు సామాజిక అన్యాయాలను ఎండగడుతూ తమ తమ శైలిలో కవిత్వం రాశారు. ఆ పరంపరలో ముందుగా వేమన కవిత్వాన్ని పరిశీలిద్దాం.

వేమన

వేమన ప్రజాకవి. ఆటవెలది ఛందంలో సుమారు ఏడు వేలకు పైగా పద్యాలు రాసాడు. నేడు అన్నీ లభ్యం కావడం లేదు. ఉన్నవాటిని పరిశీలించిన, నాటి సామాజిక పరిస్థితులను కళ్లకు కట్టినట్లు చిత్రించాడు. ముఖ్యంగా సామాజిక కట్టుబాట్లు, అసమానతలు, అన్యాయాలపై తిరుగుబాటు చేసాడు. కులపట్టింపులను నిరసించాడు.

"ఏది కులము నీకు నేది స్థలంబురా
పాదుకొనుము మదిని బక్కమెరిగి
యాచరించువాని నవలీల ముట్ట రా
విశ్వదాభిరామ వినురవేమ"

అన్నాడు. ఇంకా

"ఉర్వివారికెల్ల నొక్క కంచము బెట్టి
పొత్తుగుడిపి కులము పొలయ చేసి
తలను చేయిబెట్టి తగనమ్మ జెప్పరా
విశ్వదాభిరామ వినురవేమ"

అనిహితబోధ చేశాడు.

ఆ సాంఘిక విప్లవ రచయితను గూర్చి "వేమనగారు గొప్ప తత్వవేత్తలే, ఆదర్శ వంతమైన దార్శనికులే. విచారణ శక్తిగల విజ్ఞానులే అయితే తత్వవేత్త, దార్శనికుడు, విజ్ఞాని సంఘజీవులే. ఏ మానవుడికైనా సంఘంలో అతనికుండే ఉనికిని బట్టే అతని చైతన్యం ఉద్భవిస్తుందిగాని అతని చైతన్యాన్ని బట్టి ఉనికి ఉద్భవించదు. చైతన్యవంతులైన దార్శనికులు ప్రపంచాన్ని వ్యాఖ్యానిస్తారు. ప్రవక్తలు మాత్రమే ప్రపంచాన్ని మార్చడానికి ప్రయత్నిస్తారు. కొంతవరకు కృతకృత్యులవుతారు. వేమనగారు అభ్యుదయ ప్రవక్తఅంటూ ఆరుద్రగారు వ్యాఖ్యానించారు. ఇవేగాక వేమన ఆనాటి మత మౌఢ్యాన్ని, మూఢ నమ్మకాలను సోపపత్తికంగా ఖండించాడు. వేమన పద్యాలను సామాజిక స్పృహతో అధ్యయనం చేస్తే తనకంటే ముందునుంచి జరుగుతున్న, తన కాలంలో జరిగిన సామాజిక అన్యాయాలు లెక్కకు మిక్కుటంగా బయట పడతాయి.

త్రిపురనేని

హేతువాద సాహిత్యానికి స్రష్ట, మూల విరాట్ శ్రీ త్రిపురనేని రామస్వామి చౌదరిగారని నిర్ద్వంద్వంగా చెప్పవచ్చు. తన కాలంనాడున్న సామాజిక అన్యాయాలకు మూలం రామాయణ భారత భాగవతాల్లోని వివిధ సామాజిక అన్యాయాలే హేతువులని ఎలుగెత్తిచాటాడు. ఈయన శంబూక వధ, కురుక్షేత్ర సంగ్రామం, వేనరాజు అనే మూడునాటకాలు రాసాడు. ఇవి పూర్తిగా హేతుదృష్టితో రాయబడినవే. అందులో శంబూక వధ రామాయణ ఇతివృత్తానికి చెందింది. శ్రీరాముని కాలంలో శూద్రులకు తపస్సు చేసుకొనే యోగ్యత, అర్హత లేదని నిరూపించాడు త్రిపురనేని. శూద్రుడైన శంబూకుడు తపస్సు చేసుకుంటూ ఉంటాడు. పురోహిత వర్గప్రోద్భలంతో శ్రీరాముడు అతని వద్దకు వెళ్లి తపస్సు చేయరాదని ఆదేశిస్తాడు. శూద్రులమైన తామెందుకు తపస్సు చేయరాదో చెప్పాలని శ్రీరాముని నిలదీస్తాడు శంబూకుడు. ఇంకా శ్రీరాముని పరిపరివిధాలుగా ప్రశ్నిస్తాడు. అతని ప్రశ్నలకు సమాధానం చెప్పలేక పోయాడు శ్రీరాముడు. అతని ప్రశ్నల ద్వారా నాటి సామాజిక అన్యాయాలు, వాటి స్వరూపస్వభావాలు తేటతెల్లమౌతున్నాయి. ఆనాటి అన్యాయాలను గూర్చి శంబూకుడు అంగదునితో ఇలా అంటాడు.

సీ॥ చోరత్వమును జేయ శూద్రున కవయవ
విచ్ఛేదనము శాస్త్ర విహితమంట ।
ఆదోషమునె విప్రుదాచరించిన యంత
మందలింపులె ధర్మ మార్గమంట ।
బ్రాహ్మణీ స్నేహ సంపర్క మ్మొగల శూద్రు
నగ్ని కర్పించుట న్యాయమంట
శూద్ర వనిత మరుల్ సొక్కిన విప్రుండు
సంతాప పడుటయే చాలునంట ।

గీ॥ ఇవియె మన ధర్మ శాస్త్రము లిందునందు
నివియె చుమ్ము నిష్పక్ష పాతైక బుద్ధి
మనకుఁగా సెప్పిన మహితములగు
గ్రంథరాజముల్ వానర రాజపుత్ర ।

విప్రులు పక్షపాత బుద్ధితో శాస్త్రాలురాసి, శూద్రులను ఎంత హీనంగా, ఘోరంగా, అమానుషంగా శిక్షించెడి వారో ఈ పద్యంలో రామస్వామి చౌదరి తెలిపాడు. ఇందులో కవి తాను సొంతంగా చెప్పింది ఏమీలేదు. మనుస్మృతి ప్రకారమే చెప్పాడు.

ఇక రామస్వామిగారు కురుక్షేత్ర సంగ్రామం నాటకంలో పాండవుల దుష్టనీతిని ఎండగట్టాడు. ధర్మరాజు అడిగిన ఐదూళ్లను ఎందుకు దుర్యోధనుడు ఇవ్వలేదో చాలామందికి తెలియక పోవచ్చు. మాకంది, వారణావతం, కుశస్థలి, వృకస్థలి, ఇంక మరియేదైనా ఒక ఊరు ఇవ్వాలని అడిగాడు ధర్మరాజు. వీనిలో మాకంది, వరణావతం పాంచాలరాజ్యంలో ఉండేవి. వాటిని కౌరవపాండవులు కలిసి ద్రుపదుని ఓడించి ద్రోణాచార్యునికి గురుదక్షిణగా ఇచ్చారు. కుశస్థలి కర్ణుని ఆధీనంలో ఉంది. దీనిపై దుర్యోధనునికి పెత్తన మేముంటుంది? ఇక వృకస్థలి హస్తినాపురానికి అతి దగ్గరలో ఉంది. దీనిని పాండవులకిచ్చిన పక్కలో బల్లెము పెట్టుకున్నట్లేగదా. ఇది ఇట్లుండగా కురుపాండవుల పూర్వీకుల నుంచి గూడా రాజ్యాన్ని విభజించలేదు. అందువల్ల దుర్యోధనుడు శ్రీకృష్ణుని రాయబారాన్ని చిత్తశుద్ధిలేనిదిగా భావించి తిరస్కరించాడు. ఇక్కడ త్రిపురనేని రామస్వామిగారు వంశ పాలన పరంగా

పరంపరగా వస్తున్న సామాజిక కట్టుబాటును పాండవులు ఉల్లంఘించారని హేతు దృష్టితో ఈనాటకాన్ని రాశాడు. నాటక ప్రారంభమే ఇలా చేసాడు.

'ఆమటెద్దులు రెండు పోరాడుచుండ
నడుమ నున్న లేగలకాళ్ళు నలగుచునట్లు
పుడమికై కురుపాండవుల్ పోరనున్న
నొరులు చచ్చెద రిటునటు తిరుగలేక"

అంటాడు. కౌరవ పాండవులు వారి వారి స్వార్థబుద్ధితో చేసిన యుద్ధంలో సామాన్యులైన సైనికులు ఎందరో అన్యాయంగా చనిపోయారని ఆవేదన చెందాడు. సామాన్య ప్రజలు అన్యాయంగా రాజుల కోసం బలైపోతున్నారని, ఆనాటి సామాజిక దుస్సంప్రదాయాన్ని హేతు దృష్టితో ప్రశ్నించాడు.

ఇక 'ఖూనీ' నాటకానికి ఇతివృత్తాన్ని భాగవతంనుంచి తీసికున్నాడు. యజ్ఞయాగాది క్రతువులు తన రాజ్యంలో జరగకూడదని ఉత్తర్వులిచ్చిన వేనరాజును ఎలాగైనా తుద ముట్టించాలని గౌతమాది మునులు కక్ష్యకట్టి అతని తల్లి సునీథాదేవితో సంప్రదింపులు జరిపారు. ఫలితం కనిపించకపోగా వేనరాజు కుమారుడైన పృథువు చేత హత్య చేయించారు. బాలుడైన అతన్ని రాజ్యాభిషిక్తునిచేసి, అటు తరువాత యథావిధిగా తమ కార్యకలాపాలు నిర్వహించుకున్నారు. ఇక్కడ కూడా ఒక వర్గంవారు తమ స్వార్థం కోసం, తాము అనుకున్నది సాధించడం కోసం, సమాజంపై తమ పట్టుకోసం రాజునే వధించారు.

రామాయణ, భారత, భాగవతాలను భక్తితో పఠిస్తూ అందులో చెప్పిన అంశాలన్నీ మంచివని, గొప్పవని ఒక మూసలో ఉంటూ ఒకే దారిలో నడుస్తున్న ప్రజల్లో హేతుదృష్టితో సామాజిక అన్యాయాలను మరో కోణంలో చూపుతూ భావవిప్లవాన్ని త్రిపురనేని తీసికొచ్చాడు.

ఇక ఇదే రీతిలో తరతరాల నుంచి సమాజంలో కొనసాగుతున్న సామాజిక అన్యాయాలను హేతు దృష్టితో గేయ రూపంలో ప్రశ్నించాడు మహాకవి శ్రీశ్రీ.

ఒక వ్యక్తిని మరొక వ్యక్తి
ఒక జాతిని మరొక జాతీ,
పీడించే సాంఘిక ధర్మం

ఇంకానా? ఇకపై సాగదు
నైలునదీ నాగరికతలో
సామాన్యుని జీవన మెట్టిది?
తాజ్‌మహల్ నిర్మాణానికి
రాళ్లెత్తిన కూలీ లెవ్వరు?
సామ్రాజ్యపు దండయాత్రలో
సామాన్యుల సాహస మెట్టిది?
ప్రభువెక్కిన పల్లకి కాదోయ్
అది మోసిన బోయీ లెవ్వరు? – అంటూ చివరికి
బలవంతులు దుర్బల జాతిని
బానిసలను కావించారు
నరహంతకులు ధరాధిపతులై
చరిత్రమున ప్రసిద్ధికెక్కిరి – అని తీర్పు ఇచ్చాడు.

వేమన, త్రిపురనేని రామస్వామి చౌదరిలు పద్యరూపంలో సామాజిక అన్యాయాన్ని ప్రశ్నించగా, శ్రీశ్రీ గేయరూపంలో ప్రతిబింబించాడు.

మనసాహిత్య చరిత్రను పరిశీలిస్తే అణగారిన వర్గానికి చెందిన పురుషులు మరియు ఉన్నత మరియు అణగారిన వర్గంకు చెందిన స్త్రీలు ఎక్కువగా సామాజిక అన్యాయానికి గురైనట్లు చెప్పవచ్చు. అష్టదిగ్గజ కవులను పోషించిన శ్రీకృష్ణ దేవరాయల ఆస్థానంలో ఒక్క కవయిత్రి కూడా లేక పోవడం దీనికి ప్రబల నిదర్శనం. అటు తరువాత వీరి దారిలో జాషువా నడిచాడు.

సాహితీ క్షేత్రమందు కృషీవళుడు కావాలనే కాంక్షతో ఆనాటి అననుకూల వాతావరణాన్ని, సానుభూతి కేర్పడిన దుర్భిక్షాన్ని ఎదుర్కొంటూ ముందుకు సాగిన కవి చక్రవర్తి గుర్రం జాషువా. సామాజికంగా అడుగడుగునా అన్యాయానికి గురైనాడు. తన ఆవేదనను 'గబ్బిలం'లో సాక్షాత్కరించాడు. ఇంకా తన అనుభవాలను ఖండకావ్యాలలో నర్మగర్భంగాను, యథార్థంగాను ప్రకటించాడు. ఈ ఒక్క ఉదాహరణ చూద్దాం.

"నా కవితా వధూటి వదనంబు నెగాదిగఁ జూచి, రూపరే

ఖా కమనీయ వైఖరులు గాంచి 'భళీ భళీ! యన్నవాడే, 'మీ

దేకుల' మన్న ప్రశ్న వెలయించి, చివాలున లేచి పోవుచో

బాకునఁ గ్రుమ్మినట్లగుఁన్ పార్థివచంద్ర! వచింపసిగ్గయ్యెడిన్."

జాషువా అణగారిన సామాజిక వర్గానికి చెందినకవి. అతని కవిత్వాన్ని విన్నవారు మొదట్లో 'భళీ' అని మెచ్చుకొని, అతని కులం అడిగి తెలుసుకొన్నాక, ఏహ్య భావంతో లేచిపోయే వారట. ఆ సంఘటన జరిగిన సందర్భంలో తనను బాకుతో కుమ్మినంత బాధ కలిగేదని కవి ఆవేదన చెందాడు. వ్యక్తి ప్రతిభనుగూడా కులపరంగా చూసి ప్రశంసలు, విమర్శలు చేసేవారని జాషువా అనుభవం ద్వారా మనకు తెలుస్తున్నది. మానవత్వంతో నడుచుకోవాల్సిన వారు తమ తెలివి తేటలతో కొన్ని సామాజిక వర్గాలపట్ల అమానవీయంగా ప్రవర్తిస్తూ, వారి శ్రమను దోచుకున్నారు. వారి మేధను హేళన చేసారు.

దక్షిణాంధ్రయుగంలో రఘునాధరాయలు కవులతోబాటు కవయిత్రులనూ పోషించాడు. అంతకు ముందున్న కవయిత్రులందరూ స్వతంత్రంగానే ఉంటూ రచనలు చేసినట్లు మనం భావించాలి. నన్నయ కాలంనుంచే కవయిత్రులకూ ఆదరణ ఉండి ఉంటే ఇంకా ఎంతో కవిత్వం వెలువడి ఉండేదేమో.

ఆధునిక కాలంలో అభ్యుదయ, దిగంబర, విప్లవ, దళిత, మైనారిటీవాద, స్త్రీవాద కవితా శాఖల్లో వచ్చిన, వస్తున్న కవిత్వం సామాజిక అసమానతలను ఖండిస్తూ, సామాజిక న్యాయానికై తనవంతు కృషి చేస్తున్నది.

"చీకటి బజారు జలగల్ని

రాజకీయ బొద్దింకల్ని

పదవీ మదాంధుల్ని

సాహిత్య వంది మాగధుల్ని

అభయహస్తంతో కాపాడే కంకణం కట్టుకున్నారు"

అంటాడు నగ్నముని.

అదే విధంగా విప్లవ కవిత్వం కూడా సామాజిక అన్యాయాలను ఎండగట్టింది.

"అయ్య బానిసను అనినపౌరుడే

అయ్య గొంతుకనట్టే అదుమున్"

అంటాడు. ప్రజాకవి కాళోజీ నారాయణరావు. ఆర్థికంగా, రాజకీయంగా, సామాజికంగా నాటినుండి నేటి వరకు ఒక వర్గం, అన్యాయానికి పాల్పడుతూ ఉన్నట్లు మనకు స్పష్టంగా తెలుస్తున్నది. దీనికి లింగవయో భేదం లేదు.

ఈ విధంగా నాటినుండి నేటి వరకు వివిధ వర్గాల ప్రజలు సామాజిక అన్యాయానికి గురౌతూనే ఉన్నారు. వారు తాము అన్యాయానికి గురౌతున్నామని గుర్తించడానికే కొన్ని వందల సంవత్సరాలు పట్టింది. దానికి వెలుగు ప్రసాదించింది మాత్రం హేతువాద భావజాల కవిత్వమే. "ప్రాచీన కవిత్వంలో హేతు వాదిగా వేమనను చెప్పాలి. వేమనను అర్థం చేసుకొని విమర్శించాలంటే హేతువాద దృక్పథం అవసరం. తెలుగు కవిత్వంలో హేతువాదానికి పెద్దపీట వేసినది త్రిపురనేని రామస్వామి చౌదరి. అటు తరువాత నార్ల, చలం, ముద్దు కృష్ణ, బోయి భీమన్న వంటి వారిరచనల్లో హేతువాద భావాలు కనబడతాయి. హేతువాద ఉద్యమం సమసిపోయినా హేతువాద భావజాలం తెలుగుసాహిత్య విమర్శపై ఉందనటం వాస్తవం. హేతువాద విమర్శ అభ్యుదయ, విప్లవ సాహిత్యాలకు స్ఫూర్తి అనే మాట కూడా ఉంది" అంటారు ప్రసిద్ధ సాహితీ విమర్శకులు ద్వానా శాస్త్రిగారు. వారి మాటలు అక్షరసత్యాలు.

సాహిత్యం సమాజాన్ని చాలా గాఢంగా ప్రభావితం చేస్తుంది. ఆ సాహిత్యం సర్వజన హితం కోరాలి. అన్యాయాలను ఎదిరించే చేవను బాధితవర్గ ప్రజల్లో కలిగించాలి. పీడకులు-పీడితులు లేని సమాజంకోసం దారులు వేయాలి. అందుకు హేతువాద సాహిత్యం దిశానిర్దేశం చేసింది. ఆదారిలో రాబోయే తరం వారు నడిస్తే వర్గరహిత సమసమాజం ఏర్పడుతుంది.

ఉపకరించిన గ్రంథాలు

1. సమాజ శాస్త్రం - పుట. 3
2. వేమన సూక్తి రత్నాకరం- పద్యం. 740
3. వేమన సూక్తి రత్నాకరం- పద్యం. 546
4. మన వేమన
5. శంబూకవధ- ద్వితీయాంకం- 10వ పద్యం.
6. కురుక్షేత్ర సంగ్రామం- ప్రథమాంకం- 1వ పద్యం.
7. జాషువ రచనలు- ఖండకావ్యాలు-పుట. 23.
8. తెలుగు దిగంబర కవితోద్యమం- పుట. 89
9. విప్లవ వాదం - పుట. 21
10. తెలుగు విమర్శ - పరిణామం- పుట. 53

విశాఖపట్నం, ఆంధ్ర విశ్వవిద్యాలయం హిందీ శాఖ వారు, న్యూ ఢిల్లీ సాహిత్య అకాదమి మరియు విశ్వవిద్యాలయ గ్రాంట్ల సంఘం సహకారంతో 'తులనాత్మక సాహిత్యం- సాంఘిక న్యాయం' అనే అంశంపై 29-31 జనవరి 2013 నాడు నిర్వహించిన సమావేశంలో సమర్పించిన వ్యాసం.

చేమకూర వెంకటకవిపై తాళ్లపాక తిమ్మక్క - కవితా ప్రభావం

తెలుగు సాహిత్యంలో తాళ్లపాక వంశీయుల స్థానం విశిష్టమైనది. తాళ్లపాక అన్నమాచార్యులతో ప్రారంభమైన సాహితీ వ్యాసంగం అటు తరువాత రెండు తరాలవరకూ కొనసాగింది. అన్నమాచార్యుల ప్రథమ పత్ని తాళ్లపాక తిమ్మక్క, గొప్ప కవయిత్రి. ఈమె 'సుభద్రాకళ్యాణము'ను మంజరీద్విపదలో రాసింది. వీరి కవితా పరంపరను అటు తరువాత తాళ్లపాక పెద తిరుమలా చార్యులు, తాళ్లపాక చిన తిరుమలాచార్యులు, తాళ్లపాక చినతిరు వేంగళనాథుడు, తాళ్లపాక తిరువెంగళప్ప కొనసాగించారు. వీరు సంకీర్తనలు, శతకాలు, ద్విపద ప్రక్రియల్లో రచనలు చేశారు. వీరి కృషిని శ్లాఘిస్తూ ఎన్నో రచనలు వెలువడ్డాయి. "తెలుగు దేశమున బహుధాభక్తి వాఙ్మయ ప్రవర్తకులైన వైష్ణవ కుటుంబముల వారిలో తాళ్లపాకవారు ప్రసిద్ధులు. వారిదెక్కువగా మధురభక్తి సంప్రదాయము," అని ఆచార్య జి.ఎన్. రెడ్డిగారు ప్రశంసించారు. దాదాపు ఒకటిన్నర శతాబ్ది కాలము అవిచ్ఛిన్నంగా వివిధ ప్రక్రియల్లో అనేక గ్రంథాలు రచించి తెలుగు భాష సాహిత్యాలకు ఎనలేని సేవ చేసిన కవివంశం తాళ్లపాక వారిది. రాజాస్థానాల ప్రవేశాన్ని ఆశించక నిర్మలమైన భక్తితో దైవసన్నిధిలో నివసించి ఇహపరములపట్ల సమభావాన్ని వహించి సంగీత సాహిత్య కర్తలుగా రాశిలోను వాసిలోను ఎన్నదగిన వాఙ్మయాన్ని సృష్టించిన మహనీయులు తాళ్లపాక కవులు.

తాళ్లపాక వంశీయుల్లో అద్వితీయ ప్రతిభా వ్యుత్పత్తులను చూపిన కవయిత్రి తాళ్లపాక తిమ్మక్క. ఈమె మొట్ట మొదటి తెలుగు కవయిత్రిగా పరిశోధకులచే లెక్కించబడింది. "చక్కని తెలుగు జాతీయం, చిక్కని భావమృదులత మినుమిక్కిలి సుకుమార శృంగార రసావేశం ఒక దానికొకటి మించి అలలవలె పైకొనగా రసార్ణవమున పరవశమున ముక్కలు చేయుచు ఇందలి పంద్రెండువందల ద్విపదపాద సోపానములను అధిగమించిన కావ్యం సుభద్రాకళ్యాణము". ఆదికవి నన్నయ, శైవ కవులు, తిక్కన, ఎర్రన, శ్రీనాథుడు, పోతన వంటి తన పూర్వ కవుల కవితా సరణికి భిన్నంగా తిమ్మక్క ద్విపదలో రచన చేసింది. దానిలో సరళ సుందరమైన భాషను ప్రయోగించింది. "మనకు తెలిసినంత వరకు ఆంధ్రవాఙ్మయ చరిత్రలో తాళ్లపాక తిమ్మక్కయే తొలి తెలుగు కవయిత్రి. సుభద్రా కళ్యాణము

ఆకారము చిన్నదైనను గుణము నందు గొప్పది. ఇందలి పలుకుబడులు కొన్ని చేయకూర వెంకటకవి విజయవిలాసము నందు చేరినవి" అని ఆచార్య జి. నాగయ్య గారు తెలిపారు.

సహజముగా ఒక కవి లేదా కవయిత్రి ప్రభావం తదనంతర కవులపై పడుతుంది. కొందరు కవులు ఎక్కువమందిని మరికొందరు తక్కువ మందిని ప్రభావితం చేయవచ్చు. ఎందరిని ప్రభావితం చేశారన్నది ప్రశ్నకాదు గాని ఎంత గాఢంగా ప్రభావితం చేశారన్నది ప్రధానం. ఈ దృష్టితో పరిశోధించినపుడు తాళ్లపాక తిమ్మక్క ప్రభావం తదనంతర కవులపై ఒకింత ప్రభావం చూపినా, చేమకూర వేంకటకవిపై మాత్రం గాఢంగా ముద్రవేసింది. 17వ శతాబ్దంలో రఘునాధరాయల ఆస్థాన కవి చేమకూర వెంకటకవి తన విజయ విలాస కావ్యంలో తిమ్మక్క వర్ణనలను, జాతీయాలను యథాతథంగా స్వీకరించాడు. తిమ్మక్కరచన మంజరీ ద్విపదకాగా, చేమకూరది చంపూకావ్యరీతి. వీరిరువురి కవితా రీతులను ఒకింత పరిశీలిద్దాం.

సన్యాసి రూపంలో ఉన్న అర్జునుని గుర్తించక అతనితోనే అతని గుణగణాలను గూర్చి సుభద్ర ఇలా వర్ణించింది.

"ఎగు భుజమ్మున వాడు మృగరాజునడుము
నడిచి పుచ్చుకొను నెన్నడుము గలవాడు
గరగరనివాడు, చక్కనివాడు, నతడు
గొప్ప కన్నులవాడు, కోదండ గుణికి
ణాంకంబులౌ బాహులమరినవాడు
వెన్నున మచ్చ కల విభవంబువాడు
బవిరి గడ్డము వాడు, పన్నిదంబిడిన
వెన్ను పగడసాల వెస వాడవచ్చు"

– అన్నది తిమ్మక్క.

ఈ పాదాలను యథాతథంగా స్వీకరించిన చేమకూర వెంకటకవి ఇలా వర్ణించాడు తన విజయ విలాస ప్రబంధంలో.

సీ॥ ఎగు భుజంబులవాడు, మృగరాజ మధ్యంబు
పుడికి పుచ్చుకొను నెన్నడుము వాడు,
నెఱి వెంద్రుకలవాడు, నీలంపు నికరంపు
మెఱుఁగుఁ జామన ఛాయ మేని వాడు
గొప్పకన్నులవాడు, కోదండ గుణ కిణాం
కములైన ముంజేతు ల మరు వాఁడు
బవిరి గడ్డమువాడు, పన్నిదంబిడి డాఁగ
వచ్చు నందపు వెన్ను మచ్చవాఁడు

తే॥ గరగరనివాడు, నవ్వు మొగంబువాడు
చూడఁగలవాడు, మేలైన సొబగువాడు
వావి మేనత్త కొడుకు కావలయునాకు
నర్జునుండు పరాక్రమో పార్జునుండు

తిమ్మక్క వాడిన పదాలను వెంకటకవి యధాతధంగా ప్రయోగించాడు. ఎగుభుజంబులవాడు, మృగరాజ మధ్యంబువాడు, గరగరనివాడు, బవిరి గడ్డమువాడు వంటి పదాలు అక్షరం పొల్లు పోకుండా కవి స్వీకరంచాడు. 'పుడికి పుచ్చుకొను' వంటి జాతీయాన్ని గూడా కవి భావాను కూలంగా చిత్రించాడు. సుభద్ర కపటయతిని చూచి 'తీర్ధయాత్రా పరుడగు అర్జునుడెక్కడ ఉండెను?. అతన్ని మీరెప్పుడైనా చూశారా? అని ఆతురతతో ప్రశ్నించింది. అప్పడామెతో కపట సన్యాసి రూపంలో ఉన్న అర్జునుడు ఇలా అంటాడు.

"కోమలి యిద్దరము గోకర్ణమందు
కూడియే యుంటిమి కొన్నాళ్ల చట
భోజనమ్ములు శయనమ్ములొకచోట
చెలియ యుంటిమి మేము చెలికాండ్ర వలెను.
అతనికి నాకును నరమరలేదు
అతనికి నాకైక్య మతివరోవినవె"

ఈ పదాలను చేమకూర వెంకటకవి యథాతథంగా అనుకరించి ఉత్పలమాల, ఆటవెలదిలో ఛందంలో చిత్రించాడు. వీటిని పరిశీలిద్దాం.

ఉ॥ **కోమలి యీ గతిన్ మదిఁ దగుల్పడఁ బల్కిన నవ్వి, నిర్జర**
గ్రామణి సూను మీ రెచటఁ గంటిరో యంటిరిరో; కన్న మాత్రమే?
యేమని చెప్పవచ్చు! నొక యించుక భేదములేక యీయనే
మేమయి యున్నవారము సుమీ వికచాంబుజ పత్రలోచనా!

ఆ॥ **తీర్థములను గ్రుంకి దేవతా సేవలు**
చేసికొనుచుఁ బెక్కు వాసరములు
గూడి యతడు మేము గోకర్ణమున యందు
నుంటి, మనిన మచ్చెకంటి యలరి.

భావంలో, భాషలో ఎలాంటి మార్పులకు చోటు లేకుండా చేమకూరకవి పై పద్యంలో తిమ్మక్కను అనుకరించాడు. అయినా అది అనుసరణగా కాక స్వతంత్రమన్నట్లున్నది. తిమ్మక్క కవిత్వ పటుత్వానికి చేమకూర కవి ముగ్ధుడయ్యాడు. ఆమె ఒకే ఒక కావ్యం రాసినా తెలుగు సాహిత్యంలో సుస్థిర స్థానం సంపాదించుకొన్నది. 'అచట పుట్టిన చిగురు కొమ్మైన చేవ' అన్నట్లుగా అన్నమయ్య గడపతొక్కిన తిమ్మక్కకూ కవిత్వమబ్బింది. ఆనాటి గ్రాంధిక భాషా ప్రయోగాన్ని, పద్యరీతిని పక్కకుతోసి ద్విపదలో రచించింది. భాషలో, భావంలో వినూత్నతను పాటించి కవితా ప్రక్రియా విప్లవాన్ని తిమ్మక్క లేవదీసింది. బహుశా తన రచన సామాన్య ప్రజలకు చేరువకావాలని ఆమె భావించి ఉండవచ్చు. ఆమె రచనలో ఒక్కటైనా వ్యర్థపదం కనిపించదు గాని యోగ్యమైన కవిత్వం ఆమెది. తానొక స్త్రీగా తన కావ్య రచనకు 'స్త్రీ' ఇతి వృత్తాన్నే స్వీకరించింది. రామాయణ భారత భాగవతాది గ్రంథాల్లో ఎన్నో స్త్రీ పాత్రలుండగా వాటిని కాదని పరమాత్మ స్వరూపుడైన శ్రీకృష్ణుని సోదరి సుభద్రను తన కావ్య నాయికగా ఎంచుకొన్నది. ఇతివృత్తం స్వల్పమైన విషయం మాత్రం ఇందులో ఘనమని చెప్పవచ్చు.

ఇతివృత్త ఎంపికలో, ఛందోరీతి స్వీకరణలో, భావ వ్యక్తీకరణలో, శైలీవిన్యాసంలో ఒక నూతన పంథాలో తిమ్మక్క నడిచింది. ఆమె ప్రభావం ఎందరో కవులపై ఉన్నా,

ఎక్కువగా చేమకూర వెంకటకవిపై పడింది. తిమ్మక్క కవిత్వమున్నంత కాలం వేంకటకవి కీర్తి ఉంటుంది, వేంకటకవి కీర్తి ఉన్నంతకాలం తిమ్మక్క కవిత్వముంటుంది. వీరిద్దరి కవిత్వం తెలుగు సాహిత్యం ఉన్నంతకాలం అలరారుతూ ఉంటుంది.

ఉపకరించిన గ్రంథాలు

1. శ్రీమద్భగవద్గీత (తొలి తెలుగు అనువాదం)
2. ఆంధ్ర కవయిత్రులు - పుట. 5
3. తెలుగు సాహిత్య సమీక్ష- ప్రథమ సంపుటం- పుట. 525
4. విజయవిలాసము -ద్వితీయా శ్వాసము- 164వ పద్యం
5. సుభద్రా కళ్యాణము- తాళ్లపాక తిమ్మక్క

చిత్తూరు, శ్రీ యన్.పి. సావిత్రమ్మ ప్రభుత్వ కళాశాల (మ) తెలుగు శాఖ మరియు తిరుపతి, అన్నమాచార్య ప్రాజెక్టు వారు సంయుక్తంగా 1 మార్చి 2013 నాడు 'తాళ్లపాక కవుల జీవితం- వ్యక్తిత్వం' అనే అంశంపై నిర్వహించిన సమావేశంలో చదివిన వ్యాసం.

శ్రీకాళహస్తీశ్వర క్షేత్ర ప్రాశస్త్యం

ప్రాచీనాంధ్ర కవిత్వంలో శైవ సాహిత్యాన్ని సుసంపన్నం చేసిన ఉద్ధండ కవీశ్వరులలో ధూర్జటి స్థానం అద్వితీయమైనది. ఆత్మాభిమానానికి, ఆత్మవిశ్వాసానికి ఆదర్శమూర్తిగా నిలిచి, తెలుగు సాహిత్య లోకంలో మార్తాండునివలె 'మార్గదర్శ'కుడై కవి, భక్తజనులకు దిశానిర్దేశం చేసిన కవీశ్వరుడు ధూర్జటి. ఈ మహాకవి శ్రీకాళహస్తీశ్వరమహత్మ్యం, శ్రీకాళహస్తీశ్వర శతకం అనే రెండు శివభక్తితత్వ గ్రంథాలు రచించాడు. కాళహస్తీశ్వర మహత్మ్యంలో శివ మహిమలు శతకంలో కవి వ్యక్తిగత అంశాలను సాక్షాత్క రింపజేశాడు. అతులిత మాధురీ మహిమతో భక్తి కవిత్వం రాశాడు. సాలెపురుగు వంటి కీటకం, పాము - ఏనుగు వంటి జంతువులు, తిన్నడు వంటి ఆటవిక బాలభక్తుని ద్వారా శైవభక్తిని ప్రబోధించాడు. శ్రీకాళహస్తీశ్వర మహత్మ్యం తుదిచరణం వరకు శైవతత్వాన్ని వర్ణిస్తున్నది.

భక్తి ప్రపూరితమైన ఆ ప్రబంధంలో శ్రీకాళహస్తి నామౌచిత్యం, శ్రీకాళహస్తి పురం, శ్రీకాళహస్తి మహత్మ్యం, శ్రీకాళహస్తీశ్వరుని మహిమ, కాళహస్తి దక్షిణ కైలాసమైన విధానాన్ని అద్భుతంగా వర్ణించాడు. ఈ వర్ణనల్లో చరిత్రగూడా దాగి ఉందని చెప్పవచ్చు.

1. శ్రీకాళహస్తి నామౌచిత్యం

సాధారణంగా ప్రతి ఊరిపేరులోను పౌరాణిక, చారిత్రక, స్థలపురాణాది విషయాలకు చెందిన అర్థం నిగూఢంగా దాగి ఉంటుంది. అదే సూత్రం శ్రీకాళహస్తికి కూడా వర్తిస్తున్నది. ఆ స్థల మహత్మ్యాన్ని గూర్చి ధూర్జటి ఇలా తెలిపాడు.

కం॥ తొలియుగమున శ్రీనామము
గల చెలఁదియు, త్రేతయందు ఁగాళంబను పా
ముల తేఁడును, దానికి నీ
తలి యుగమున హస్తియున్ వ్రతంబున గొల్చెన్

[శ్రీకాళహస్తీశ్వర మహత్మ్యం - ద్వితీయశ్వాసం - 93 పద్యం]

కృతయుగంలో సాలెపురుగు (శ్రీ), త్రేతాయుగంలో పాము (కాళం), ద్వాపర యుగంలో ఏనుగు శివుని పూజించి, తరించి, సాయుజ్యం పొందుట వలన వాటి పేరుతో

ఆ పురానికి శ్రీకాళహస్తి అనే పేరువచ్చిందని కవి నిష్కర్షగా చెప్పాడు.

2. శ్రీకాళహస్తి ప్రాశస్త్యం

ఆ పురం ప్రాశస్త్యాన్ని గూర్చి ధూర్జటి ఇలా తెలిపాడు.

మ॥ అతులైశ్వర్య పరంపరా విలసితంబైనట్టి తత్పట్టణ
ప్రతిబింబంబన ంజంద్రకాంత రచిత ప్రాకార మొప్పారున
ద్భుత మాయా బహు విభ్రమ భ్రమిత వస్తువ్రాతలో కోదయ
స్థితిలోఁగొన్న శివుండనంగ హృదయాచింత్య ప్రభావంబున్

[శ్రీకాళహస్తీశ్వర మహత్మ్యం - ప్రథమాశ్వాసం - 19 పద్యం]

ఆ పురప్రజలు అతులైశ్వర్యంతో తులతూగారంటాడు కవి. ఆపురం చుట్టూ చంద్రకాంత రచితమైన ప్రాకారముందంటాడు. ఆ పురంలో శివుడు నెలకొని ఉన్నాడని ప్రశంసించాడు.

3. శివుని మహిమలు

ఈ కాళహస్తిలో నెలవైన, కొలువైన దేవుడు శ్రీకాళహస్తీశ్వరుడు. అతడు సాక్షాత్ శివుడు. ఆదేవదేవుడు లయకారుడు. ఆ భగవానుని మహిమలను కవి ధూర్జటి ఇలా వర్ణించాడు.

సీ॥ తన యాజ్ఞ జంగమ స్థావర జంతుసం
తాన మెన్నడు జవదాట వెఱవఁ
దన తేజమున నద్భుదన్యర్భు దోష ర్బు
ధార్కచంద్రములైన నడఁగిపోవ,
దనదు శక్తి త్రయంబున సమస్త ప్రపం
చంబుల కభివృద్ధి సంభవిల్ల,
దన మహా ప్రక్రున పెద్దల చిత్తవృత్తికి
గణితాతిశ్చర్యంబు నావహింప
తే॥ జెలఁగె విశ్వేశ్వరుడు రాజ శేఖరుండు
కమఠ శర కిటి పరివృఢ వివిధ భువన

విషధరాధీశ హరి ముఖ్య వివిధ భువన
భార వహులకు (బ్రాణంబు ప్రాణమగుచు

[శ్రీకాళహస్తీశ్వర మహత్యం - ప్రథమాశ్వాసం - 28వ పద్యం]

శివునాజ్ఞను జంగమ, స్థావర జంతు సంతతి ఎప్పుడూ జవదాటదంటాడు కవి. ఆ దేవుని శక్తి చేతనే ప్రపంచమంతా అభివృద్ధి చెందు తున్నదంటాడు ఈ భువనంలోని సకల జీవరాశులకు ఆధారభూతుడు శివుడు. అందువల్ల శివుడు విశ్వేశ్వరుడిగా, రాజ శేఖరుడిగా కీర్తించబడుతూ, పూజలందుకుంటున్నాడు పరమేశ్వరుడు. ఐదు వందల సంవత్సరాలకు పూర్వమే శివమహిమలను లోకానికి చాటాడు ధూర్జటి. ఆ కారణంగా ఆ దేవ దేవుడు నెలకొన్న ప్రదేశం దక్షిణ కాశిగా వ్యవహరింపబడుతున్నది. ఆ విషయాన్ని కవి ధూర్జటి స్వయంగా చెప్పాడు.

కంII ఆ దంపతులకు (బూర్వ ది
శా దేశంబును విహార సదనం బగుచున్
దా దక్షిణ కైలాసము
నా, దేవ ప్రమథ సేవన ప్రథ నిలిచెన్

[శ్రీకాళహస్తీశ్వర మహత్యం - ప్రథమాశ్వాసం - 29 వ పద్యం]

ఉత్తర భారతదేశంలో కాశీ నగరంలో విశ్వనాథుడు, విశాలాక్షి పేరుతో పార్వతీ పరమేశ్వరులు పూజలందుకుంటూ భక్తుల కోర్కెలు తీర్చుచుండగా, దక్షిణ కాశిగా వాసికెక్కిన ఈ శ్రీకాళహస్తిపురంలో వాయులింగేశ్వరుని రూపంతో శ్రీకాళహస్తీశ్వర స్వామి, జ్ఞాన ప్రసూనాంబగా పార్వతిదేవి నెలవై భక్తులను కష్టాల బారినుండి విముక్తి చేస్తున్నారు. ఈ విధంగా ధూర్జటి మహాకవి శ్రీకాళహస్తి మహత్యాన్ని కళ్లకు కట్టినట్లుగా సాక్షాత్కరింపజేసాడు.

శ్రీకాళహస్తి, శ్రీ స్వామి విద్యా ప్రకాశానంద ప్రభుత్వ కళాశాల (పు) తెలుగు శాఖ వారు 6 మార్చి, 2013 నాడు 'శ్రీ కాళహస్తి క్షేత్ర సాహిత్యానుశీలన' అనే అంశంపై నిర్వహించిన యు.జి.సి జాతీయ సదస్సులో చదివిన వ్యాసం.

జాషువా ఖండ కావ్యాలు - పశుపక్ష్యాది కళా వైదుష్యాలు

ఆధునిక తెలుగు సాహిత్యంలో ధ్రువతార గుర్రం జాషువా. భాషలో భావంలో అభివ్యక్తిలో నూతనత్వాన్ని పాటించాడు. అణచివేయబడిన అణగారిన సామాజిక వర్గంలో పుట్టి ఎన్నో అవమానాలు చవిచూసిన మహాకవి. పురాణాది గ్రంథాల్లోని ఇతివృత్తాన్ని తీసికొని తమదైన రీతిలో కవులు కావ్యాలు రాస్తూ కీర్తి మూటగట్టుకుంటున్న రోజుల్లో, ఆదారిని పూర్తిగా వదిలిపెట్టి సమకాలీ నాంశాలను, ప్రకృతిని వస్తువుగా స్వీకరించి రచనలు చేశాడు. వీరి ప్రతి రచనలోనూ సామాజిక స్పృహ తొణికిసలాడుతుంది. ప్రజల మనసులోని భావాన్ని తన కలం ద్వారా వెల్లడించాడు. ప్రజల బాధను తనబాధగా భావించాడు. పక్షిశోకం వాల్మీకి మహర్షి మనస్సును పరివర్తినం చెందించి రామాయణం రాయడానికి ప్రేరణకాగా, జాషువా ఆ పక్షుల గురించే రాశాడు. గోమాత, కోతి వంటి జంతువుల, సాలీడు, తేనెటీగలు వంటి క్రిమి కీటకాదుల గురించి అపూర్వ కవితా సృష్టి చేశాడు. 'కాదేదీకవితకనర్హం' అన్న శ్రీశ్రీ సూక్తి జాషువా విషయంలో ప్రత్యక్షరసత్యంగా నిలుస్తున్నది. సాహితీ క్షేత్రంలో కృషీవలుడు కావాలనే గట్టి సంకల్పంతో ఆనాటి అననుకూల వాతావరణాన్ని సానుభూతికి ఏర్పడిన దుర్భిక్షాన్ని ఎదుర్కొంటూ ముందుకుసాగి, కవితా సుక్షేత్రంలో పసిడి పండించాడు. ఆ పసడితో తానే వివిధాభరణాలు చేసి ప్రజలకు ప్రతి ఫలాపేక్ష లేకుండా అందించాడు. వారి ప్రతి రచన ఒక అమూల్యాభరణం.

వ్యవహారిక భాషోద్యమ ప్రభావంతో అలతి అలతి తెలుగు పదాలతో వచ్చిన కవితా రచన ఒకవైపు, భావకవిత్వం, అభ్యుదయ కవిత్వం, విప్లవ కవిత్వం మరోవైపు సమాజంపై ప్రభావం చూపుతున్న రోజుల్లో, సాంప్రదాయ పద్యకవితా, రీతిని ఎన్నుకొని, మనం నిత్యం చూస్తున్నా అంతగా పట్టించుకోనట్టి, పరిశీలించనట్టి విశ్వ విభుని సృష్టిలోని అంతుబట్టని నైపుణ్యాలను వస్తువుగా స్వీకరించి కవితా సేద్యం చేశాడు. 'కవిరేవ ప్రజాపతిః' అని నిరూపించుకున్నాడు. ఆ కృషీవళుడు పండించిన పశుపక్ష్యాది కళానైపుణ్య పంటలను గూర్చి చర్చించడమే ఈ వ్యాస ప్రధానోద్దేశం.

మన పెద్దలు 'లోకోత్తర వర్ణనా నిపుణఃకవిః' అని కవిని నిర్వచించారు. దాని ప్రకారం లోకాన్ని అత్యంత దగ్గరగా సునిశిత దృష్టితో పరిశీలించిన మహాకవి జాషువా గోవు స్వభావాన్ని చక్కగా విశ్లేషించారు.

సీ॥ "అనుఁగు లేదూడ యంభారావ మాలించి
పొదుగున దుగ్ధంబు పొంగిపోవ,
గరువులలోఁ బచ్చిగడ్డి మేయుట మాని
తత్తరంబున నింటి దారిబట్టి,
కట్టుకంబంబున నట్టిట్టు మల్లాడు
కన్నపుత్రుని యంతికమున నిలిచి,
శిరము చుంబించి హెచ్చిన మోహమున జిన్ని
కొడుకు గుట్టకు చన్ను గుడుపు కొనుచు
తే॥గీ॥ అట్టునాకెడు నినుగాంచి యాగ్రహించి
బడియ చేబూని దండించు స్వామి నరసి
కలతఁ జెందక తొలగి యవ్వలకుఁబోవు
నీదు సహనంబు నాగుండె నీరు సేయు"

అంటూ గోమాత నిస్వార్థ పరత్వాన్ని విగ్గడించాడు. గోమాతకు కన్నబిడ్డపై ఉండే మమకారం కళ్లకు కట్టినట్లు చిత్రించాడు. అంతేగాకుండా గోమాత సహనానికి జోహార్లు అర్పించాడు. ఇంకా ఇవ్వడం తప్ప తీసికోవడం తెలియని గోమాతను కింది పద్యంలో కీర్తించాడు.

కం॥ ఇచ్చెదవుగాని క్రమ్మర
బుచ్చుకొనవు ప్రతిఫలంబు పుడిసెడు నీరున్
బచ్చిక దిని జీవింతువు
సచ్చరితవు నిన్నువంటి జంతవుగలదే?

అంటూ గోమాత పరోపకార గుణాన్ని కీర్తించాడు మహాకవి. 'పరోపకారాయ దుహంతి గావః' అని భర్తృహరి కూడా గోవును శ్లాఘించాడు. అందుకే గోమాతను

వేదాలు, భారత, రామాయణాలు, అష్టాదశ పురాణాలు ప్రశంసించాయి.

మానవులకు పూర్వరూపం 'కోతి' అని శాస్త్రవేత్తల అభిప్రాయం. కోతి నుంచి పరిణామం చెందాడంటారు వారు. ఏది ఎట్లున్నా రామాయణంలో శ్రీరామునికి 'కోతుల' సహాయం ఎంతగా తోడ్పడిందో అందరికి తెలిసిన విషయమే. ఆ విషయాన్ని జాషువా ఇలా ప్రకటించారు.

శా॥ లంకాయుద్ధము నందు రాముని పటాలంబై నిశాటాబ్ధి ని
ట్టింకుల్ సల్పినవారు మీ కులము వారేనంచు యధార్థమో
బొంకో పల్కెను వామలూరజుడు, తత్పుణ్యంబు నందక్కె మీ
కింకన్నూకలు నేల మీద; కపిదేవీ! రామ రాజ్యంబునన్

శ్రీరామునికి సహాయం చేసే అదృష్టం మీకే దక్కిందని కోతులను ప్రశంసించాడు కవి. ఇంకా వాటి స్వరూప స్వభావాలను గూర్చి ఇలా తెలిపాడు.

ఆ॥వె॥ 'చిత్రమై నీదు చిలిపి చేష్టలు జూచి
బోకరింపు జూచి, బొమలు సూచి
విస్మరింపగలదు విశ్వ మొక్క క్షణంబు
సంకటమున ప్రకృతి పంకిలమును'

అంటాడు. కోతి చిలిపి చేష్టలను చూచి, కనుబొమలు చూచి విశ్వమూ ప్రకృతి ఒక్క క్షణం సంకట స్థితిలో పడతాయంటాడు కవి. అదేవిధంగా జంతువులతో బాటు కవి పక్షులపై కూడా దృష్టి పెట్టాడు. గిజిగాడు అనే పక్షి కవిని మిక్కిలి ఆకట్టుకొనింది. ఆ పక్షి కట్టుకున్న గూడు కవిని చాలా అబ్బుర పరిచింది.

ఉ॥ తేలిక గడ్డి పోఁచలను దెచ్చి, రచించెద వీవు తూఁగు టు
య్యేల గృహంబు, మానవుల కేరికి సాధ్యము గాదు, దానిలో
జాలరు, లందులో జిలుఁగు శయ్యలు నంతిపురంబు లొప్పగా
మేలు భళీ! పులుంగు టెకి మీడవురా గిజిగాఁడ? నీడజా!

గిజిగాడి గూడును కవి అంతఃపురంతో పోల్చాడు. భావుకుడైన కవి తప్ప ఇతరులు అంతలోతుగా వెళ్లి భావాన్ని వ్యక్తం చేయలేరు గదా!

ఉ॥ నీ గిజిగాని నామకము, నీ తెలివిం బ్రకటించు గూడు, నీ
మైఁగల సోయగం బవని మానవకోటికి ముద్దుసేయు నో
యీ! గిజిగాడ! భీతిలకు! నీవు ధరాతలి నున్న బిట్టుగా
వాగెడు నాస్తికుల్తలలు వంతు రనంతుని చెంత ఖిన్నులై.

గిజిగాడి గూటి నిర్మాణ కౌశలం చూస్తే, అడ్డదిడ్డంగా మాట్లాడే నాస్తికులు కూడా భగవంతుని ముందు తల వంచుతారంటాడు కవి. గిజిగాడికి అంత కళాకౌశలం భగవంతుని లీలా విశేషమేనన్నది జాషువా అభిప్రాయం. ఆ గూటినుంచి తెగిపోకుండా ఒక్క గడ్డిపోచ కూడా విడదీయ లేము. దాని అల్లిక అంత జఠిలంగా ఉంటుందిమరి.

గిజిగాడి గూటి నిర్మాణ తీరు తెన్నులకు పరవశుడైన కవి దాని గుణగణాలను ఉన్నతంగా చిత్రించాడు. అటు తరువాత తన దృష్టిని నెమలిపై మరల్చాడు జాషువా. ఆడు నెమలిని గూర్చి ఇలా అంటాడు.

ఆ॥వె॥ 'భర్త హొంబట్టు జిలుఁగు టంబరము దాల్చి
విపిన వీధులలోఁదాండవించు చుండఁ
జేరువను నిల్చి మాసిన చీరఁ గట్టి
మురిసికొను పతివ్రతవు సుందరుల లోన'

ఆహా! ఎంతచక్కటి పోలిక. సుందరులలో పతివ్రత ఆడునెమలి అంటాడు కవి. జంతువులను, పక్షులను ప్రశంసించి, వాటి సహజ సిద్ధ గుణాలను లోకాలకు చాటి చెప్పిన కవి జాషువా తన దృష్టిని క్రిమి కీటకాలపై గూడా సారించాడు. అందులో తుమ్మెద లక్షణాన్నిలా అభివ్యక్తం చేశాడు.

ఉ॥ పూవులు దాఁచుకొన్న మధువుందని వోవఁగ గ్రోలి యింటికిం
దేవలె నన్న యాస నలు దిక్కుల కెక్కెదు నీచరిత్రయం
దేవ జనించి పద్మ వన మెల్ల మొగంబు మరల్చె, నిట్టి తృ
ష్ణానిలబుద్ధి తమ్మిచెలి కంపక పోదు నిన్ను షట్పదా!

పూవులు దాచుకొన్న మకరందాన్ని తాగి తన కడుపు నింపుకోకుండా, ఇంటికితెచ్చే తుమ్మెద గుణాన్ని మెచ్చుకుంటున్నాడు కవి. తన స్వార్థం గాకుండా కుటుంబాన్ని

పోషించడానికి పాటు పడాలని తుమ్మెద జీవితం మనకు సందేశమిస్తుంది. అదేవిధంగా 'సాలీడు' గూటి నిర్మాణ కౌశలాన్ని కీర్తించాడు కవి జాషువా.

శా॥ నీలో నూలు తయారు జేయు మరగానీ, ప్రత్తిరాట్నంబుగా
నీ, లేదీశ్వర శక్తి నీ కడుపులోనే లీనమై యుండునో
యేలీలన్ రచియింతు వీజిలుఁగునూ! లీ పట్టు పుట్టంబు!లో
సాలీఁడా, నిను మోసగాడవని విశ్వంబేల ఘోషించెడిన్?

సాలీడులో నూలు తయారు చేసే మరలేదు. పత్తిలేదు. రాట్నమూలేదు. అయితే ఇక గూటి నిర్మాణం ఎలా సాధ్యమైందంటే దాని కటుపులోనే ఈశ్వరశక్తి లీనమైపోయిందంటాడు కవి. "నిన్నున్గొనియాడి యీశ్వరుని వైదుష్యంబు నూహించెదన్" అంటూ సంతృప్తి చెందుతాడు జాషువా. ఆ రీతిగానే కవి తేనెపట్టును చూసి పరవసించిపోయాడు.

కం॥ పదివేల గదులతో, ప్రతి
గదికొక చిన్నారి మా ధుకర శాబముతో
చిదికిన మధుకోశము నా
మదికొక రాజాంతిపురము మాదిరి దోచెన్

తేనెపట్టులో పదివేల గదులు, ప్రతిగదిలో తుమ్మెదల చిన్న పిల్లలు, వాటికి ఆహారంగా తేనె – వీటన్నిటిని చూస్తుంటే కవికి అంతఃపురం గుర్తొచ్చింది.

ఈ విధంగా మహాకవి జాషువా గోవు, కోతి వంటి జంతువులను, గిజిగాడు, నెమలి వంటి పక్షులను, తుమ్మెద, సాలీడు, తేనెటీగవంటి క్రిమికీటకాలను కవితావస్తువుగా స్వీకరించి ఖండ కావ్యాలుగా రచించాడు. ప్రాచీన కాలం నుంచి సాంప్రదాయ సంస్కృతాంధ్ర కవులు వీటిని ఉపమానాలుగా తీసికొని కావ్యాలు రాశారు. అయితే జాషువా మాత్రం వాటి స్వరూప స్వభావాలను–వాటికి భగవంతుడు జన్మతః ప్రసాదించిన కళా వైదుష్యాన్ని రమ్యంగా, వర్ణనాత్మకంగా, ఉపమాన స్ఫోరకంగా, హితకరంగా, అద్భుతంగా, మహిమాన్వితంగా రచించి, తనకున్న సామాజిక స్పృహను, భూతదయనుపాఠకలోకానికి చాటిచెప్పాడు. అందువల్ల జాషువా ఖండ కావ్యాలను కలకండ ఉండలుగా భావించవచ్చు.

శ్రీ కళాగౌతమి, మార్చి 2013లో ప్రచురితమైన వ్యాసం

మహాభారతంలోని వృత్తులు - నాటి ప్రజల జీవన విధానం

ఆర్ష వాఙ్మయములో శ్రీ మహాభారతమునకు ఉన్నస్థానము ఇతర గ్రంథములకు లేదు. ఇది సామాన్య మానవుని మొదలు పరిణత ప్రజ్ఞగల విద్వల్లోకముల వరకు నిత్యోపయుక్తము. యథాతథముగా లోకులకు ఉపయోగపడు ధర్మోపదేశమునందించిన ఆధ్యాత్మిక ధర్మశాస్త్ర విషయ బంధురమగు ప్రముఖ నిబంధము. ఇది లక్షశ్లోకాల బృహద్గ్రంథం. వ్యాస భగవానుడు మానవజాతిని ఉద్దేశించి సందేశాత్మకంగా చేసినరచన మహాభారతం. ఇలాంటి విశిష్టతలతోనే భారతానికంటే ముందే వెలువడిన గ్రంథం రామాయణము. "భారతీయ సాహిత్యానికి మకుటాయమానమైన గ్రంథాలు రెండు. మొదటిది వాల్మీకి మహర్షి వేదోప బృంహణంగా అందించిన కమనీయ మైన కావ్యం రామాయణం. రెండవది వ్యాసభగవానుడు లోకానికి అనుగ్రహించిన పంచమవేదమైన మహేతిహాసం మహాభారతం". ఈ మహాభారతం ప్రపంచ వాఙ్మయంలోనే సాటిలేని అత్యుత్తమమైన ఇతిహాసంగా గుర్తించబడింది. అందుచేత వ్యాసభగవానుడే దీని ప్రాశస్త్యాన్ని ఇలా వివరించాడు.

శ్లో॥ సర్వేషాం కవి ముఖ్యానాము ప జీవ్యో భవిష్యతి ।
పర్జన్య ఇవ భూతా నామ క్ష యో భారత ద్రుమః॥

సకల ప్రాణులకు మేఘం జీవనాధారం అయినట్లు ఈ మహాభారతం మహాకవులకు ఆధారం అవుతుంది. అందుకే 'యది హాస్తి తదన్య త్రయన్నే హాస్తి నతత్ క్వచిత్' - ఇందులో లేనిది మరెక్కడా లేదని కీర్తించబడింది.

ఇంతటి విశిష్టత కలిగిన మహాభారతాన్ని మనం విశ్లేషించి చూస్తే ఎన్నో సామాజికాంశాలు బయటపడతాయి. ఆనాటి ప్రజల జీవన విధానం, వారు ఆచరించిన వృత్తులు, వివిధ వృత్తులవారికి నాడున్న ఆదరణవంటి ఎన్నో విషయాలు తేటతెల్లమౌతాయి. పౌరోహిత్యం, తపోవృత్తి, సూతవృత్తి, బోయలవృత్తి, యాదవుల పశుపాలకవృత్తి వంటివి ఎన్నో ఉన్నాయి. రాజసూయ యాగం నిర్విఘ్నంగా చేసి మయసభలో కొలువుదీరిన ధర్మరాజు వద్దకు నారదమహర్షివచ్చి వివిధ రాజనీతి, ధర్మాలనుఅడిగాడు. ఆ సందర్భంలో వారిరువురి సంభాషణలో కొన్ని వృత్తులు, ఆవృత్తి వారిపట్ల రాజు తీసికోవలసిన చర్యలు,

జాగ్రత్తలు ప్రస్థావించబడ్డాయి. వ్యాపారులు, రైతులు, శిల్పులు వంటి వివిధ వృత్తులు వారి మాటల సందర్భంగా చర్చకువచ్చాయి.

శ్లో॥ కచ్చిదాయస్య చార్థేన చతుర్భాగేన వాపునః।
పాదభాగై స్త్రి భిర్వాపి వ్యయః సంశుధ్యతే తవ॥

కష్టాలలో ఉన్న జ్ఞాతులను గురువులను వృద్ధులను వర్తకులను శిల్పులను ఆశ్రయించిన వాళ్లను ధన ధాన్యాదులిచ్చి చక్కగా ఆదుకొంటున్నావు గదా! గురువులను, వర్తకులను, శిల్పులను పై శ్లోకంలో ప్రస్తావించాడు. ఇంక రైతులనుగూర్చి ప్రత్యేకంగా ప్రస్తావించాడు నారదమహర్షి.

శ్లో॥ "కచ్చిద్రాష్ట్రే తదాకాని పూర్ణానిచ బృహన్తిచ।
భాగతో వినివిష్టాని న కృషిర్దేవ మాతృకా"

వ్యవసాయదారుడు అన్నమూ, విత్తనాలు లేక బాధపడడం లేదుకదా? వ్యవసాయదారులకు నూటికి ఒకటి చొప్పున వడ్డీతో వారికి అను గ్రహంగా, అప్పు ఇస్తున్నావు కదా? అని ప్రశ్నించాడు. అటు తరువాత వర్తకుల గురించి ప్రస్తావించాడు.

శ్లో॥ అగ్ని హోత్ర ఫలా వేదాః దత్త భుక్తఫలం ధనమ్।
రతిపుత్ర ఫలాదారాః శీలవృత్త ఫలం శ్రుతమ్॥

లాభాలు సంపాదించుకొనడం కోసం దూరదేశాల నుండి వచ్చిన వర్తకులనుండి పన్నుమీద బ్రతికే వాళ్ళు నియమం ప్రకారం విధించిన పన్ను వసూలు చేస్తున్నారు కదా! అని తర్కించాడు. ఇక శిల్పులు బాగోగుల గురించి ప్రస్తావించాడు.

శ్లో॥ కచ్చిద భ్యాగతా దూరాద్వణితో లాభాకారణాత్।
యధోక్తమ వ హార్యన్తే శుల్కం శుల్కోప జీవిభిః ॥

శిల్పులందరికి నాలుగు మాసాలకు అవసరమైన దానికి తగ్గకుండా, వస్తువులు, శిల్పసాధనాలు, బాగుగా తప్పనిసరిగా ఇస్తున్నావు కదా! అని ప్రశ్నించాడు. దీనిని బట్టి వ్యాపారులు, రైతులు, శిల్పులు ఆనాడు ప్రధాన వృత్తి దారులుగా చెప్పవచ్చు. వారి మంచి చెడ్డలు చూడవలసిన బాధ్యత రాజుపైనే ఉందని నారదమహర్షి స్పష్టంచేశాడు. ఇవి ఆనాటి స్థితిగతులు కాదు, సార్వకాలిక సత్యాలు. నేటి పాలకులకు కూడా అవిశిరోధార్యాలే.

పురోహిత వృత్తి

పురం యొక్క హితం కోరేవాడు పురోహితుడు. దైవార్చనతోబాటు ప్రజలకు సంబంధించిన వివిధ కర్మకాండలను చేయవలసిన బాధ్యత పురోహితునిదే. దీనితోబాటు రాజమందిరంలో ఉంటూ రాజుకు తగిన సూచనలు చేస్తూ, ఉత్తమ సలహాలు ఇస్తూ, రాజు చెప్పిన రాజకార్యాలు ముఖ్యంగా రాయబారులుగా విధులు నిర్వర్తించేవారు. భారతంలో ద్రుపద మహారాజు - తన పురోహితుని పాండవుల తరపున కౌరవుల వద్దకు రాయబారిగా పంపాడు. అతన్ని ఇలా ప్రశంసించి పంపాడు.

కం॥ "హితుఁడవు మతి మంతుండవు
చతురవచన కోవిదుడవు సమయజ్ఞుఁడ వు
న్నత వంశ వర్థనుఁడ విం, గిత
వేదివి నెచ్చెలివి సుకృతినట్లగుటన్

తే॥ నాకుఁ గర్తవ్య మగుపని నీకుఁజేయఁ
దగవు కావున నెల్ల విధముల ఁబూని
పాండవార్థంబు ధృతరాష్ట్రు పాలికరిగి
నేర్పు పాటించి కార్యంబు తీర్పవలయు"

పాండవుల కోసం ధృతరాష్ట్రుని వద్దకు వెళ్లి, నేర్పుగా మాట్లాడి కార్యాన్ని నెరవేర్చాలని విన్నవించాడు.

తపోవృత్తి

ఋషులకు, మునులకు, తపస్సు చేయడమే ప్రధానవృత్తి. చతురాశ్రమాలలో సన్యాసాశ్రమం నాల్గవది. వృద్ధాప్యంలో సన్యాసాశ్రమంలో శేషజీవితం గడిపేవారు. అరణ్యాలకు వెళ్లి మౌనముద్రతో కాలం వెలిబుచ్చేవారు. గాంధారి, ధృతరాష్ట్రులు ఆ విధంగానే గడిపారు. వారికి తోడుగా కుంతి, విదురుడు కూడా ఉండి అక్కడే తనువు చాలించారు. ఇంకా మునిదంపతుల శాపం పొందిన పాండురాజు రాజ్యానికి రాకుండా శతశృంగ పర్వతంలో తపము చేశాడు.

మ॥ యతి సంగంబుల సంగతిన్ దురిత కర్మా పేతుఁడై యేగి సం
తత సిద్ధామర యక్ష సేవిత సముద్యచ్ఛృంగమై యున్నయా

శతశృంగంబను పర్వతంబున శుభాచారుండు నిత్యవుతో
దృతుcడై ఘోర తపంబు సేసె ముని బృందం బద్భుతం బందcగన్

పాండురాజు తపోనిష్టకు ముని బృందం ఆశ్చర్యపోయింది. లౌకిక విషయాలకు దూరంగా ఉండాలంటే మునివృత్తిలో తపోదీక్షతో కాలం గడపడం అత్యుత్తమ మార్గంగా వారు భావించారు.

సూతవృత్తి

సూతులనగా గుర్రాలుమేపెడివారు. గంగానదిలో కుంతిచేత పెట్టెలో పెట్టి వదలబడిన కర్ణుడు సూత దంపతులకే దొరుకుతాడు. అతన్ని వారు అపురూపంగా పెంచుతారు.

ఆ॥ "ఘన భుజుండు రాధయను దానిపతి యొక్క సూతు
దరుగుదెంచి చూచి రత్న
పుంజ భరిత మయినమంజసలో నున్న, కొడుకు
దానితోన కొను చువచ్చి"

ఆ బాలునికి ఆ సూత దంపతులు వసుసేనుడని పేరు పెట్టారు. కుమారాస్త్ర విద్యాప్రదర్శన సందర్భంలో అర్జునునితో సమానంగా విద్యను ప్రదర్శించిన కర్ణుని కృపాచార్యాది పెద్దలు సూతకుల సంజాతుడని, క్షత్రియులతో పోటీపడుటకు సూత కులం వారికి అర్హత లేదని అధిక్షేపించారు. దీనిని బట్టి సూతకులం క్షత్రియుల కంటే అధమమైనదిగా చెప్పవచ్చు.

బోయవృత్తి

పక్షులను చంపితిని జీవించుట బోయల ప్రధానవృత్తి. పురాణాలలో బోయల ప్రస్తావన అక్కడక్కడ కనిపిస్తుంది. ఒక్క మాటలో చెప్పాలంటే రామాయణం పుట్టుకకు ప్రధాన కారణం బోయవాడు. అతడు క్రౌంచపక్షిని బాణంతో కొట్టి చంపకుండా ఉండి ఉంటే వాల్మీకిలో కవితా వేశం పొంగి పొర్లేది కాదు. ఇక భారతంలో చూస్తే - ఏకలవ్యుడు బోయవాడు. పక్షులు, జంతువులు చంపి జీవించుట వారి ప్రధాన వృత్తి. భీష్ముడు ధర్మరాజుకు శరణాగత రక్షణ విధానాన్ని తెలుపుటకు బోయవాని వృత్తాంతాన్ని ఉదహరించాడు. "పాపాత్ముడొకబోయ పక్షుల వధియించి, తినియును బెక్కమ్మి కొనియు నదియ బ్రదుకుగా

దానికి, బహు సాధనంబులు, సవరించుకొని మహాటవిఁజరింప" (ఆంధ్ర మహాభారతము - శాంతిపర్వము- తృతీయా శ్వాసము - 307వ పద్యం) అంటూ ఆ బోయవాని జీవన శైలిని వర్ణించాడు.

ఇతరవృత్తులు

అజ్ఞాతవాసకాలంలో పాండవులు, ద్రౌపది మారుపేర్లతో విరాటరాజు సభలో చేరారు. మొదట ధర్మరాజు కంకుడను పేరుతో సభలో చేరిపోయాడు. ద్యూత క్రీడలో మంచి నైపుణ్యం కలవాడని చెప్పుకొన్నాడు. భీముడు వలలుడనే పేరుతో చేరాడు. వివిధ రకాల రుచులతో గూడిన వంటలు చేయడంలో తాను నేర్పరినని చెప్పుకొన్నాడు. అర్జునుడు బృహన్నల వేషంలో వెళ్లి సభలో చేరాడు. తనకు నృత్యగీతాలలో చక్కని ప్రావీణ్యం ఉ ందన్నాడు. నకులుడు తామగ్రంథి అనే పేరుతో వెళ్లి చేరాడు. గుర్రాలకు శిక్షణ - వాటికి చికిత్స చేయుటలో నిపుణుడనని చెప్పుకొన్నాడు. సహదేవుడు తంత్రీపాలుడు అనేపేరుతో వెళ్లి సభలో చేరాడు. తాను గో పర్యవేక్షణలో మంచి నేర్పరినని చెప్పుకున్నాడు. ఇక ద్రౌపతి సైరంధ్రి పేరుతో విరాట రాజు భార్య సుదేష్ణ వద్దకు వెళ్లింది. తాను విచిత్ర మైన పూలమాలలను, వివిధ సుగంధ ద్రవ్యాలను తయారు చేయగలనన్నది. వీరు చెప్పిన పనులన్నిటినీ వృత్తులుగానే పరిగణింపవచ్చు. అదేవిధంగా యాదవులను పశుపాలకులుగా పరిగణించవచ్చు. ఇంకా భారతంలో చేపలు పట్టేవారిని గూర్చి గూడా చెప్పబడింది. యముడు గొప్ప శిల్పిగా మహాభారతం కీర్తిస్తున్నది.

ఈ విధంగా మహాభారతంలో వివిధ వృత్తులు - వాటిని ఆచరించిన వారిని గూర్చి విపులంగా చర్చించడం జరిగింది. వీటి ఆధారంగా ఆనాటి ప్రజల జీవన విధానాన్ని నేటి తరానికి తెలియజేయవచ్చు.

ఉపకరించిన గ్రంథాలు

1. మహా భారత సార సంగ్రహము- పుట. 23
2. ఆదిపర్వం- 1-92వ శ్లోకం
3. సభాపర్వం- 5-71వ శ్లోకం
4. సభాపర్వం- 5-78వ శ్లోకం
5. సభాపర్వం- 5-113వ శ్లోకం
6. ఆంధ్ర మహా భారతం- ఉద్యోగ పర్వం- ప్రథమాశ్వాసం- 53,54 పద్యాలు
7. ఆంధ్ర మహా భారతం- ఆది పర్వం- పంచమాశ్వాసం- 64వ పద్యం
8. ఆంధ్ర మహా భారతం- ఆది పర్వం- పంచమాశ్వాసం- 31వ పద్యం

చిత్తూరు, పి.వి.కె.ఎన్. ప్రభుత్వ కళాశాల, తెలుగు విభాగం వారు 17 మార్చి 2013 నాడు 'కవిత్రయ భారతం- జనజీవన విజ్ఞాన సర్వస్వం' అనే అంశంపై నిర్వహించిన యు.జి.సి జాతీయ సదస్సులో చదివిన వ్యాసం.

రామ రసామృత భాండం-దాశరథీశతకం

భారతీయ సాహిత్యాకాశంలో రామాయణం సూర్యప్రభ వంటిది. భారతీయ వాఙ్మయంలో వెలువడిన ఆదికావ్యం గూడా రామాయణమే. అందులో శ్రీ రఘురాముని చరిత్ర వర్ణించబడింది. దశరథుడు, లక్ష్మణుడు, భరతుడు, శత్రఘ్నుడు, వాలి, సుగ్రీవుడు, హనుమంతుడు, రావణుడు, విభీషణుడు, కుంభకర్ణుడు వంటి పురుష పాత్రలు, కౌసల్య , సుమిత్ర, కైక, సీత, తార, శూర్పనఖ, మండోదరి, శబరి వంటి స్త్రీ పాత్రలు ఇందులో చిత్రించబడ్డాయి. ఈ పాత్రలద్వారా ఆదికవి వాల్మీకి-జనులు ఎలా జీవించాలో, ఎలా ప్రవర్తించగూడదో రసౌచిత్యవంతంగా జీవిత విలువలను వివరించాడు. అందువల్లనే రామాయణం రమణీయమైన కావ్యంగా కీర్తించబడింది. వాల్మీకి మహర్షి రామాయణాన్ని ఆధారంగా చేసుకొని వివిధ భారతీయ భాషలతోపాటు అనేక ప్రపంచ భాషల్లో అనువాదాలు వెలువడ్డాయి ఇంకనూ వెలువడుతూనే ఉన్నాయి వెలువడుతూనే ఉంటాయి. దీనికి రామరసంలో ఉన్న అనిర్వచనీయమైన రుచిప్రధాన కారణంగా చెప్పవచ్చు.

రామాయణ కావ్యం వివిధ భాషల్లోకి అనువదించబడినట్లే వివిధ ప్రక్రియల్లో గూడా వెలువడింది. కొందరు ఆ కావ్యాన్ని యథాతథంగా అనువదించగా మరికొందరు కాలానుగుణంగా మార్పులు చేర్పులు చేస్తూ రాశారు. ఇంకొందరు రామనామ మహిమను, గుణాలను వర్ణించారు. అటువంటి వాటిలో శ్రీ రామ కర్ణామృతం, దాశరథీశతకం చెప్పకోదగ్గవి. శ్రీ రామ కర్ణామృతం సంస్కృతంలో వెలువడగా దాశరథీశతకం తెలుగులో వెలుగుచూసింది. ఈ శతకకర్త పరమ రామభక్త పరాయణుడైన కంచెర్ల గోపన్న. ఈ కవి శ్రీరామునిపై కీర్తనలూ రాశాడు.

"ఏ తీరుగ నను దయజూచెదవో - ఇనవంశోత్తమ రామా!
నాతరమా భవ సాగర మీదను - నళిన దళేక్షణ రామా!
శ్రీ రఘునందన సీతారమణా - శ్రితజన పోషక రామా!
కారుణ్యాలయ। భక్తవరద। నిను - కన్నది కానుపు రామా!"

అంటూ ఆ శ్రీ రామచంద్ర ప్రభును శరణువేడాడు.

శ్రీరామ కథామృతం

శ్రీ రామనామం ఎంతో మహిమాన్వితమైనది. ఆ నామాన్ని, ఆ నామధేయుని కథామృతాన్ని తనివిదీరా జుఱ్ఱుకుంటానన్నాడు గోపన్న.

ఉ॥ జుఱ్ఱెద మీ కథామృతము; జుఱ్ఱెద మీ పదకంజ తోయమున్
జుఱ్ఱెద రామ నామమున జొబ్బిలుచున్న సుధా రసంబునే;
జుఱ్ఱెద జుఱ్ఱజుఱ్ఱఁగరుచుల్ గనువారి పదంబుఁ గూర్పవే
తఱ్ఱుల తోడి పొత్తిడిక దాశరథీ! కరుణాపయోనిధీ!

[దాశరథీ శతకం - 37వ పద్యం]

ఓ శ్రీ రామా! మీ దివ్యచరితామృతమును, మీ పాద కమల తీర్థమును, రామానామ మందలి అమృతరసమును జుఱ్ఱుకొంటాను. మీ దివ్య నామామృతమును జుఱ్ఱుకొనగా, జుఱ్ఱుకొనగా రుచిని పొందిన వారి స్థానమును కల్పించుము. నాకు జంతువులతో సహవాసం కూర్చవద్దు అని వేడుకున్నాడు గోపన్న. ఇక్కడ కవి రామనామాన్ని త్రాగుతాననలేదు. జుఱ్ఱుకుంటానన్నాడు. ఉన్నదంతా తృప్తిగా సేవించుటను జుఱ్ఱుకొనుట అంటారు. సహజంగా దూడలు ఆవులపాలను జుఱ్ఱుకుంటాయి. ఆవులుగూడా దూడలకు అనుకూలంగా పొదుగును చేపుకు తెచ్చి నిలబడతాయి. అటువంటి రసానందస్థాయి తనకూ కావాలంటాడు కవి. 'రామో విగ్రహాన్ ధర్మః' అను నానుడిని బట్టి ధర్మ స్వరూపుడైన రాముని కథామృతాన్ని ఆస్వాదించాలని గోపన్న కోరుకున్నాడు.

రామభక్తి మహిమ

శ్రీ రాముడు ఆపద్బాంధవుడు. తనను శరణుగోరిన వారిని రక్షిస్తాడు. తనకు కీడుచేయ ప్రయత్నించేవారిని నిర్జిస్తాడు. భక్తుల కోర్కెలు తీరుస్తాడు. తనను శరణుగోరిన విభీషణున్ని రక్షించాడు. కీడుచేసిన రావణున్ని సంహరించాడు. తనకై ప్రాణాలర్పించిన జటాయువుకు అగ్నిసంస్కారాలు చేశాడు. శబరికి ముక్తిని ప్రసాదించాడు, వాలిని వధించాడు. సుగ్రీవున్ని ఆదరించాడు. గురువాజ్ఞను మన్నించి తాటకాది రాక్షసులను నిర్జించాడు. ఆరీతిగానే అహల్య చేసిన పాపానికి విముక్తి కలిగించాడు. వీటిని దృష్టిలో పెట్టుకొని కవి తనను పాపవిముక్తున్ని చేయాలని అభ్యర్థిస్తున్నాడు.

చ॥ అగణిత జన్మ కర్మ దురి తాంబుధిలో బహు దు:ఖ వీచికల్
దెగిపడ నీఁదలేక జగతీధవ। నీ పద భక్తి నావచేఁ
దగిలి తరింపఁ గోరితిఁ బదంపడి నాదు భయంబు మాన్పవే
తగదని చిత్తమందిడక; దాశరథీ। కరుణాపయోనిధీ!

[దాశరథీ శతకం - 47వ పద్యం]

ఓ శ్రీ రామా! లెక్కలేని జన్మముల వలన పాపముల సముద్రములో పడి దు:ఖములను అలలు మీద వచ్చిపడుచుండగా గట్టునకు ఎక్కలేక నీ పాదాల భక్తి అను పడవను ఆధారంగా చేసుకొని దాటకోరినాను. దయయుంచి నామొరను కాదని త్రోసివేయక నాభయాన్ని వెంటనే తీర్చుము. నేను చేసే పాపాలకు లెక్కలేదు. అయినా నా నాలుకకు నీ దివ్యనామ రసాయనం అబ్బినది. పూర్వం ఒక చిలుక ‘ రామా’ అని పలుకగానే మెచ్చి పుణ్యలోకాన్ని ఇచ్చితివి. ఆ విధంగానే నన్నూ కాపాడుము అని కవి శ్రీరాముని ప్రాధేయపడ్డాడు.

రామశబ్ద మహిమ

రామశబ్దం చాలా విశిష్ఠమైనది. పలుకుటకు చాలా సులభమైనది. ఆ పదం వినగానే భక్తుల మనస్సులు భక్తితో పరవళ్లు తొక్కుతాయి, తనువులు పులకిస్తాయి. ఆ శబ్దమహిమను గూర్చి కవి ఇలా అంటాడు.

ఉ॥ ‘రా’ కలుషంబులెల్ల బయలం బడ ద్రోచిన ‘మా’ కవాటమై
డీకొనిప్రోచు; నిక్కమని ధీయుతులెన్నఁ దదీయ వర్ణముల్
గైకొని భక్తిచే నుడువ గానరు గాక విపత్పరం పరల్
దాకొనునే జగజ్జనుల దాశరథీ। కరుణాపయోనిధీ!

[దాశరథీ శతకం - 16వ పద్యం]

ఓ శ్రీ రామా! ‘రా’యని పలుకగనే పాపాలన్నియు దేహమునుండి బయటకు వెడలును.‘మా’యనగానే ఆ పాపములు మరల లోపలికి రాకుండనట్లు ద్వారాముగా నుండి నిలువరించును. ఇది నిజమని బుద్ధిమంతులు చెప్పుచున్నారు. ఆ అక్షరములను గ్రహించి భక్తితో పలికితే జనులుచేసిన పాపాలునశించి పోవునుగదా। అంటాడు. ఇంకనూ

అంటాడు. 'రామా! హరీ! రఘువంశానికి సంతోషం కలిగించు రామా! హరీ!' అని నీ నామమును కప్పల గొంతులతో గట్టిగా తలచిన పాపాత్ములు పాప విముక్తిని బొంది నీ దివ్యపథము నందు సుఖంగా నివసింతురుగదా। అంటూ తరుణోపాయం చెప్పాడు. శ్రీ కంచెర్ల గోపన్న కంటే ముందే రచించబడిన శ్రీరామ కర్ణామృతం ఇలా తెలుపుతున్నది.

శ్లో॥ మాతా రామో మత్పితా రామచంద్రో।
భ్రాతా రామో మత్సఖా రాఘు వేశః।
సర్వస్వం మే రామచంద్రో దయాళు।
ర్నాన్యం దైవం నైవజానే నజానే॥

[శ్రీరామ కర్ణామృతం - ప్రథమాశ్వాసం - 40వ శ్లోకం]

రాముడు నా తల్లి, రామచంద్రుడు నా తండ్రి, రాముడు నా సోదరుడు, రాముడు నా మిత్రుడు, దయామయుడగు రామచంద్రుడే నా సర్వస్వం. ఆయన కంటే ఇతర దైవాన్ని తానెరుగనని కవి అంటాడు.

శ్రీ రామ భక్తిరస కావ్యాలలో దాశరథీ శతకం కలకండలాంటిది. కలకండ ఎంతతిన్నా తీపి పెరుగునే కాని తగ్గదు. ఆవిధంగానే దాశరథీ శతకం చదివిన కొలదీ రామభక్తి తత్పరత పెరుగుతుందేగాని తరగదు. శ్రీరాముని గుణగణాలను, అవతారాలను, వ్యక్తిత్వ వికాసాన్ని సమగ్రంగా భక్తితో రంగరించి శతకాన్ని మనకు అందించిన కంచెర్లగోపన్న ధన్యజీవి.

సప్తగిరి, జూలై 2013 లో ప్రచురితమైన వ్యాసం

సాహిత్యంలో సత్యనిష్ఠ

హితాన్ని కలిగించేది, హితాన్ని బోధించేది, హితంతో కూడుకున్నది సాహిత్యం. అది వాగ్రూపమైనా లిఖిత రూపమైనా కావచ్చు. దీనికి లింగ వర్గ వయో ప్రాంత భాషా భేదంలేదు. అందరూ ఆచరించాల్సినది కూడాను. రామాయణ భారతాది ఇతిహాసాల్లో హితకరమైన సత్యానికి ప్రముఖస్థానం ఇవ్వబడింది. ఆది కావ్యమైన రామాయణంలో కైక కోరికలు విన్నాక దశరథుడు చాలా బాధపడ్డాడు. నీరు లేకపోయినా పంటలు పండితే పండవచ్చు. సూర్యుడు లేకపోయినా ఈ లోకం ఉంటే ఉండవచ్చు. కానీ రాముడు లేకుండా నేను జీవించలేను.రాముడిని చూస్తే చాలు, నామనసు పొంగిపోతుంది. అతడు కనబడకపోతే నాలో చైతన్యమే నశించిపోతుంది. కౌసల్యను వదలి వెయ్యమంటే వదలగలను. సుమిత్రను వదలమంటే వదలగలను. అఖండమైన రాజ్యలక్ష్మిని వదలమన్నా వదలగలను. ఆఖరికి నా ప్రాణాలు వదలమన్నా సులభంగా వదలగలను. కానీ పితృభక్తుడైన రామున్ని వదల లేను. ఎందుకంటే మానవుడికి ఉండవలసిన అన్ని సద్గుణాలు రాసిపోసి మానవ రూపం కల్పిస్తే రాముడిలా ఉంటుంది. ఈ విధంగా రామున్ని తలచుకుంటూ దశరథుడు బాధపడ్డాడు.

అయితే రామునిలో ఉన్న ఆ సద్గుణాలు ఏమిటో గూడా రామాయణం స్పష్టంగా చెప్పింది.

శ్లో ॥ సత్యం దానం తపస్త్యాగో మిత్రతా శౌచమార్జవ।
విద్యచ గురు శుశ్రూషా ధ్రువాణ్యేతాని రాఘవే॥

సత్యం, దానం, తపస్సు, త్యాగం, త్రికరణ శుద్ధి, ఆర్జవం (కపటం లేకపోవటం) విద్య, గురుశు శ్రూష వంటి సద్గుణాలన్నీ రాముడిలో స్థిరంగా నిలిచి ఉన్నాయట. మహావీరుడైన రాముడు సత్యవాక్యపాలనతో లోకులందరినీ ఆకట్టుకున్నాడు. దానం వలన దీనుల మనస్సు జయించాడు. శుశ్రూషచేసి గురువుల మనస్సు దోచుకున్నాడు. ధనుర్విద్యా పాటవంతో వీరులను మెప్పించాడు. యుద్ధంచేసి శత్రువులను జయించాడు.

దశరథమహారాజు రాముని పరంగా చెప్పిన ఇన్ని సుగుణాలలో అగ్రగణ్యమైనది సత్యం. దాని తరువాతనే తక్కినవన్నీ. ఒక్క సత్యసంధత లేకపోతే ఎన్ని సుగుణాలున్నా వ్యర్థమేగదా! రైలు పెట్టెలో ఇంజను బోగీ బాగుంటే, అది సక్రమంగా నడుస్తుంటే తక్కిన పెట్టెలన్నీ దాన్ని అనుసరిస్తాయి. అదే విధంగా సత్య వాక్పాలన అనే సుగుణం వెంటే మిగిలిన గుణాలన్నీ అనుసరించి ఉంటాయి. అందువల్ల మనిషి ముందు సత్యవాక్కుకు కట్టుబడి నడుచుకోవాలి. ఇంకా దశరథుడు తన భార్య కైకతో ఇలా అంటాడు.

శ్లో ॥ సత్యమేక పదం బ్రహ్మ! సత్యేధర్మః ప్రతిష్ఠితః ।
సత్యమేవా క్షయా వేదాః సత్యేనైవాప్యతేపరమ్ ॥

సత్యం అనే ఒక్క మాటే బ్రహ్మస్వరూపం. సత్యమే అక్షయ వేదాలు. ఆ సత్యం మీదనే ధర్మం ఆధారపడి ఉంది. ఎవరైనా సత్యం ద్వారానే పరమపదం చేరుకోగలుగుతారు. దశరథుడు ఎంతగా ప్రాధేయపడినా కైక మనసు కరగలేదు. ఎట్టకేలకు శ్రీరాముడు అరణ్య వాసానికి పోయాడు. దశరథుడు పుణ్యగతికి వెళ్లాడు. భరతుడు రాజ్యాన్ని తిరస్కరించాడు. భర్తచేత, కొడుకుచేత, ప్రజలచేత చీవాట్లు తినటం కైక వంతయింది. వాల్మీకి మహర్షి ఈ సన్నివేశాలను ఎంత రమ్యంగా చిత్రించినా సత్యస్ఫూర్తిని చక్కగా రగిలించగలిగాడు.

రామాయణంలో వలె భారతంలో కూడా సత్యమహిమను గూర్చి చాలా చోట్ల చెప్పబడింది. నిండు సభలో శకుంతల కుమారుని వెంటబెట్టుకొని వచ్చి తనను భార్యగా, కుమారుని యువరాజుగా స్వీకరించాలని ఎంతగానో దుష్యంత మహారాజును బ్రతిమాలింది. అయినా అన్నీ తెలిసిన ఆరాజు నేనెక్కడ? నీవెక్కడ? ఈ కుమారుడెక్కడ? - అంటూ హేళనగా, నిందా పూర్వకంగా మాట్లాడి మీరెవ్వరో నాకు తెలియదు పోండని హెచ్చరించాడు. ఆ సందర్భంలో శకుంతల సత్య మహిమను గూర్చి ఇలా తెలిపింది.

కం॥ వెలయంగ నశ్వమేధంబులు, వేయును నొక్క సత్యమును నిరుగడలం
దులనిడి తూపగ సత్యము, వలనన ములుసూపు గౌరవంబున పేర్మిన్

[శ్రీమదాంధ్ర మహాభారతం - ఆదిపర్వం - చతుర్థాశ్వాసం - 95 పద్యం]

వేయు అశ్వమేధ యాగాల ఫలితాన్ని, ఒక్క సత్యాన్ని త్రాసులో ఉంచి తూకం చూస్తే ముల్లు సత్యం వైపుకే ఒరుగుతుంది. సత్యం మలినం లేనటువంటిది. దాన్ని గుర్తుంచుకొని కణ్వమహర్షి ఆశ్రమంలో మనం గాంధర్వ వివాహం చేసుకొన్న సంగతిని జ్ఞప్తికి తెచ్చుకొని తనను భార్యగా, భరతుని యువరాజుగా స్వీకరించాలని హితవు పలికింది. నిజానికి శకుంతల అట్లా చెప్పి ఉన్నా, లేకున్నా వ్యాస నన్నయాదులకు సత్య మహిమ తెలుసుగదా! వారు తమ భావాన్ని శకుంతల ద్వారా పలికించారు.

ఇక 15వ శతాబ్దానికి చెందిన అనంతామాత్యుడు 'పులి-గోవు' కథ ద్వారా సత్యనిష్ఠను నిరూపించాడు. ఒక విప్రవర్యుని గోవు అరణ్యంలో పచ్చిక మేస్తుంటుంది. అంతలో ఒక పులివచ్చి దానిని చంపి తినబోతుంది. అప్పుడు ఆ గోవు పులిని సున్నితంగా వారించి తన స్వగతాన్ని వివరిస్తుంది. తనకు ఇటీవలనే ఒక కొడుకు పుట్టాడని, వాడు గడ్డికూడా మేయలేదని, ఇంటికి వెళ్లి అతనికి కడుపు నిండా పాలిచ్చి, బుద్ధి మాటలు చెప్పి వెంటనే వస్తానని, అప్పుడు తనను చంపి తినవచ్చునని, అందుకు తనకు అవకాశం ఇవ్వాలని వేడుకొంటుంది. మొదట్లో పులి ఒప్పుకోదు అయినా గోవు శపథాలు పలికి పులిని నమ్మించి ఇంటికి వెళ్లి బిడ్డకు పాలిచ్చి, బుద్ధిమాటలు చెప్పి వెనువెంటనే పరుగుపరుగున పులివద్దకు వస్తుంది. అప్పుడు గోవు 'సత్యనిష్ఠ'కు పులి ఆశ్చర్యపడుతుంది. దానిని చంపి తినకుండా వదిలిపెడుతుంది. అయినా గోవు తనపట్టు విడువదు. తన శరీరాన్ని పులికి ఆహారంగా ఇస్తానని వాగ్దత్తం చేశానని చంపితినాలని మొండి పట్టుపడుతుంది. గోవుముందుకు పులి వెనుకకు సంభాషించుకుంటూ నడుస్తాయి. ఆ సమయంలో గోవు సత్యనిష్ఠకు దేవతలు సంతోషించి వాటిపై పూలవర్షం కురిపిస్తారు.

సీ॥ 'కుడువంగర'మ్మని తొడరి చుట్టము ౖ బిల్వ
'నాకలిగాదొల్ల' ననుచుఁబెనగు
నతఁడును బోలె నాతత శోభనాంగియై
తనరు నాధేను రత్నంబు దన్ను
భక్షింపు మని పట్టుపఱుప సద్యోజ్ఞాన
శాలియై పరగు శార్దూల విభుడు

దానొల్లనని పల్కఁదమలోన నొక కొంత
దడవు ముహూర్తాభాషితంబు లిట్లు

ఆ॥ **జరుగు చుండ గోవు సత్య వాక్శుద్ధికి c**
బులి కృపా సమగ్రబుద్ధికిని బ్ర
సన్నులైరి సురలు! సాధు వాదము లుల్ల
సిల్లె గగనవీధి నెల్ల యెడల!

[భోజ రాజీయం - షష్ఠా శ్వాసం - 42 పద్యం]

తన వాక్శుద్ధితో గోవు ప్రాణాలను కాపాడుకో గలిగింది. క్రూర జంతువు యొక్క కసాయి మనసును గూడా కరిగించగలిగింది. దేవతల చేత ప్రశంసలందుకున్నది. ఈ సంఘటన 'పులి-గోవు' మధ్య జరగకున్నా కవి తాను చెప్పదలచుకున్న వాక్శుద్ధి లక్ష్యాన్ని వాటి ద్వారా చెప్పించి చరితార్థుడయ్యాడు. ఇక్కడ కఠిన మనస్సుగల వ్యక్తికి ప్రతినిధి పులి. సాధుమనస్సు కలిగిన వ్యక్తికి ప్రతిరూపం గోవు. ఎలాగైనా సమాజానికి మంచి సందేశాన్ని ఇవ్వాలనే తలంపుతో కవులు మనుష్య పాత్రలను, జంతువులను, పక్షులను ఎన్నుకొని వాటి ద్వారా తమ భావ దృక్పథాన్ని పలికించారు.

కానీ కొన్ని చోట్ల సత్యాన్ని పలకరాదని శాస్త్రాలు చెబుతున్నాయి. "నబ్రూయాత్ సత్యం అప్రియం" - అ ప్రియమైన సత్యాన్ని చెప్పకపోవటమే మంచిదంటుంది ఉపనిషత్తు. భారతం కూడా అసత్య మాడదగిన సమయాలను ఇలా పేర్కొన్నది.

కం॥ **" చను బొంకఁగఁ బ్రాణాత్యయ**
మున, సర్వధనాపహరణమున, వధగావ
చ్చిన విప్రార్థమున, వధూ
జన సంగమమున, వివాహ సమయములందున్"

[శ్రీమదాంధ్ర మహాభారతం - ఆదిపర్వం - తృతీయాశ్వాసం- 176 పద్యం]

ప్రాణాపాయ సమయంలో, వివాహ సమయంలో అసత్యం పలికినా దోషం లేదంటుంది భారతం. అసత్యం పలుకుట వల్ల ఒకరి ప్రాణం కపాడబడినా, వివాహశుభకార్యం జరిగినా అనృత దోషం అంటదు. సత్యం ఉద్దేశ్యం పరులకు మేలు చేయుటయే

గదా! ఆ కార్యం నెరవేరుతుందనుకున్నపుడు అసత్యం పలకవచ్చు. అయితే ఆ అసత్యం పలుకుటవల్ల ఎవరికీ ధర్మబద్ధంగా అన్యాయం జరగకూడదు. ఇది అందరూ గమనించాల్సిన నియమం.

హిందూ, జైన, బౌద్ధ, ఇస్లాం, సిక్కు, క్రైస్తవాది మతాలన్నీ సత్యాన్ని పలకాలని ఘోషిస్తున్నాయి. బౌద్ధ ధర్మం 'సత్యం వద' అని సత్యశబ్ద ఘోషతోనే బోధనలను ప్రారంభిస్తుంది. గాంధీ మహాత్ముడు సత్యాన్ని ఆశ్రయించాడు. తన జీవితానుభవాలను "My Experiments with Truth " అనే పేరుతో స్వీయచరిత్ర రాశాడు. సత్యశోధన ప్రాతిపదికపైన శాస్త్ర విజ్ఞానం అభివృద్ధి చెందుతున్నది. సత్యం ప్రకాశవంతమైనది. దానికి చీకటి పులమటం అసాధ్యం. Truth is like the sun. No Human being can ever look straight in its face without blinking or being dazed. అంటారు R.K.Narayan గారు అది త్రికాల సర్వజ్ఞత్వంకదా!

రోజులు, నెలలు, సంవత్సరాలు, యుగాలు మారినా మారనిది, మారాల్సిన అవసరం లేనిది సత్యమొక్కటే. భావ వాదులకైనా, భౌతిక వాదులకైనా గమ్యం చూపే దిక్సూచి సత్యం. ఆ సత్యమార్గంలో నడవటం మనందరి కర్తవ్యం.

నెలవంక నెమలీక, డిసెంబర్ 2013లో ప్రచురితమైన వ్యాసం

మహాభారతం -సంస్కృతీ విన్యాసం

సంస్కృతి అంటే ఒకజాతి సమీకృత జీవన విధానం. వారి ఆచార వ్యవహారాలు, వారుపాటించే సాంప్రదాయాలు వంటివన్నీ సంస్కృతిలో భాగమే. ఈ సంస్కృతి పాలనలో ఒక జాతివారికి మరోజాతి వారికి ఎన్నో భేద సాదృశ్యాలుండవచ్చు. అంతేగాకుండా ఒక జాతిలోనే ఎన్నో వర్గాల ప్రజలు భిన్న సంస్కృతులను పాటిస్తూ ఉండవచ్చు. మనది భారత జాతి.అందులో భాషాపరంగానూ, ప్రాంతపరంగానూ, సామాజిక పరంగాను భిన్న సంస్కృతులవారున్నారు. ఉదాహరణకుతెలుగువారి సంస్కృతి వేరు, తమిళుల సంస్కృతివేరు. అయితే స్థూలంగా చూస్తే మనదంతా అఖండ భరతజాతి.

ఏ జాతి అయినా తమ సంస్కృతి సంప్రదాయాలను ఇతరులను చూసి నేర్చుకోదు. అది తమ నరాల్లోనే రక్తరూపంలో ఇమిడిపోయి ఉంటుంది. అయితే ఇతర జాతుల సంస్కృతీ సంప్రదాయాలు ఆచరణీయంగా ఉంటే వాటిని పాటించుటలో తప్పులేదు. మన సంస్కృతీ సంప్రదాయాలకు ముగ్ధులైన విదేశీ యువతులు మన హిందూ సాంప్రదాయ పద్ధతిలో మనదేశానికి వచ్చి వివాహం చేసుకుంటున్నారు. ఇటీవల విదేశీ యువతీ యువకుల జంట పుట్టపర్తికి వచ్చి మన సాంప్రదాయ రీతిలో వివాహం చేసుకున్నారు. ఏజాతికైనా గత సంస్కృతి వైభవం రెండు మార్గాల ద్వారా తెలుస్తుంది. అందులో ఒకటి సాహిత్యం, రెండోది ఆచరణ. అయితే గత సంస్కృతి అంతా ఆచరణలో ఉండకపోవచ్చు. అందువల్ల గత ప్రామాణిక సాహిత్యాన్ని అధ్యయనం చేస్తే దాని సమగ్రత బోధపడుతుంది. ఈ దృక్పథంతో మహాభారత ఇతిహాసాన్ని పరిశీలించిన తరతరాలకు తరగని చెరగని అవిచ్ఛిన్నంగాని మన సంస్కృతీ వైభవం ఎలాంటిదో తెలుస్తుంది. ఈ చర్చా పత్రంలో మహాభారతంలో చెప్పబడిన సంస్కృతీ విన్యాసం విశ్లేషించబడింది.

నమస్కార సంస్కృతి

పెద్దలు మనవద్దకు వచ్చినా పెద్దల వద్దకు మనం వెళ్ళినా వారికి మొట్టమొదటిగా నమస్కారం చేయాలి. ఇది సనాతన భారతీయ సంస్కృతి. అదే విధంగా తల్లిదండ్రులకు, గురువులకూ నమస్కరించాలి. ఈ సంప్రదాయం భారతంలో పాటించబడినట్లు స్పష్టంగా

తెలుస్తున్నది.

నైమిషారణ్యంలో మహామునులందరూ చేరి కులపతియైన శౌనకుని పర్యవేక్షణలో పన్నెండు సంవత్సరాలు చేయవలసిన వ్రతం చేస్తున్నారు. లోమ హర్షుని కుమారుడైన ఉగ్రశ్రవుడనే పౌరాణికుడు ఒకనాడు అక్కడికి వచ్చాడు. అక్కడ సుఖంగా ఆశీనులైన మునులకు వినయపూర్వకంగా 'నమస్కరించాడు". ఆ మునులు చూపిన ఆసనం మీద నమ్రతతో కూర్చున్నాడు. కుశల ప్రశ్నలనంతరం వారు ఆ మునిని మహాభారత కథలు వినిపించమని కోరారు. అప్పుడు ఆ పౌరాణికుడు సకల భువనాలకు ప్రభువైన పరమాత్మకు, శ్రీమహావిష్ణువుకు నమస్కరించి సర్వలోక పూజ్యుడు మహాత్ముడు అయిన వ్యాస మునీంద్రుడు చెప్పిన ఇతిహాసాన్ని వారికి వివరించాడు. ఉగ్రశ్రవసుడు గొప్ప పౌరాణికుడు. పైగా మునులకే భారతాన్ని వినిపించటానికి వచ్చాడు. అంటే అతడు వారికి గురుదశలో ఉంటాడు. అయినా అక్కడికి రాగానే వారికి నమస్కారం చేశాడు. వారు చూపిన ఆసనం మీద వినయంగా కూర్చున్నాడు.

పాండవుల వద్దకు రాయబారిగా వెళ్లి వచ్చిన సంజయుడు వారి యోగక్షేమాలు చెప్పి తక్కిన అంశాలు రేపు సభలో వివరిస్తానని వెళతాడు. అతని మాటల ద్వారా పాండవులు తన కొడుకులైన కౌరవులకంటే మిన్నగా ఉన్నారని ధృతరాష్ట్రుడు గ్రహిస్తాడు. అప్పుడు అతనిలో మనో వేదన కలుగుతుంది. దానినుండి కొద్దిగా ఉపశమనం పొందడానికి విదురున్ని పిలిపించు కుంటాడు. అన్న వద్దకు వచ్చిన విదురుడు ధృతరాష్ట్రునికి నమస్కరిస్తాడు. అతడు చూపిన ఆసనంపై వినయంగా కూర్చుంటాడు.

ఈ రెండు సంఘటనలు మనకు ఏమి తెలియజేస్తున్నాయి, పెద్దలకు నమస్కారం చేయాలని. ఈ సాంప్రదాయాన్ని నేడు త్రికరణ శుద్ధిగా పాటిస్తే వ్యక్తుల మధ్య ఉన్న అంతరాలు తగ్గుతాయి. మనస్పర్థలు పుట్టనే పుట్టవు. అహంకారానికి ఆస్కారమే ఉండదు. దాని ద్వారా మంచి సభ్యతగల ఆదర్శ సమాజం రూపుదాలుస్తుందని గట్టిగా చెప్పవచ్చు. నమస్కారం చేయడమనేది ఎదుటి వ్యక్తిని గౌరవించడం కోసమన్నది ఒక కోణమైతే, నమస్కారం చేసిన వారి సంస్కారానికి అది నిదర్శనంగా నిలుస్తుంది. దాని ద్వారా వారి గౌరవం మరింత ఇనుమడిస్తుందేగాని తరగదు. నమస్కారం చేయకపోవడం అహంభావానికి, చేయడం ఆత్మోన్నత్యానికి నిదర్శనాలుగా భావించవచ్చు.

గురుశిష్యుల అనుబంధ సంస్కృతి

తల్లితండ్రి తరువాతి స్థానం గురువుదే. అజ్ఞానమనే చీకటిని తొలగించువాడు గురువు. ప్రాచీన కాలం నుండి కూడా గురువుకు మన సమాజం ఉన్నత స్థానాన్నిచ్చింది. విద్యాబుద్ధులు చెప్పిన వారేగాక జ్ఞాన బోధకులందరినీ కూడా మనం గురువులు గానే భావిస్తున్నాం. ఆ పరంపరలో వాల్మీకి వ్యాసులను గురువులుగా పూజిస్తున్నాం. మంచి గురువు మాత్రమే శిష్యులను ఉత్తములుగా తీర్చగలడు. రామకృష్ణ పరమహంసే అందుకు ప్రబల నిదర్శనం. ఆయన బోధనలచేత ప్రభావితుడైన స్వామి వివేకానంద ప్రపంచ ప్రఖ్యాత ఆధ్యాత్మిక వేత్తగా గుర్తింపు పొందాడు. అయితే గురువుగారి జ్ఞానాన్ని తెలుసుకొనే చురుకైన విద్యార్థి కూడా ఉండాలి.

శ్లో॥ యథాఖనన్ ఖనిత్రేణ। నరో వార్యధి గచ్ఛతి ।
తథా గురు గతాం విద్యాం। శుశ్రూషు రథిగచ్ఛతి॥

గునపంతో బావి త్రవ్వి మానవులు భూమి నుంచి మంచి నీటిని పొందునట్లుగా శిష్యుడు శుశ్రూష చేసి గురువు వద్దనుంచి విద్యలను పొందాలని మనుస్మృతి తెలుపుతుంది. ఇది ప్రాచీన విద్యాభ్యాస కాలానికి అద్దం పడుతుంది. అయితే నేడు గురువుగారి జ్ఞానాన్ని పొందాలనే తపన విద్యార్థికి ఉంటే చాలు. గురువు నుంచి విద్యను అవలీలగా తెలుసుకుంటాడు.

గురువు కుల మతాలకు అతీతంగా ఉండాలి. ఆశ్రయించి వచ్చిన శిష్యునికి విద్యాబోధన చేయాలి. చివరికి శత్రువు కొడుకైనా అభ్యంతరం చెప్పకూడదు. అయితే భారతంలో అభ్యంతరం చెప్పిన సంఘటనలు కొన్ని కనిపిస్తాయి. నిషాదుడైన ఏకలవ్యునికి ద్రోణుడు, సూతకుల సంజాతుడైన కర్ణునికి పరుశురాముడు విద్యాబుద్ధులు చెప్పుటకు నిరాకరించారు. దానికి కారణాలు ఏవైనా ఈ రెండు సంఘటనలు సమర్థనీయాలుకావు. నాడున్న రాజరికవ్యవస్థ కట్టుబాట్లకు వాటిని సాక్షీ భూతాలుగానే చూడాలి. నేడు ఆ పరిస్థితి సమాజంలో పూర్తిగా మారింది.

అయితే కచున్ని మాత్రం శుక్రాచార్యుడు శిష్యుడిగా స్వీకరించాడు. దేవతల గురువు బృహస్పతి. రాక్షసుల గురువు శుక్రాచార్యుడు. దేవతలకురాక్షసులకు వైరముండేది.

ఆ స్థితిలో కూడా విద్య నేర్పమని కోరివచ్చిన కచున్ని శిష్యునిగా స్వీకరించాడు. దేవతలు పంపగా వచ్చిన కచుడు "దేవహితార్థంబు వృషపర్వు పురంబునకుంజని యచ్చట వేదాధ్యయన శీలుండయి సకల దైత్య దానవ గణోపాధ్యా యుండయి యున్న శుక్రుంగని నమస్కరించి యిట్లనియె" అంటాడు నన్నయ మహాకవి. శత్రువు కొడుక్కి కూడా విద్య నేర్పుటకు అంగీకరించి రాబోయే తరాల గురువులకు ఆదర్శమూర్తిగా నిలిచాడు. పైగా ఇలా అంటాడు "నిన్ను గౌరవించినచో నీతండ్రి గారైన బృహస్పతిని పూజించినట్లు అవుతుంది కాన నీకు తప్పక విద్యలు నేర్పుతాను. తగిన వ్రతమును పాటించుము" అంటాడు. కచుడు కూడా మృత సంజీవని విద్యనుపొందాక గురవును బ్రతికించి కృతజ్ఞత చూపాడు.

ఉత్తర గోగ్రహణ సమయంలో కౌరవ వీరుల మహిమను అర్జునుడు పేరు పేరునా శ్లాఘించాడు. ఆపరంపరలో మొట్టమొదటగా తన గురువైన ద్రోణుని గూర్చి గొప్పగా చెప్పాడు.

సీ॥ కాంచన మయ వేదికా కన త్కేత నోజ్జ్వల విభ్రమము వాడు కలశజుండు
సింహలాంగూల భూషిత నభో భాగ కేతు ప్రేంఖణము వాడు ద్రోణ సుతుడు
కనక గోవృష సాంద్ర కాంతి పరిస్ఫుట, ధ్వజ సముల్లాసంబు వాడు కృపుడు
లలితకంబు ప్రభాకలిత పతాకా విహారంబు వాడు రాధాత్మజుండు
తే॥ మణి మయోరగరుచిజాల మహితమైన, పడగవాడు కురుక్షితి పతి మహోగ్ర
శిఖర ఘనతాళ తరువగు సిడమువాడు, సురనదీసూడు డేర్పడఁ జూచి కొనుము

అర్జునుడు మొదట ద్రోణుని ప్రశంసించి అటు తరువాత అశ్వత్థామ, కృపాచార్యుడు, కర్ణుడు, దుర్యోధనులను శ్లాఘించి చివరిగా భీష్ముని కీర్తించాడు. యుద్ధసమయంలో గూడా గురువుకు అగ్రపీఠాన్ని వేశాడు అర్జునుడు.

సత్యసంస్కృతి

మనిషి ఎల్లప్పుడూ సత్యమునే పలకాలి. అసత్యాన్ని పలకరాదు. అసత్యం పలికినవారిని గానీ ఎదుటివారిని గాని ఎన్నో ఇబ్బందులకు గురిచేస్తుంది. మనస్వార్థం కోసమైనా సరే అసత్యాన్ని పలకరాదని మన పురాణాది గ్రంథాలు చెబుతున్నాయి. నలుడు, హరిశ్చంద్రుడు సత్యపాలనకు కట్టుబడి ఎన్నో కష్టాలు అనుభవించారు. అందుకే వారి

కీర్తి అజరామరంగా ఈ భూమిపై నిలిచి ఉంది.

శ్లో॥ సత్య మేవేశ్వరో లోకే సత్యే ధర్మః ప్రతిష్ఠితః।
సత్యమూలాని సర్వాని, సత్యాన్నాస్తి పరంపదమ్॥

లోకము నందు సత్యమే దైవం. సత్యము నందే ధర్మం ప్రతిష్ఠితమై ఉంది. జగత్తంతా సత్య మూలకమే. సత్యమును మించిన పరమపదమింకొకటి లేదని రామాయణం తెలుపుతున్నది. మహాభారతంలో కూడా శకుంతల దుష్యంతునికి సత్యమహిమను తెలుపుతుంది.

తే॥ సర్వ తీర్థాభి గమనంబు సర్వవేద, సమధి గమము సత్యంబుతో సరియుఁ గాన
యెఱుగు మెల్ల ధర్మంబుల కెందుఁ బెద్దయండ్రు సత్యంబు ధర్మజ్ఞులైన మునులు

సర్వ తీర్థాలు తిరిగితే కలిగే ఫలితమూ, సర్వవేదాలు చదివిన కలిగే ఫలితమూ రెండూ కూడా సత్యముతో తులతూగవంటారు నన్నయ. ఆవిషయాన్ని శకుంతల చేత చెప్పించాడు. అయితే కొన్ని ప్రత్యేక సందర్భాల్లో మాత్రం అసత్యం పలకవచ్చునన్నారు కవీశ్వరులు.

కం॥ చనుబొంకఁగఁ బ్రాణాత్యయ
మున, సర్వధనాపహరణమున, వధగా వ
చ్చిన, విప్రార్థమున, వధూ
జనసంగమమున, వివాహసమయము లందున్

(ఆంధ్రమహాభారతం- ఆదిపర్వం -తృతీయాశ్వాసం 178వ పద్యం)

ప్రాణాపాయ సమయములందు, సర్వధనాపహరణ సమయమునందు, వధగావచ్చిన విప్రార్థమునందు, స్త్రీలతో సంభోగించే సమయములందు, వివాహ సమయంలోనూ అసత్యం పలకవచ్చునంటుంది భారతం. ఈ ఐదు చాలు క్లిష్ట పరిస్థితులను సూచిస్తాయి. అప్పుడు మాత్రం అసత్యం చెప్పుటకు మినహాయింపు ఇచ్చారు. ఈ రోజుల్లో సత్యము పలికే వారే కరువవుతున్నారు. ఇది సమాజానికి శ్రేయస్కరము కాదు. ప్రతిరోజూ ఎన్నో అసత్యాలు పలుకుతుంటాము. వాటిని గ్రహించి మనపిల్లలు అనుసరిస్తారు. దాని ద్వారా సమాజము అక్రమ మార్గంలో నడుస్తుంది. ఆ కారణంగా సామాజిక జీవనం

అస్తవ్యస్తమవుతుంది. ఇది ఏకాలంలోనూ హర్షించదగ్గ పరిణామం కాదు. నేటితరం వారు ఈ విషయాన్ని బాగా గుర్తుంచుకోవాలి.

నీతి సంస్కృతి

ఏ సమాజమైనా నీతి మార్గంలో నడిస్తేనే పురోగతి ఉంటుంది. నీతి బాహ్యమైన సమాజం సమాజమే కాదు.

శ్లో॥ **సప్తదోషాః సదా రాజ్ఞా హాతవ్యా వ్యసనోదయాః।**
ప్రాయశో మైర్వినశ్యన్తి కృతమూలా అపీశ్వరాః।
స్త్రీయో౾ క్షా మృగయా పానం వాక్పారుష్యం చ పంచమమ్।
మహచ్ఛ దండపారుష్య మర్థ దూషణ మేవచ॥

[ఉద్యోగ పర్వం-33-91,92 శ్లోకాలు]

స్త్రీలంపటత్వం, ద్యూతం, వేట, మద్యపానం,పరుషంగా మాట్లాడటం, తీక్షణంగా దండించటం, ఇతరుల ధనం కాజేయటం – ఈ ఏడు దోషాలనురోజు పరిహరించాలి – అంటూ విదురుడు సప్త వ్యసనాలను పేర్కొన్నాడు. ఈ ఏడు వ్యసనాలు ఇతరులను బాధిస్తాయేగాని, మేలు చేకూర్చవు. పరస్త్రీ వ్యామోహం పనికిరాదు. ఇది సర్వకాలాలకు వర్తించేనీతి. నేడు అక్రమసంబంధాల కారణంగా ఎన్నో హత్యలు జరుగుతున్నాయి. జూదం రెండవది. జూదం ఆడుట ద్వారా ఎందరో ఆస్తులు అమ్ముకున్నారు. లక్షాధికారు భిక్షాటన స్థాయికి దిగజారారు. నేడుగుర్రపు పందేలు, క్రికెట్ బెట్టింగ్‌లను జూదం కింద లెక్కగట్టవచ్చు. వేటాడటం మూడవది. దీని మూలంగా అరుదైన వన్యమృగాలు అంతరించిపోతున్నాయి. నేడు ధనికులు సరదాకోసం వేటాడుతున్నారు. దీన్ని నిషేధిస్తూ ప్రభుత్వం కఠినమైన చట్టాలను తెచ్చింది. దాంతో కొంతమేర వేటాడటం తగ్గిందని చెప్పవచ్చు. మద్యపానం నాల్గవది. ఈ వ్యసనం మూలంగానే లక్షలాది కుటుంబాలు వీధిన పడుతున్నాయి. ధనవంతులు – బికారుల వుతుండగా, పేదలు మాత్రం ఏ రోజు కూలి డబ్బును ఆ రోజు తాగుడుకు ఖర్చు చేస్తూ భార్యాబిడ్డలను గాలికొదులుతున్నారు. మద్యం పైన్నే ప్రభుత్వానికి అధిక ఆదాయం కూడా వస్తున్నది. మద్యపానం వల్ల అరాచకాలు గూడా ఎక్కువవుతున్నాయి. పరుషంగామాట్లాడేది కూడా వ్యసనంగా పరిగణించింది భారతం. అట్లా మాట్లాడితే

ఎదుటివారు బాధపడతారు. వారిని బాధించకూడదు. ఇతరులతో సౌమ్యంగా మాట్లాడాలి. అదేవిధంగా దండన చేయుటకూడా తీక్షణంగా ఉండరాదు. ఇతరుల ధనాన్ని అపహరించరాదు.

నేడు ఏడవ వ్యసనం యథేచ్ఛగా సాగుతున్నది. దొంగతనాలు, లూటీలు, చైన్ తెంచుకొనిపోవడాలు ప్రతిరోజు జరుగుతున్నాయి. దీనికి పాల్పడుతున్నవారు చదువుకొన్నవారు కావడం గర్వించదగ్గ విషయం. ఈ ఏడు వ్యసనాలు సమాజానికి చేటు కలిగించేవి. ఇవి లేని సమాజాన్ని మనం ఊహిస్తే ఎలా ఉంటుందో చెప్పటానికి మాటలు చాలవు. పోల్చటానికి ఉపమానాలు ఉండవు.

త్యాగ సంస్కృతి

మనకున్నదానిలో కొంత ఇతరులకిస్తే అది దానం అవుతుంది. ఉన్నదంతా ఇచ్చేస్తే అది త్యాగం అవుతుంది. దానమూ, త్యాగమూ అను ఈ రెండింటి గూర్చి భారతం చాలా ఉన్నతంగా చెప్పింది. దానం చేయుటలో కర్ణుని కీర్తి, త్యాగం చేయుటలో శిబిచక్రవర్తి కీర్తి దిగంతాల వరకు వ్యాపించింది. బ్రాహ్మణ వేషంలో వచ్చి అడిగిన దేవేంద్రునికి కర్ణుడు కవచకుండలాలు దానం చేశాడు. దేవతలకు దధీచి తనవెన్నెముకనే త్యాగం చేశాడు.

కృతయుగంలో క్రూరులైన దానవులుండేవారు. కాలకేయులను పేరుగల ఆ దానవులు వృత్తాసురుని బలం చూచుకొని ఇంద్రాది దేవతలను బాధించారు. ఆ దేవతలందరూ బ్రహ్మదేవుని ప్రార్థించగా – 'మీరు దధీచి మహర్షి వద్దకు వెళ్ళి అతని ఎముకల నిమ్మని ప్రార్థించండి. లోక క్షేమార్థం అతడు ఇస్తాడు. వాటితో వజ్రాయుధం నిర్మించుకొని వృత్రాసురుని సంహరించవచ్చును అని బ్రహ్మదేవుడు చెప్పగా దేవతలు నారాయణుని ముందు ఉంచుకొని దధీచ్యాశ్రమానికి వెళ్లి ఆమునిని ప్రార్థించారు. అతడు వెంటనే అంగీకరించి ప్రాణాలు విడవగా ఆ అస్థులతో త్వష్ట వజ్రాయుధం తయారు చేశాడు. ఇంద్రుడు అత్యధికమైన తేజస్సుతో వృత్తాసురునిపై వజ్రం ప్రయోగించగా అతడు హతుడైనేల కూలాడు.

'పరోపకారార్థ మిదమ్ శరీరమ్' అన్నట్లు పరుల కోసం దధీచి ప్రాణాలిచ్చాడు. నేడు సమాజంలో దాన, త్యాగ గుణాలు ప్రాధాన్యాన్ని కోల్పోయాయి. ఎక్కువ మంది దోచుకోవటం మొదలు పెట్టారు. ప్రజల జీవితాలను నేడు డబ్బు శాసిస్తున్నది. ఆ డబ్బుకోసం చేయరాని అక్రమ పనులన్నీ చేస్తున్నారు. వడ్డీ వ్యాపారం, చిట్టీల వ్యాపారం, రియల్ ఎస్టేట్ రంగం నేడు సమాజం మీద దండయాత్ర చేస్తున్నాయి. వాటి మధ్య ఇరుకున్న సామాన్యజనులు దిక్కుతోచక విలవిలలాడిపోతున్నారు. దాంతో సామాజిక జీవనం అతలాకుతలమవుతున్నది. దాన్నుంచి బయట పడాలంటే నేడు ప్రజలు త్యాగబుద్ధిని అవరచుకొని కార్యరూపంలో చూపాలి.

శరణాగత రక్షణ సంస్కృతి

సమస్యల వల్లనో, కష్టాల వల్లనో, మరేవో కారణాల చేత ఎవరైన వచ్చి మనలను ఆశ్రయిస్తే వారికి శరణాగతిరక్షణ కల్పించడం గొప్ప సంస్కృతిగా చెప్పబడుతున్నది. చివరికి శరణుగోరినవాడు శత్రువైనా ఆశ్రయమివ్వాలంటుంది భారతీయసంస్కృతి. ఆశ్రమమివ్వడమే కాదు అలా చేసినందువల్ల ఎలాంటి కష్టనష్టాలు ఎదురైనా ధైర్యంగా ఎదుర్కొని, ప్రాణాన్ని ఫణంగా పెట్టటానికైనా సిద్ధపడాలి. అలాంటి సంస్కృతికి నిలువెత్తు నిదర్శంగా నిలుస్తున్నది శిబిచక్రవర్తి వృత్తాంతం. తనను శరణుగోరివచ్చిన పావురాన్ని కాపాడటానికి చివరికి తన శరీరాన్ని కూడా త్యాగం చేయటానికి పూనుకుంటాడు.

చ॥ అనిన ననుగ్రహించితి మహా విహగోత్తమ యంచు సంతసం
బున శిబి తక్షణంబ యసి పుత్రిక నాత్మ శరీర కర్తనం
బన ఘుడు సేసి చేసి తన యంగములం గల మాంస మెల్లఁబె
ట్టినను గపోత భాగమ కడిందిగ డిందుచునుండె నత్తులన్

కం॥ దానికి నచ్చెరు వడి ధరణీ నాథుడు తనువు నందు నెత్తురు దొరుగం
దానతుల యెక్కి నంతన్, వాని గుణోన్నతికి మెచ్చి వాసవ దహముల్

పావురాన్ని కాపాడటం కోసం తన శరీరాన్ని త్యాగం చేయటానికి సిద్ధ పడ్డాడు శిబిచక్రవర్తి. నేడు సమాజంలో శరణాగతి రక్షణ కల్పించు వ్యక్తులే లేరని గట్టిగా చెప్పవచ్చు. ఒక వేళ ఎవరైనా ఆశ్రయించి వచ్చినా వారిని నిలువు దోపిడీ చేస్తున్నారు. ఒంటరి

మహిళలు కనిపిస్తే వారిని రేప్ చేసి చంపేస్తున్నారు. చివరికి మూగ, పిచ్చి స్త్రీలను గూడా వదిలి పెట్టకుండా అత్యాచారం చేస్తున్నారు. దేశవ్యాప్తంగా చూస్తే ప్రతి రోజూ లెక్కకు మిక్కుటంగా స్త్రీలు లైంగిక దోపిడీకి, అత్యాచారాలకు, హత్యలకు గురి అవుతున్నారు. ఇలాంటి పరిస్థితిలో శరణాగతి రక్షణకు స్థానమెక్కడుంటుంది? ఆడవారు అర్ధరాత్రిలో ఒంటరిగా నడచివెళ్లడం మాట అటుంచితే పట్టపగలు కూడా స్వేచ్ఛగా వెళ్లలేకపోతున్నారు. ఈ స్వతంత్ర భారతదేశంలో మలిపురాణాది గ్రంథాలు చెబుతున్న నీతులు ఎటుపోతున్నాయో! మేధావులంతా ఆలోచించాలి.

అతిథి సంస్కృతి

తిథి వార నక్షత్ర యోగ కరణములనే పంచాంగములను పాటించకుండా వచ్చేవారు అతిథులు. అలావచ్చిన అతిథులకు మర్యాదలు చేయవలసిన బాధ్యత అభ్యాగతిదే. అతిథులను లింగవయో భేదం పాటించకుండా గౌరవించాలి. అతిథి సత్కారం విషయంలో ప్రపంచానికే మన సంస్కృతి మార్గదర్శిగా ఉంటున్నదని గట్టిగా చెప్పవచ్చు. అన్ని గ్రంథాల్లోనూ అతిథి పూజా విధానాన్ని గూర్చి విశిష్టంగా చెప్పబడింది.

శ్లో॥ మాతరం పితరం పుత్రం, దారా నతిథి సోదరాన్।
హిత్వా గృహీ నభుంజీత, ప్రాణైః కంఠగతైరపి॥

తల్లిదండ్రులు భార్యాబిడ్డలు సోదరులు అతిథులు-వీరిని వదిలిపెట్టి ఎట్టి పరిస్థితుల్లోనూ గృహస్థు భుజించరాదని ఆర్యధర్మం తెలుపుతున్నది.

ఇక మనుషులేగాకుండా పక్షులు కూడా అతిథి సత్కారం చేసినట్లు భారతంలో అద్భుతంగా చెప్పబడింది. అరణ్యంలో వర్షానికి తడిసి గజగజ వణుకుతూ ఆకలికి నకనకలాడుతూ తాము నివసిస్తున్న మర్రి వృక్షం కిందున్న బోయవానికి పావురాల జంట చూసి చలించిపోయాయి. అతన్ని తమ అతిథిగా భావించాయి. అతనికి ఆతిథ్యమివ్వాలని నిశ్చయించుకొని చెట్టులోని ఎండుపుల్లలను తమ ముక్కుతో విరిచి కిందకు వేసాయి. వాటితో అతడు చలికాచుకుంటుండగా ఆ అగ్నిలో పడి ఒక మగపావురం ప్రాణాలు విడిచింది. అతిథి అయిన అతనికి తన శరీరం ఆహారంగా ఉపయోగపడాలనే ఉద్దేశంతో అలా చేసింది. ఆ పావురాల అతిథిసత్కారానికి అతనిలో పరివర్తన వచ్చింది. తానింక

పక్షులను వేటాడనని ప్రతిన పూనాడు. పక్షులను పట్టే చిక్కం, ఇతర సాధనాలను అక్కడే వదిలేసి వెళ్లాడు. భర్తపోయిన పిమ్మట తానుమాత్రం ఎందుకు జీవించాలని ఆడపావురం గూడా ఆ అగ్గిలోనే దూకి అసువులు బాసింది.

విమానం మీద తనకై నిరీక్షిస్తున్న భర్తతో స్వర్గానికి వెళ్లింది. బోయవాడు కూడా అరణ్యంలో చెట్లలో, పుట్లలో తిరుగుతూ చివరికి ప్రాణాలు విడిచి స్వర్గం చేరాడు.

భార్యభర్తల అనుబంధ సంస్కృతి

భార్యాభర్తల బంధం పవిత్రమైంది. అచంచలమైంది. అనిర్వచ నీయమైంది. జీవితాంతం ఒకరికొకరు తోడునీడగా కలిసిమెలసి ఉంటామని ప్రమాణంచేసి మూడు ముళ్ళ బంధంతో ఒక్కటవుతారు. ధర్మార్థ కామమోక్షాల సాధనకు జంటగా కృషిచేస్తామని ప్రతిన చేస్తారు. ఆవిధంగా ఉండాలనే పెద్దలు పెళ్లి చేస్తారు. అటు తర్వాత వారి సాంసారిక జీవితంలో ఎన్నో ఒడిదుడుకులు వస్తుంటాయి. వాటిని అధిగమించాలి. కలిసికట్టుగా నిలబడాలి. అప్పుడే ఆ దాంపత్య బంధానికి సార్థకత ఉంటుంది. మరొకరు భర్తను నిందించినా భార్యను దూషించినా సహించరాదు. వారి విధానాన్ని వెంటనే ఖండించాలి. ద్రౌపది ఆపనే చేసింది. పాండవులు విరాటుని కొలువు కూటంలో ఉన్నపుడు తాము అనుభవిస్తున్న కష్టాలన్నింటికి అన్న ధర్మరాజేనని భీముడు నిందిస్తాడు. అప్పుడు ద్రౌపది అతని అభిప్రాయాన్ని ఖండిస్తుంది. భర్త ఔన్నత్యాన్ని ఘనంగా కీర్తిస్తుంది.

సీ॥ ఎవ్వని వాకిట నిభమద పంకంబు, రాజ భూషణ రజోరాజినడఁగు
నెవ్వని చారిత్రమెల్ల లోకములకు. నొజ్జయై వినయంబు నొఅపు గఅపు
నెవ్వని కడగంట నివ్వటిల్లెడు చూడ్కి మానిత సంపద లీను చుండు
నెవ్వని గుణలత లేడు వారాసుల, కడపటి కొండపైఁ గలయ ఁబ్రాకు
తే॥ నతడు భూరి ప్రతాప మహా ప్రదీప, దూర విఘటిత గర్వాంధకారవైరి
వీర కోటీర మణి ఘృణి వేష్టి తాంఘ్రి, తలుడు కేవల మర్త్యుడే ధర్మసుతుడు

ఈ పద్యంలో ధర్మరాజు గుణగణాలు అద్భుతంగా చెప్పబడ్డాయి. సతులందరూ ద్రౌపదిని ఆదర్శంగా తీసికొని నడుచుకోవాలి. అదేవిధంగా పతులు కూడా భార్యను పరుల వద్ద హీనంగా మాట్లాడటం, చూడటం చేయరాదు. భార్యాభర్తల మధ్య వచ్చే

చిన్నపాటి పొరపచ్చాలను గడ్డిమంటలాగా భావించాలి, గడ్డి మంట ఎంత త్వరగా ఆరిపోతుందో, అంతే త్వరగా భార్యాభర్తల మధ్య ఉన్న కోపం తొలగిపోవాలి. అప్పుడే ఆ కుటుంబంలో సుఖసౌఖ్యాలు ఉంటాయి.

ముగింపు

ఈ విధంగా భారతంలో నమస్కారం, గురుశిష్యుల అనుబంధం, సత్యం, నీతి, త్యాగం, శరణాగతి రక్షణం, అతిథి సత్కారం, భార్యాభర్తల అనుబంధం వంటి సంస్కృతీ విన్యాస అంశాలు చక్కగా చిత్రించబడ్డాయి. ఇవే గాక స్నేహసంస్కృతి, ధర్మ సంస్కృతి, అర్థ సంస్కృతి వంటి ఎన్నో విషయాలు భారతంలో చెప్పబడ్డాయి. ఆ గ్రంథంలో చెప్పబడిన సాంస్కృతికాంశాలు సర్వకాలాలకు ఉపయోగపడేవి. వాటిని మనం ఆచరించిన ప్రశాంతంగా జీవించగలుగుతాము. మంచి ఆదర్శ వంతమైన సాంస్కృతిక సమాజాన్ని భావితరాలకు అందించిన వారమవుతాము.

తిరుపతి, శ్రీ వేంకటేశ్వర విశ్వవిద్యాలయం ప్రాచ్య పరిశోధన సంస్థ మరియు తిరుమల తిరుపతి దేవస్థానం వారు సంయుక్తంగా 9 జనవరి 2014 నాడు 'మహాభారతం' అనే అంశంపై నిర్వహించిన అంతర్జాతీయ సమావేశంలో చదివిన వ్యాసం.

ఆముక్త మాల్యదలో రాయల వర్ణణా వైచిత్రి

సాహితీ సమరాంగణ సార్వభౌముడు, అష్టదిగ్గజ కవి పోషకుడు, బహు గ్రంథకర్త, బహు భాషాకోవిదుడు, పరిపాలనా దక్షుడు, నిష్పక్షపాత న్యాయాధీశుడు, ప్రజారంజకుడు, ఉద్ధండ పాండితీ గరిష్టుడు మొదలగు విశేషణాలు ఒక ఆకారం ధరిస్తే ఏర్పడే రూపమే శ్రీకృష్ణదేవరాయలు. శ్రీరాముడు, శ్రీకృష్ణుడు, శ్రీనివాసుడు వంటి దేవతల తరువాత పేరు ముందు 'శ్రీ' కలిగిన మనిషి కృష్ణదేవరాయలు ఒక్కడే. తళువ వంశంలో పుట్టిన రాయలు క్రీ.శ. 1509 నుండి 1530 వరకు విజయనగర సామ్రాజ్యాన్ని అప్రతిహతంగా పరిపాలించాడు. మహా మంత్రి తిమ్మరుసు సారధ్యంలో విజయ యాత్రలు నిర్విఘ్నంగా చేశాడు. ఆయన కాలంలో ప్రజలకు ఈతి బాధలు ఎలాంటివో తెలియవు. పాడి పంటలకు కొదువలేదు. ప్రజలు సుభిక్షంగా జీవించారు. ఈ పరిస్థితుల నేపధ్యంలో కవితారచన కూడా కొత్తపుంతలు తొక్కింది. అల్లసాని పెద్దనాది అష్టదిగ్గజ కవులు 'ప్రబంధాలు' రాశారు. శృంగారానికి వర్ణనలకు పెద్దపీట వేశారు. తన ఆస్థానంలోని కవులకు ధీటుగా 'ఆముక్తమాల్యద' అనే రసవత్ప్రబంధాన్ని రాయలు రాశాడు. అందులో తనకున్న సంస్కృతాంధ్ర భాషా పటుత్వాన్ని, వర్ణనా వైదుష్యాన్ని, ప్రకృతి పరిశీలనా సూక్ష్మజ్ఞతను కళ్లకు కట్టినట్లు చిత్రించాడు. ఈ వ్యాసంలో రాయల వర్ణనా వైచిత్రిని గూర్చి వివరించడం జరిగింది.

పురాణం, కావ్యం, ప్రబంధాది రచనల్లో వివిధ వర్ణణలుండాలని నిర్దేశించారు ఆలంకారికులు. అందులోనూ ఏ ఇతర ప్రక్రియలో పద్దెనిమిది వర్ణనలు ఉన్నా లేకున్నా ప్రబంధంలో ఖచ్చితంగా వర్ణించారు. "మంత్రద్యూత్య ప్రయాణాజి(1-19) అనే శ్లోకంలో కావ్యంలో వర్ణనలు ఉండాలని మొదట చెప్పిన ఆలంకారికుడు భామహుడు. అటు తరువాత దండి అష్టాదశ వర్ణనలను గూర్చి కావ్యాదర్శంలో (1-16, 17) చెప్పాడు. ఆ పద్దెనిమిది వర్ణనలు ఇవి.

శ్లో॥ నగరార్ణవ శైలర్తు చంద్రార్కోదయ వర్ణనైః।
ఉద్యాన సలిల క్రీడా మధుపానరతో త్సవైః ॥
విప్రలంభైర్వివాహైశ్చ కుమారోదయ వర్ణనైః।

మంత్ర దూత్య ప్రయాణాజి నాయకాభ్యుద యైరపి॥

"వర్ణన అంటే వర్ణించడం. 'వర్ణస్తుతౌ' అని గురుబాల ప్రబోధిక చెబుతోంది. అంటే కొనియాడేది, కొనయాడబడేది అని అర్థం. ఒక వస్తువును గురించి దాని బాహ్యా వర్ణనలు, అంతరవర్ణనలు అన్నీ వర్ణన కిందకే వస్తాయి. వర్ణనతో కూడుకొన్నదే కవిత్వం" అంటారు డా॥ ఎం.జయదేవ్‌గారు. కవి అంటే వర్ణించేవాడు అని అర్థం. కావ్యంలోని సర్వమూ వర్ణన క్రిందికే వస్తుంది. ఈ పరంపరను శ్రీకృష్ణదేవరాయలు తు.చ పాటించి ఆముక్తమాల్యదలో వర్ణనలు చేశాడు. రాయలకు వర్ణనా ప్రీతి మెండు. దానికి ఈ క్రింది వర్ణనలే ప్రబల నిదర్శనం.

1. పురవర్ణన

రాయలు ఆముక్తమాల్యదలో విలుబుత్తూరు పురాన్ని కథా ప్రారంభంలో వర్ణించాడు.

మ॥ లలితోద్యాన పరంపరా పిక శుకాలాప ప్రతిధ్వానము
ల్వలభీ నీల హరిన్మణీ పికశుక స్వాన భ్రమం బూన్పమి
న్నులతో రాయు సువర్ణ సౌధముల నెందుంజూడఁ జెన్నొంది శ్రీ
విలుబుత్తూరు సెలంగుఁ బాంద్య నగరో ర్వీరత్న సీమంతమై

పాండ్య దేశంలోని నగరాల్లో మేలుబంతి వంటిది విలుబుత్తూరు నగరం. ఆ నగరంలో ఎక్కడ చూసినా ఆకాశాన్ని తాకెడు బంగారపు మేడలున్నాయి. ఆ భవనముల ముఖ ద్వారములందు నీల మరకత రచితములయిన పికశుకముల చిత్రాలున్నాయి. ఉ ద్యాన వనంలోని పికశుకాల కూతలకు ఆ భవనాలు ప్రతిధ్వనిస్తున్నాయి. ఆ ప్రతిధ్వనులు విన్న దారిన బోయేవారు – ఆ కూతలను ముఖ ద్వారాల్లో ఉన్న పికశుకముల కూతలుగా భ్రమపడేవారట.

ఈ వర్ణనలో కవి విలుబుత్తూరు నగరంలోని మేడలను, ఉద్యానవనాన్ని, అందులోని వృక్షాలను, వాటిని ఆశ్రయించుకొని ఉన్న పిక, శుకయులను కళ్లకు కట్టినట్లు చిత్రించాడు. నాటి భవన నిర్మాణ వైదుష్యం ఎలాంటిదో స్పష్టంగా తెలుస్తున్నది.

2. గ్రీష్మ ఋతువు వర్ణన

అష్టాదశ వర్ణనలలో భాగంగా రాయలు గ్రీష్మాన్ని వర్ణించాడు. ఆ ఋతువులో ప్రజలు ఆహారం తీసికొనే విధానాన్ని రమ్యంగా వర్ణించాడు. ఈ పద్యం చూడండి.

శా॥ తారుణ్యాతిగ చూత నూత్న ఫలయు క్తైలాభి ఘారస్వన
ద్ధారా ధూపిత శుష్యదంబు హృత మాత్స్యచ్ఛేద పాకోద్గతో
ద్ధారం పుంగన రార్చు భోగులకు సంధ్యా వేళలం గేళి కాం
తా రాభ్యంతర వాలుకాస్థిత, హిమాంతర్నారి కేళాంబువుల్

ఆ కాలంలో భోగులు మధ్యాహ్న సమయంలో దోరమామిడి ముక్కలతో చుయ్యని శబ్దం వచ్చునట్లుగా నూనె పోసి తాలింపుచేసికొని, నీటి తడి ఇగరగానే తీసిన చేప బ్రద్ధల ఇగురుతో భుజించారు. ఆ సాయంకాలాన ఆ భోజనం జీర్ణమగునప్పుడు ఆ చేప బ్రద్ధల త్రేన్పులు వచ్చెడివి. అవి చలువ చేయుటకు ఇసుకలో పెట్టి ఉంచిన టెంకాయలోని చల్లని నీళ్లను త్రాగెడివారు" అంటాడు. అనాడు ప్రజలు వేసవికాలంలో మామిడిదబ్బలు, చేపలు విరవిగా తినేవారని తోస్తున్నది. ఆ ఆహారం జీర్ణం కావడానికి కొబ్బరినీళ్లు త్రాగేవారట. కొబ్బరినీళుతాగే ఆహారతత్వం నాడే ఉన్నట్లు తెలుస్తున్నది.

3. వర్షాకాల వర్ణన

అదే విధంగా రాయలు వర్షాకాలాన్ని గూడా వర్ణించాడు. వడగండ్ల వర్షాన్ని ఇలా వర్ణించాడు.

కం॥ ద్యుమణి కరాళి మొగిళ్ళయి
యమవశ శశింగలయ గూర్చి హద నౌటయు, న
య్య మృతపు బిందులె క్రమ్మఱ
నుమిసెడు ననఁ గలయఁగరక లుడుగక రాలెన్"

అంటాడు కవి. ప్రతి అమావాస్యయందు చంద్రుడు సూర్యుని యందు ప్రవేసిస్తాడు. ఆ సూర్య కిరణాలు ఆ సమయాన చంద్రుని అమృతము తాగి పిమ్మట మేఘాలుగా మారి, వర్షాకాలము వచ్చినపుడు వానతో ఆ అమృతపు బిందువులను గూడా ఉమ్మివేస్తునవో అనునట్లు వడగండ్లు పడుచుండెను." అని రాయలు ఊహించి చెప్పాడు. ఆ ఊహలో

కూడా ఎంతో శాస్త్రీయ దృక్పథం ఉంది. కవిరేవ ప్రజాపతిః అన్న సూక్తి ఇక్కడ రాయలకు చక్కగా సరిపోలుచున్నది. కవి చేసిన ఉత్ప్రేక్ష ఎంతో రమ్యంగా ఉంది.

4. విరహవర్ణన

గోదాదేవి విరహాన్ని గూడా రాయలు అద్భుతంగా వర్ణించాడు. విరహతాపం భరింపజేయడానికి ఆనాడు చేసే శైత్యోపచారాలు హృద్యంగా చెప్పాడు కవి.

తే॥ గీ॥ ప్రతి కుసుమ తల్పమునఁ జాతి పడిన తప్త
వలయ మలినాంక యుగము వర్తులతఁబొలిచెఁ,
జూడనిక మాన ధైర్యములున్న లనుచు
సుదతి బోట్లకు ద్రప వ్రాసి దూపెననఁగ.

ఆమె శయనించిన ప్రతి పూసెజ్జలోను ఆమె చేతుల కడియాలు దేహతాపము చేత క్రాగి, చేతుల నుండి జారిపడినవట. అవి కాగిన వగుటచేత అవి తగిలిన చోట్ల పూసెజ్జయందు మాడిన నల్లని గుర్తులు రెండు పర్పడినవి. ఆ నల్లని గుర్తులు ఎలా ఉండెడివంటే, ఆమె చెలులతో తన మన్మథావస్థను చెప్పుకొనుటకు లజ్జితురాలై ఇంక తనకు మానము దక్కదు, ధైర్యము ఉండదు, అని ఆ రెంటి నాశంబును వ్రాసిచూపిన, రెండు కన్నులో అన్నట్లుండెను. ఆహా! రాయలు ఎంత చమత్కార ప్రియుడు. లోకోత్తర వర్ణనా నిపుణః కవిః అన్నమాట ఇక్కడ రాయలకు అన్వయించుట సమంజసంగా ఉంటుంది.

5. దేవతా వర్ణన

ఇష్ట దేవతా ప్రార్థన చేస్తూ రాయలు ఆముక్తమాల్యద మొదటి పద్యంలో శ్రీ వేంకటేశ్వర స్వామిని స్మరించాడు.

ఉ॥ శ్రీ కమనీయ హార మణిఁ జెన్నుగ c దానును; గౌస్తు భంబునుం
దాకమలా వధూటియు సుదారతదోcపఁ, బరస్పరాత్మలం
దాకలితం బు లైన తమయాకృతు లచ్చ త,c బైకిcదోcచి, య
స్తోకత నందు దోచే నన, శోభిలు వేంకట భర్తc గొల్చెదను

శ్రీలక్ష్మీ వేంకటేశ్వరులు ఒకరికొకరు ఎదురుగా కూర్చున్నపుడు, లక్ష్మీదేవి ముత్యాల సరపు నాయక మణియందు వేంకటేశ్వరస్వామి స్పష్టంగా ప్రతిబింబించెను. అట్లే వేంకటేశ్వరస్వామి హృదయమందలి కౌస్తుభమణి యందు లక్ష్మి చక్కగా ప్రతిబింబించినది. రాయలకు వేంకటపతి ఇష్టదైవం మరియు ఇలవేల్పు కూడా. తిరుమల కొండకు కాలినడకన ఏడుసార్లు వెళ్లి శ్రీనివాసుని దర్శించుకున్నాడని విమర్శకుల అభిప్రాయం.

ఇంకా ఈ ప్రబంధంలో స్వభావ వర్ణన, వర్ష్యహీన వర్ణన, విష్ణుచిత్తుల వర్ణన, దక్షిణ మధుర వర్ణన, శరదృతువర్ణన, గోదాదేవి వర్ణన, మఱ్ఱిచెట్టు వర్ణణ లాంటివి చాలా వర్ణనలు శ్రీకృష్ణ దేవరాయలు చేశాడు. ఆళ్వారుల ద్రావిడ వేదాన్ని క్షుణ్ణంగా గ్రహించి ద్రావిడ దేశంలో జరిగిన చూడి కుడుత్త నాచ్చి యారు (గోదాదేవి) శ్రీరంగనాథుల పరిణయ గాథను, కన్నడరాయుడైన రాయలు తెలుగుభాషలో అత్యద్భుతంగా రచించి దక్షిణ భారతదేశ సమైక్యతను చాటిన విశాల హృదయుడు. అందుకే ఆముక్తమాల్యద ఆంధ్ర పంచకావ్యాలలో ఒకటిగా నేటికీ ఆంధ్రసాహితీ ప్రపంచంలో ప్రసిద్ధిగాంచినది. రాయలవారికి ఏడు కొండల స్వామిపట్ల అచంచలమైన భక్తి ప్రపత్తులు ఉండేవి. విష్ణువన్నా, వేంకటపతి అన్నా ఒక్కరే అని గ్రహించిన జ్ఞాని" అందుకే ఆయన ఆంధ్రభోజుడుగా సాహితీ సమరాంగణ సార్వభౌముడుగా కీర్తింపబడుతున్నాడు.

దీనినిబట్టి ఆముక్తమాల్యదలో వర్ణనలకు అధిక ప్రాధాన్యం ఇవ్వబడిందని చెప్పవచ్చు. అందులో ప్రకృతి పరిశీలనా దృక్పథం మెండుగా ఉంది. కొండలు, కోనలు, మేఘాలు, వర్షం, స్త్రీల వర్ణనలు విపులంగా చేశాడు. అందులో రాయలకు చిరకాల కీర్తి తెచ్చి పెట్టినవర్ణన మఱ్ఱిచెట్టు వర్ణన. ఆ మాల దాసరి చూచిన మఱ్ఱివృక్షం ఇలా ఉ ందంటాడు రాయలు.

శీ॥ కాంచెన్వైష్ణవుఁడర్థ యోజన జటాఘూటోత్థ శాకోపశా
ఖాంచ జ్ఝాట చరన్మరుద్రయ దవీయ: ప్రేషితోద్యచ్ఛదో
దంచత్కీట కృత వ్రణ చ్ఛలన లిప్యాపాదితాధ్వన్యని
నిస్సంచారాత్త మహాఫలోపమ ఫలస్ఫాయ ద్వట క్ష్మాజమున్"

'ఆ మఱ్ఱి చెట్టుకు రెండేసి క్రోసుల నిడివిగల ఊడలు దిగి ఉండెను. వాని పై భాగం నుండి కొమ్మలు మొలిచాయి. ఆ కొమ్మల నుండి కొమ్మలు మొలిచాయి. ఆ మహా సముదాయంలో గాలి చరించుచుండినాది. దాని వేగముచేత చెట్టు నుండి పురుగులు తొలిచిన గీరలతో కూడిన ఆకులు ఎగిరిపోయి దూరముగా నున్న బాటసారుల వద్ద పడుచుండెను. వారు ఆ చెట్టునందు బ్రహ్మరాక్షసి ఉన్నదని భావించి దానికి దూరముగా తొలగిపోవుచుండిరి' అంటాడు కవి.

సుదీర్ఘ సమాసాలతో, సంస్కృత పదాడంబరంతో, ఓజోగుణ ప్రధానంగా రాయలు ఆముక్తమాల్యద రచించాడు. అందులో అడుగడుగునా వర్ణనలు ఉన్నాయి. ప్రకృతిపై రాయలకున్న సునిశిత పరిశీలనా దృష్టి మన మనో ఫలకాలపై చెరగని ముద్ర వేస్తుంది. ఆముక్తమాల్యదలో భక్తి, ముక్తి, రక్తితో బాటు వివిధ సామాజికాంశాలు తెలుపబడ్డాయి. అందుకే మనం ఆముక్తమాల్యదను కేవలం ప్రబంధంగానే గాక బహు విషయ సముచ్ఛయంగా చూడాలి. అప్పుడే అందులోని నాటి సామాజికాంశాలు, రాయల తాత్విక దృక్కోణం బయట పడతాయి.

ఉపకరించిన గ్రంథాలు

1. కావ్యదర్శం- 1-16,17 శ్లోకాలు
2. దుర్భాక రాజశేఖర శతావధాని చారిత్రక కావ్యాలు- పుట.67
3. ఆముక్తమాల్యద - ప్రథమాశ్వాసం- 51వ పద్యం
4. ఆముక్తమాల్యద- ద్వితీయాశ్వాసం- 68వ పద్యం
5. ఆముక్తమాల్యద- తృతీయాశ్వాసం- 99వ పద్యం
6. ఆముక్తమాల్యద- ప్రథమాశ్వాసం- 1వ పద్యం
7. కాదంబరి- పుట.18
8. ఆముక్తమాల్యద- షష్ఠాశ్వాసం- 15వ పద్యం

శ్రీ కళాగౌతమి, మే 2014 లో ప్రచురితమైన వ్యాసం

గురజాడపై ప్రాచీన కవుల ప్రభావం

'సురుల జన్మంబు శూరుల జన్మంబు యేరుల జన్మంబు నెఱుగనగునె' అంటాడు ఆదికవి నన్నయ. ఈ అంశానికి కవుల జన్మను కూడా చేర్చాల్సి ఉంది. ఎందుకంటె కవులు సాహితీస్రష్టలు కాబట్టి. అందరు కవులూ స్రష్టలు కాకపోవచ్చు, కానీ ఎక్కువ మంది స్రష్టలుగానే కనిపిస్తున్నారు. ఆదికవి నన్నయ, తిక్కన, ఎర్రన, పాల్కురికి సోమన, పోతన, శ్రీనాథుడు, అనంతుడు, పెద్దన, తిమ్మన, శ్రీకృష్ణదేవరాయలు, సూరన, రఘునాథ రాయలు, చేమకూర వెంకటకవి, తిమ్మక్క, మొల్ల, రంగాజమ్మ, ముద్దుపళని, లీల, నాచి వంటి ప్రాచీన కవులు, కవయిత్రులు అందరూ స్రష్టలే. వారు వేసిన పునాదులపైననే ఆధునిక కవులు కవితా భవంతులు, రమ్యహర్మ్యములు నిర్మించారు. అటువంటి వాటిలో గురజాడ అప్పారావు నిర్మించిన సుందర సందనం ఆధునిక కవిత్వం. గురజాడ వారి సదనం అంతకు ముందున్న కవుల సదనాలకు భిన్నమైనది. అయితే వాటికి అతీతమైనది మాత్రం కాదు. అదే గురజాడ ప్రత్యేకత, విశిష్టత కూడా. ఈ రెండు గుణాల కలబోత గురజాడ కవిత్వం.

గురజాడ – నూతన సృష్టి

గురజాడ అప్పారావు తనకు ముందున్న అన్ని కవితా సంప్రదాయాలను తృణీకరిస్తూ, భావవ్యక్తీకరణలో, భాషాభివ్యక్తిలో, వినూత్న పంథాను అనుసరించారు. "గురజాడ అప్పారావు గారి జననము ఆంధ్ర సాహిత్య లోకమునకు అరుణోదయము. పిల్ల వసుచరిత్రల పెంజీకట్లు ముసురుకొన్న రోజులలో దేశి కవితారశ్మిని ప్రసరించిన కవి భాస్కరుడాతడు. సాహిత్యము ఏ కొందరి సొత్తో యనుకున్న కాలములో అది ప్రజల సొమ్మని ఉదారంగా పంచిపెట్టిన సామ్యశీలి ఆయన. కందుకూరి సాంఘిక విప్లవాన్ని, గిడుగు భాషా విప్లవాన్ని తనలో సమన్వయించుకొని, సరికొత్త సాహిత్య విప్లవము లేవనెత్తిన నవయుగ వైతాళికుడాయన. ఆయన చేతి చలువతో, అస్పృశ్యముగా పడియున్న వాడుక భాష అందలమెక్కినది. మెత్తని తెలుగు పలుకు కత్తి వాదరవలె మెరసినది. వీధి మానిసికి వేదిక లభించింది. ఆంధ్ర భారతి అంతకు ముందటి అలంకార భారములను కూల్చివేసి ముచ్చటగా ముత్యాల

సరాల నలంకరించుకొన్నది. నాటకము, గేయము, వ్యాసము, కథానిక, ఆయన వాఙ్మహిమతో ఎన్నడులేని జవమును జీవమును పుంజుకున్నవి" అంటూ శ్లాఘించారు ఆచార్య సినారెగారు. వారి మాటలు అక్షర సత్యాలు. సంస్కృతాంధ్రాంగ్ల సాహిత్యాలను ఔపోశన పట్టిన పరిజ్ఞానంతో సినారె ఆ మాట లన్నాడు.

గురజాడ సాహితీతత్వం

గురజాడ అప్పారావు సంధియుగానికి చెందిన చైతన్య శాలుడైన కవి. అటు ప్రాచీన కవిత్వానికి ఇటు అభ్యుదయ కవిత్వానికి వారధిగా నిలిచాడు. పాతకొత్తల మేలు కలయికతో వ్యావహారిక భాషలో పెక్కు రచనలు చేశాడు. సంస్కృతాంగ్ల సాహిత్యాలను బాగా అధ్యయనం చేశారు. భాషాపరంగా సంస్కృత ప్రభావానికి లోబడక ఆంగ్ల పదాల ప్రయోగానికి జైకొట్టకుండా సామాన్య ప్రజల దైనందిన వ్యవహార భాషలో రచనలు చేశాడు.

తెలుగులో మాటల మబ్బులు, పుష్పలావికలు, మెరుపులు, సుభద్ర, ఋతు శతకము, ముత్యాల సరాలు, కన్యాశుల్కం వంటి కావ్యాలు రాశారు. అదేవిధంగా ఆంగ్లంలో Why did Shakespeare write Tragedies. the English Drama, A Dramatic Tale, The Theatre in China, The Miseries of Dramatic Authour వంటి నాటక కళా సంబంధులు, criticism on Words Worth, Novel Element is literature, English rural poetry, Dravidian Folk Songs, English Cyrical Poetry, Poetic Image and Primitive conception. Art and Morality, Ballad, Chancer's Love Poetry, Early years of shelly వంటి కవిత్వ సంబంధులు ఉన్నాయి. గురజాడ ఆంధ్రాంగ్ల భాషలో అపరిమిత మేధావి. తన మేధా పటుత్వంతో వివిధ ప్రక్రియల్లో రచనలు చేశాడు.

పూర్వ కవుల ప్రభావం

గురజాడ ప్రాచీన కవులను అనుకరించాడు. అయితే భావ ప్రకటనలో తనదైన పంథాలో నడిచాడు. 'పుష్పలావికలు' అన్న శీర్షికతో తొమ్మిది పద్యాలు రాశారు. వీటిని ప్రబంధాల్లోని పుష్పలావికల వర్ణనలకు తీసిన చక్కని 'నకళ్లు'గా భావించవచ్చు. ముఖ్యముగా

పుష్పలావికలు శృంగారమును ప్రదర్శించు పద్యాలు. అందులోనూ ఆముక్త మాల్యదలోని పుష్పలావికావర్ణన ఘట్టము ప్రభావము ఈ పద్యాలలో అడుగడుగునా కనిపిస్తుంది. ఉదాహరణకు ఒక పద్యాన్ని పరిశీలిద్దాం. ఆముక్త మాల్యదలో ఉన్న పద్యం ఇలా ఉంది.

సీ॥ వెలది, యీ నీ దండ వెలయెంత? నాదండ
కును వెలఁబెట్ట నెవ్వని తరంబు?
కలువ ఁదాపులు గాన మలిక దంబక వేణి?
కలువ తావులు వాడకయు కలుగునె?
కడివోదు నా కిమ్ము పడఁతి యీగేదంగి,
నను, గడివోమి ముందటికిఁజూడు
జాతులేవంబు జేక్షణ? పద్మినులు సైత
మును నున్న యెడ జాతులునికి యరుదె?

తే॥ యనుచు ఁదొలి నుడి నభిలాష లెనయ మూగి
పలుకు తోడనై నర్మ గర్భంబు గాగ
నుత్తరము పల్లవ శ్రేణి కొసగు చలరు
లమ్ముదురు పుష్పలావిక లప్పురమున

(ఆముక్త మాల్యద - ద్వితీయాశ్వాసం - 19 పద్యం)

పై పద్యాన్ని కొంచెం భేదంతో గురజాడ అప్పారావు ఇలా రాశారు.

"నీదండ చిక్కు వడెనే
నా దండను చిక్క టన్న నగరే ప్రాజ్ఞుల్
నీ దండ నుంచి కొనుమా
వాదుడుగు మటంచు రచటి వనితలు విటులన్

దీనిని బట్టి అప్పారావుపై ప్రాచీన కవుల ప్రభావం మెండుగా ఉందని స్పష్టంగా చెప్పవచ్చు. ఒక కవిపై సమకాలీన సమాజపు ప్రభావంతో బాటు అంతకు ముందటి తరాల పరిస్థితులూ ప్రభావం చూపుతాయి. గతం పునాది రాయి వంటిది. పునాదిరాళ్లు ఎప్పుడూ భవంతిని చూడలేవు. అయితే పునాది రాళ్లు లేకుండా భవంతి

నిలబడదు. ఈ సూత్రమే సాహిత్యానికీ అన్వయిస్తుంది. ప్రాచీన కవుల రచనల ప్రభావం తరువాత తరాల కవులపై గాఢంగా పనిచేస్తుంది. దీనికి ఎన్ని ఉదాహరణలను అయినా ఇవ్వవచ్చు. ముఖ్యంగా సుకవి, కుకవుల ప్రశంసలే దానికి ప్రబలోదాహరణము. అభ్యుదయ కవిగా, గతాన్ని అందులోనూ ప్రాచీన కవిత్వాన్ని నిరసించే కవిగా ఖ్యాతి గాంచిన శ్రీశ్రీ రచనల్లో పౌరాణిక గాథల పదప్రయోగం, సంస్కృత దీర్ఘ సమాసాలు కోకొల్లలుగా కనిపిస్తాయి. సాంప్రదాయం నుంచి ఏ కవి అంత త్వరగా బయటపడలేడని ఈ సూక్తి ద్వారా చెప్పవచ్చు.

ఛందోబద్ధ రచన

గురజాడ ప్రారంభంలో ఛందోబద్ధ పద్య కవిత్వాన్ని రాశాడు.తదనంతరం అతనిలో భావవిప్లవం రగిలింది. దాంతో భావకవిత్వ పంథాకు స్వస్తి చెప్పాడు. అభ్యుదయ దృక్పథానికి తెరతీశాడు. గురజాడ 'సుభద్ర' అనే కావ్యం రాశాడు. అందులో మూడాశ్వాసాలే మనకు లభిస్తున్నాయి. అర్జునుడు ముని వేషమున రైవతకాద్రికి వచ్చుట, బలరాముడాతనికి పరిచర్యలు చేయుటకు సుభద్రను నియోగించుట, యతి అందమును చూచి సుభద్ర మనస్సులో మరలు రేగుట, ఆమె విరహంతో ఆందోళన చెందుట, సత్యభామ ఆమెను ఓదార్చుట వంటి అంశాలు అందులో వర్ణించబడ్డాయి. ఇది పూర్తిగా ప్రబంధ లక్షణాలను పుణికి పుచ్చుకున్న కావ్యం. మచ్చుకు ఒక పద్యాన్ని పరిశీలిద్దాం. సుభద్రను ఇలా వర్ణించాడు గురజాడ అప్పారావు.

సీ॥ కస్తూరి గన్నేరు కావి చీర మె ఱుంగు
మేని ఛాయకు వింత మిసిమి గొలుప
చెలరేగు ముంగురుల్ చేర్చి కట్టిన జోతి
యిరులపై రిక్కల కరణి వెలుగ
పైటపై దూగాడు పచ్చల హారముల్
చలదింద్ర చాపంబు చాడ్పు ఁజూప
నిద్దంపు ఁజెక్కుల దిద్దిన పత్రముల్
మకరాంకు బిరుదాల మాడ్కివఱల

తే॥గీ॥ మెఱపు కెమ్మబ్బు లోపల మెణయు నట్లు
వలిపమున మేల్మి మొలనూలు తళుకు లీన
భద్రనడ తెంచె బంగరు పళ్లెరముల
బండ్లు (బూవులు గొనుచు సపర్య కొఱకు"

అంటూ చక్కగా వర్ణించారు. ఈ పద్యం ప్రబంధ పక్కికి ఏ మాత్రం తీసిపోదు. గురజాడ ఈ విధంగానే పద్య రచన చేసి ఉంటే తప్పక ప్రౌఢ కవి అయ్యేవాడు. సంప్రదాయముననుసరించిన కవుల పంక్తిలో ఎక్కడో ఒకచోట ఆయనకొక చిరుస్థానం లభించెడిది. కాని అట్ల జరగలేదు. ఆయన తెలుగు సాహిత్యానికి మధ్య కాలము వాడైనా పంక్తి మధ్యలో కూర్చుండదగిన వాడు కాదు. అగ్రేసరత్వమతని జాతకములో రాసి ఉన్నది. వైతాళికత్వం, యుగ కర్తృత్వం ఆయన సాధించవలసిన మహా కార్యములు. అందువల్ల అందరూ ఆనాడు నడుస్తున్న సాంప్రదాయ సాహిత్య ఘంటా పథం అతనికి రుచించలేదు. నవనవోన్మేష ప్రజ్ఞ కలిగిన గురజాడకు గతాను గతికములైన ఆ బాటలు వెగటుగొల్పినవి. కొత్త బాట వేయవలయునను కుతూహలం ఉదయించింది. తన ముందున్నవి గహనారణ్యములైనా సరే ఛేదించుకొని పోవలెననెడి వజ్ర సంకల్పం అతనికి కలిగినది. ఆ దృక్పథములో కొత్త ప్రయోగాలకు శ్రీకారంచుట్టాడు. వృత్త రచనలకు, ప్రబంధ రీతులకు తిలోదకాలిచ్చాడు. వాడుక భాషతో చేతులు కలిపాడు. ముత్యాల సరాలుగా కూర్చాడు.

భాషా ప్రయోగ రంగం

గురజాడ కవిత్వ రంగమున చేసిన సాహస ప్రయోగాలు ప్రాచీన కవులలో పాల్కురికి సోమనాథుని ప్రయోగాలను తలపింప జేస్తాయి. ఇరువురు దేశి సాహిత్య ప్రవర్తకులే. ఇరువురు తమ కాలములో వ్యవహారములో ఉన్న పదములకు పలుకుబడులకు గ్రాంధికత కల్పించినవారే. పాల్కురికి జాను తెనుగును ప్రతిపాదించగా, గురజాడ తెలుగు పలుకుబడికి ప్రాణం పోశాడు. ఇరువురు వర్ణభేదములేని సంఘ వ్యవస్థను వాంఛించిరి. ఛందస్సులో ఇరువురూ కొత్త మార్గాలు తొక్కిరి. అయితే వీరిరువురికి మధ్య ఉన్న భేదం ఒక్కటే. అది ఏమంటే పాల్కురికిది శివభక్తి. కాగా గురజాడది మానవాభ్యుదయాసక్తి.

వీరిరువురి ప్రయోగాలకు కేంద్ర బిందువు దేశి సాహిత్య పునరుద్ధరణ కాంక్ష. ఈ కాంక్ష గురజాడలో ముత్యాలసరాలు రూపమున బయట పడింది.

బసవపురాణములో పాల్కురికి సోమనాథుని శైలి ఇలా సాగింది.

" పెద్దలతేడు వెన్నుద్దుల మొదలు
బుద్దుల ప్రోక విబుధ నిధానంబు
నమిత వచో రాశి సుమనోను రాగు
దమలిన చిత్తు దుద్య ద్గుణాన్వితుడు
సకల వీణ ప్రవీణ కళా విదుండు
సకలంక నాద విద్యా పండితుండు
వేద వేదాంత సంపాదిత తత్త్వ
వాది సంసార దుర్వ్యాప్తి సంహారి
యమ నియమాది వ్రతాచార వర్తి
శమ దమ సద్గుణా శ్రయ చరిత్రుండు
ధీర మహోదార దిక్పూర్ణ కీర్తి
కారుణ్య మూర్తి నిర్గత సకలార్తి"

(బసవ పురాణము - తృతీయాశ్వాసము - 1810 - 1820 పంక్తులు)

పై ఉదాహరణలో దేశి పద ప్రయోగాలు ఉన్నాయి. వృత్త ఛందాన్ని ధిక్కరించి సోమన ద్విపదలో రచనలు చేశాడు. దీంతోబాటు రగడలు, ఉదాహరణలు వంటి నూతన ఛందో ప్రక్రియను సృజించాడు. ఈ కోవలోనే గురజాడ నడిచాడు. అప్పారావుగారి శిల్ప దృష్టికి వారి పూర్ణమ్మ, ముత్యాల సరాలు, లంగరెత్తుము వంటివి చక్కని నిదర్శనాలుగా నిలుస్తున్నాయి.

"విరిగి పెరిగితి పెరిగి విరిగితి
కష్ట సుఖముల పారమెరిగితి
పండు నన్నవి ఆశలెన్నో
యెండి రాలగ బొగిలితిన్"

"దేవతలతో జోడు కూడితి
రక్కసులతో కూడి ఆడితి
కొత్త మిన్నుల తెలివి పటిమను
మంచి చెడ్డల మార్చితిన్"
"పంజరంబున నున్న కట్లను
పగల దన్నగలేక సుక్కితి
నింగి పర్వగ లేని జన్మము
నీరసంబని రోసితిన్"

పై ఉదాహరణలో పేర్కొన్న కవితల్లో సరళ సుందర తెలుగు భాషను గురజాడ ప్రయోగించినట్లుగా తేటతెల్లమవుతున్నది. ప్రాచీనతను, ప్రాచీన కవిత్వాన్ని నిందించక అందులోని ఘట్టాలను కాలానుగుణంగా మార్చుకుంటూ కొత్త పంథాలో ఆధునిక దృక్పథంతో రచనలు చేసిన సాహితీ కాల జ్ఞాని గురజాడ అప్పారావు.

వెంకటగిరి, విశ్వోదయ ప్రభుత్వ డిగ్రీ కళాశాల తెలుగుశాఖ వారు 10 జూలై 2014 నాడు 'గురజాడ అడుగుజాడ- తెలుగువారి వెలుగుజాడ' అనే అంశంపై నిర్వహించిన యు.జి.సి జాతీయ సదస్సులో చదివిన వ్యాసం.

అన్నమయ్య దృక్పథంలో శ్రీ వేంకటేశ్వరస్వామి స్వరూపం

అన్నమయ్య బహుముఖ ప్రజ్ఞావంతుడైన కవి, సంకీర్తనాచార్యుడు, తాత్వికుడు, విమర్శకుడు, విశ్లేషకుడు. వేదాలు, పురాణాలు, శ్రుతులు, స్మృతులు, రామాయణ, భారతాది ఇదిహాసాలు ఔపోసన పట్టాడు. అన్ని గ్రంథాల సారాంశాన్ని ఒకచోట రాశిగా పోశాడు. ఆ రాశియే శ్రీ వేంకటేశ్వరస్వామి అని ఉగ్గడించాడు. ఈ విషయం వారి సంకీర్తనలను అధ్యయనం చేసిన వారందరికీ తెలుస్తుంది. వివిధ గ్రంథాల్లోని అంశాన్ని తన సంకీర్తనల్లో చక్కగా విశ్లేషిస్తూ వచ్చి, వాటికి మూలం శ్రీ వేంకటేశ్వరస్వామియే అని అన్వయం కుదురుస్తాడు. అది అన్నమయ్య ప్రజ్ఞకు నికషోఫలంగా నిలుస్తున్నది. అన్నమయ్య సాహిత్యాన్ని అధ్యయనం చేసిన వారికి సామాజిక, పౌరాణిక చారిత్రకాది విషయ పరిజ్ఞానం స్పష్టంగా బోధపడుతుంది.

హిందూమత శాస్త్రాల ప్రకారం మన దేవతల సంఖ్య ముప్పది మూడు కోట్లు. ఆ అంశలన్నిటికి మూలము శ్రీ వేంకటేశ్వరస్వామియే అంటాడు అన్నమయ్య. ఈ కింది సంకీర్తన దానికి ప్రబల నిదర్శనంగా చెప్పవచ్చు.

1. హరి అవతారములు

భావములోనా బాహ్యము నందును
గోవింద గోవింద యనికొలువవో మనసా ॥ పల్లవి॥
హరియవతారములే యఖిల దేవతలు
హరిలోనివే బ్రహ్మాండములు
హరి నామములే అన్ని మంత్రములు
హరి హరి హరి యనవో మనసా ॥ భావ॥
విష్ణుని మహిమలే విహిత కర్మములు
విష్ణునిఁబొగడీ వేదములు
విష్ణుఁడొక్కడే విశ్వాంతరాత్ముడు
విష్ణు విష్ణువని వెదకవో మనసా ॥ భావ॥

అచ్యుతుఁడితడే ఆదియు నంత్యము
అచ్యుతుడే యసురాంతకుడు
అచ్యుతుడు శ్రీ వేంకటాద్రి మీద నిదె
అచ్యుత యచ్యుత శరణనవో మనసా ॥ భావ॥

(సంపుటం-3, సంకీర్తన-561)

అంటాడు అన్నమయ్య. దేవతలందరూ హరి అవతారాలేనని, ఆ హరిలోనే బ్రహ్మాండాలు ఇమిడి ఉన్నాయని, విష్ణుడొక్కడే విశ్వాంతరాత్ముడని అన్నమయ్య అంటాడు.ఆ విష్ణువు అవతారమే శ్రీ వేంకటేశ్వర స్వామి. ఆ దేవదేవునికి గోవిందుడనే పేరు కూడా ఉంది. అందుకే అన్నమయ్య పల్లవిలోనే శ్రీ వేంకటేశ్వరస్వామి వారి నామాంతరమైన 'గోవింద' శబ్దాన్ని ప్రయోగించాడు. మరొక సంకీర్తనలో దశావతారాలన్నీ శ్రీ వేంకటేశ్వర స్వామియే నంటాడు. ఆ సంకీర్తన ఇలా ఉంది.

"డోలాయాం చల డోలయాం హరే డోలాయం ॥ పల్లవి॥
మీన కూర్మ వరాహ మృగ పతి అవతారా
దాన వారే గుణ శౌరౌ ధరణి ధర మరు జనక ॥ డోలా॥
వామన రామ రామ వర కృష్ణ అవతారా
శ్యామలాంగా రంగ రంగా సామజ వరద మురహరణ ॥ డోలా॥
దారుణ బుద్ధ కలికి దశవిధ అవతారా
శీర పాణే గోసమాణే శ్రీ వేంకటగిరికూట నిలయ" ॥ డోలా॥

(సంపుటం-2, సంకీర్తన-374)

అంటూ వర్ణించాడు.

పై సంకీర్తనలో మీన, కూర్మ, వరాహ, వామన, పరశురామ, శ్రీరామ, బలరామ, శ్రీకృష్ణ, బుద్ధ, కల్కి అనే దశావతారాలు పేర్కొనబడ్డాయి. ఈ అవతారాలన్నిటికీ శ్రీ వేంకటగిరికూట నిలయుడైన శ్రీ వేంకటేశ్వర స్వామియే మూలమంటాడు అన్నమయ్య. కలియుగ ప్రత్యక్ష దైవంగా శ్రీ వేంకటేశ్వరస్వామి వారు వెలుగొందుచుండుటయే దానికి నిదర్శనం.

2. స్వామివారి అవతార లీలలు

శ్రీ వేంకటేశ్వరస్వామి దశావతారాలు ఎత్తిన సంగతే గాక, ఆయా అవతారాల్లోని లీలలను కూడా అద్భుతంగా వర్ణించాడు అన్నమయ్య. మచ్చుకు రామావతార లీలలను పరిశీలిద్దాం.

దేవం భజే దివ్య ప్రభావం
రావణాసుర వైరి రఘుపుంగవం ॥ పల్లవి॥
రాజవర శేఖరం రవికుల సుధాకరం
ఆజాను బాహు నీలాభ్ర కాయం
రాజారి కోదండ రాజ దీక్షాగురుం
రాజీవలోచనం రామచంద్రం ॥ దేవ॥
నీల జీమూత సన్నిభ శరీరం ఘన వి
శాల వక్షం విమల జల జనాభం
తాలాహిన గహరం ధర్మ సంస్థాపనం
భూలలనాధిపం భోగీశయనం ॥ దేవ॥
పంకజాసన వినుత పరమ నారాయణం
శంకరార్జిత జనక చాప దళనం
లంకా విశోషణం లాలిత విభీషణం
వేంకటేశం సాధు విబుధ వినుతం ॥ దేవ॥

(సంపుటం-1, సంకీర్తన-314)

రాజవరశేఖరుడని, రవికుల సుధాకరుడని, ఆజానుబాహుడని, కోదండాన్ని చేబూనిన వాడని, రాజీవలోచనుడని, నీలమేఘశ్యామ శరీరం కలవాడని, ధర్మ సంస్థాపకుడని, జనకుని చాపాన్ని విరిచిన వాడని, లంకను జయించిన వాడని, విభీషణుని లాలించిన వాడని వర్ణిస్తూ చివరిలో వేంకటేశం సాధు విబుధ వినుతం అని శ్రీ వేంకటేశ్వరస్వామి వారితో రామున్ని అన్వయించాడు.

అదే విధంగా నృసింహావతారానికి- శ్రీ వేంకటేశ్వరస్వామి వారికి అన్వయం కుదిర్చి ఇలా చక్కని సంకీర్తన చెప్పాడు తాళ్లపాక అన్నమయ్య.

"కదిరి నృసింహుడు కంభమున వెడలె
విది తముగ సేవించరొ మునులు ॥ పల్లవి॥
పాల లోచనము భయదోగ్ర ముఖము
జ్వాలామయ కేసరములును
కాలరౌద్ర సంఘటిత దంతములు
హేలాగతి ధరియించుక నిలిచె ॥ కది॥
ముడివడు బొమ్మలు ముంచిన వూర్పులు
గడగడ నదిరెట్టి కటములును
నిడుద నాలికెయు నిక్కుఁగర్ణములు
నడియాలపు రూపై తావెలసె ॥ కది॥
సకలాయుధములు సహస్ర భుజములు
వికట నఖంబులు వెసఁబూని
వెకలి యగుచు శ్రీవేంకటేశ్వరుడె
ప్రకటపు దుష్టుల భంజించె నిదివొ"

(సంపుటం-4, సంకీర్తన-32)

అంటాడు అన్నమయ్య. అన్నమయ్య దృక్పథం ప్రకారం కదిరిలో నరసింహావతారం జరిగింది. ఆ నరసింహస్వామి ముఖము చూడడానికి భయంగా, ఉదగ్రంగా ఉంటుందని, కేసరాలు జ్వాలా మయంగా ఉంటాయని, దంతాలు కాలరౌద్ర సంఘటితంగా ఉంటాయని, ఆ అవతారపురుషుని చేతిలో సకలాయుధాలు, సహస్ర భుజాలతో అమరి ఉన్నాయని - ఆ భీకరస్వరూపుడు ఎవరోకాదు సాక్షాత్తు శ్రీ వేంకటేశ్వర స్వామియే అంటాడు అన్నమయ్య. నృసింహావతారం తెలంగాణలోని యాదగిరి గుట్టలో జరిగిందని అక్కడి స్థలపురాణం చెబుతోంది. అయితే రాయలసీమ ప్రాంతం వాడైన అన్నమయ్య కదిరిలో జరిగిందని ప్రస్తావిం చాడు. అంతా ఆ భగవంతుని సృజనే కాబట్టి దానికి ప్రాంతీయ భేదాలు

పాటించరాదు.

3. హరితత్వం- అన్నమయ్య

హరియవతారములే అఖిల దేవతలు అని వక్కాణించిన అన్నమయ్య- హరి నెరిగిన వాడే ధన్యాత్ముడంటాడు. దీనికి ఈ కింది సంకీర్తన గట్టి నిదర్శనంగా నిలుస్తుందనవచ్చు. హరి సర్వాంతర్యామి కాబట్టి సృష్టిలోని సర్వస్వమూ వేంకటేశ్వరస్వామి లీలావిశేషమే నంటాడు అన్నమయ్య.

"ఏ కులజుఁడేమి యెవ్వఁడైన నేమి
ఆకడ నాఁతడె హరి నెఱిగిన వాడు ॥ పల్లవి॥
పరగి సత్య సంపన్నుడైన వాడే
పరనింద సేయఁ దత్పరుడు గానివాడు
అరుదైన భూతదయా నిధి యగువాడే
పరులు దానేయని భావించువాడు ॥ పల్లవి॥
నిర్మలుడై యాత్మ నియతి గలుగువాడే
ధర్మ తత్పర బుద్ధిఁ దగిలిన వాఁడు
కర్మమార్గములు గడవని వాఁడే
మర్మమై హరిభక్తి మఱవనివాడు ॥ పల్లవి॥
జగతిపై హితముగాఁ జరియించు వాడే
పగలేక మతిలోన బ్రదికిన వాడు
తెగి సకలము నాత్మ తెలిసినవాడే
తగిలి వేంకటేశు దాసుడయిన వాడు" - అంటాడు

(సంపుటం-1, సంకీర్తన-292)

ఏ కులంవాడైనా, ఎవ్వడైనా హరిని గూర్చి తెలిసికున్నవాడె ధన్యాత్ముడంటాడు. ఈ సంకీర్తనలో శ్రీ వేంకటేశ్వరస్వామి వారి దాసుని కుండవలసిన లక్షణాలను గూర్చి కూడా వివరిస్తాడు అన్నమయ్య. సత్యసంపన్నుడు, పరనింద సేయనివాడు, భూతదయ కలిగినవాడు, పరులను తానుగానే భావించువాడు, నిర్మలమైన ఆత్మనియతికలిగినవాడు,

ధర్మ తత్పర బుద్ధి కలిగినవాడు, కర్మమార్గాలలో పోనట్టి వాడు, హరిభక్తిని మరవనివాడు, ఇతరుల హితము కోరువాడు, పగబుద్ధి లేకుండా బ్రతుకువాడు మాత్రమే శ్రీ వేంకటేశ్వరస్వామి సేవకు తగినవాడని అన్నమయ్య అంటాడు. ఇన్ని గుణాలు కలిగిన వారిలో ఆ దేవదేవుడు ఉంటాడన్నది అన్నమయ్య భావన. అఖిల దేవతా స్వరూపాలే కాకుండా సజ్జనులలో కూడా శ్రీ వేంకటేశ్వర స్వామి ఉంటా డంటాడు అన్నమయ్య.

4. సకల జీవుల్లో నివాసుడు స్వామి

మరొక సంకీర్తనలో సకల జీవులలోను నిగూఢంగా ఉన్న పరమాత్ముడు శ్రీ వేంకటేశ్వర స్వామియే నంటాడు అన్నమయ్య.

"భక్తి కొలది వాడే పరమాత్ముడు
భుక్తి ముక్తిఁ దానే యిచ్చు భువిఁబరమాత్ముడు ॥ పల్లవి॥
పట్టిన వారి చేబిడ్డ పరమాత్ముడు
బట్ట బయటి ధనము పరమాత్ముడు
పట్టపగటి వెలుగు పరమాత్ముడు
యెట్ట నెదుటనే వున్నాడిదె పరమాత్ముడు ॥ భక్తి॥
పచ్చిపాలలోని వెన్న పరమాత్ముడు
బచ్చన వాసి రూపు పరమాత్ముడు
బచ్చుచేతి వొరగల్లు పరమాత్ముడు
యిచ్చు కొలది వాడువో యీ పరమాత్ముడు ॥ భక్తి॥
పలుకులలోని తేట పరమాత్ముడు
ఫలియించు నిందరికి పరమాత్ముడు
బలిమి శ్రీ వేంకటాద్రి పరమాత్ముడు
వెలమి జీవుల ప్రాణ మీ పరమాత్ముడు" - అంటాడు అన్నమయ్య

(సంపుటం-1, సంకీర్తన-410)

ఈ భువిలో భుక్తిని ముక్తిని ఇచ్చువాడు పరమాత్ముడంటాడు అన్నమయ్య. మరి ఆ పరమాత్మ్మ డెవ్వరంటే శ్రీ వేంకటేశ్వరస్వామి వారు. ఆయన సకల జీవులకు ప్రాణమంటాడు

అన్నమయ్య. అంటే శ్రీ వేంకటేశ్వర ఆ స్వామి వారి స్వరూపం కానిది ఈ సృష్టిలో ఏదీ లేదన్నది అన్నమయ్య భావన. అందువల్ల ఆ స్వామి పాదసేవకు అంకితం కావడం మన గమ్యం, లక్ష్యం కావాలంటాడు అన్నమయ్య.మనమేకాదు మనకంటే ముందు ఆ దేవదేవుని పాదాలను కొలిచి పునీతులైన వారి వివరాలను కూడా అన్నమయ్య పట్టిక కట్టి చూపాడు ఈ కింది సంకీర్తనలో-

"ఈ పాదమె కదా యిలయెల్లఁ గొలిచినది
ఈ పాదమె కదా ఇందిరా హస్తముల కితవైనది ॥ పల్లవి॥
ఈ పాదమె కదా ఇందురును మ్రొక్కెడిది
ఈ పాదమె కదా ఈ గగన గంగ పుట్టినది
ఈ పాదమె కదా యెలమిఁ బెంపొందినది
ఈ పాదమె కదా యిన్నిటికి నెక్కుడైనది ॥ ఈ పా॥
ఈ పాదమె కదా యిభరాజు దలఁచినది
ఈ పాదమె కదా ఇంద్రాదులెల్ల వెదకినది
ఈ పాదమె కదా ఈ బ్రహ్మ కడిగినది
ఈ పాదమె కదా యెగసి బ్రహ్మాండమంటినది ॥ ఈ పా॥
ఈ పాదమె కదా యిహపరము లొసగెడిది
ఈ పాదమె కదా ఇల నహల్యకుఁ గోరికైనది
ఈ పాదమె కదా ఈక్షింప దుర్లభము
ఈ పాదమె కదా ఈ వేంకటాద్రిపై నిరవైనది"- అంటాడు

(సంపుటం-1, సంకీర్తన-66)

ఎన్నెన్నో మహిమలు చూపిన ఈ పాదము చివరికి తిరుమల కొండపై నిలిచింది. ఆ పాదాన్ని దర్శించి, స్పర్శించి, తరించటం మన ధర్మం.

5. శ్రీ వేంకటేశ్వర స్వామి వారి మంత్రం

ఒక్కో దేవతను స్మరిస్తూ ఆధ్యాత్మిక విదులు ఒక్కొక్క మంత్రాన్ని ఉపదేశించారు. అయితే సకల దేవతల మంత్రాలు శ్రీ వేంకటేశ్వరస్వామి మంత్రంలోనే దాగి ఉన్నాయంటాడు అన్నమయ్య. దానికి నిదర్శనమే ఈ కింది సంకీర్తన.

"అన్ని మంత్రములు నిందే యావహించెను
వెన్నతో నాకుఁ గలిగె వేంకటేశు మంత్రము ॥ పల్లవి॥
నారదుడు జపియించె నారాయణ మంత్రము
చేరెఁ బ్రహ్లాదుడు నారసింహ మంత్రము
కోరి విభీషణుడు చేకొనె రామమంత్రము
వేరె నాకు కలిగె వేంకటేశు మంత్రము ॥ అన్ని॥
రంగగు వాసుదేవ మంత్రము ధ్రువుడు జపించె
నంగవించెఁ గృష్ణమంత్ర మర్జునుడును
ముంగిట విష్ణుమంత్రము యొగి శుకుడు పఠించె
వింగడమై నాకు నబ్బె వేంకటేశు మంత్రము ॥ అన్ని॥
యిన్ని మంత్రములకెల్ల యిందిరానాథుడె గురి
పన్నినదిదియే పరబ్రహ్మ మంత్రము
నన్నుఁ గావఁ కలిగెబో నాకు గురుడియ్యగాను
వెన్నెల వంటిది శ్రీ వేంకటేశు మంత్రము"- అంటాడు

(సంపుటం-4, సంకీర్తన-438)

'ఓం నమో వేంకటేశాయ' అన్నది శ్రీ వేంకటేశ్వరస్వామి వారి అష్టాక్షరీ మంత్రం. నారాయణ, నారసింహ, రామ, వాసుదేవ, కృష్ణ, విష్ణు, పరబ్రహ్మ వంటి వివిధ దేవతా స్వరూపాలు చక్కని మంత్రాలు కలిగి ఉన్నాయి. అవన్నీ ఎంతో మహిమ కలిగినవి. ఆ మంత్రాలను జపించి ఎందరో తమ ఇష్టకామ్యార్థ ఫలాలను పొందారు. అయితే వాటన్నిటి కంటే విశిష్టమైనది శ్రీ వేంకటేశ్వర మంత్రమంటాడు అన్నమయ్య. ఎందుకంటే సకల దేవతలకు అధిపతి వేంకటేశ్వరు డేనని, ఆయన లీలా విశేషాదులే ఈ సృష్టియని అన్నమయ్య

భావన. అన్నమయ్యే కాదు వివిధ పురాణాలు కూడా ఈ విషయాన్నే నొక్కిచెప్పి బలపరుస్తున్నాయి. ఆధ్యాత్మిక ఋషీశ్వరులు సంస్కృతంలో ఈ విషయాన్ని చెప్పగా, దానిని అన్నమయ్య సరళశైలిలో జానపద బాణీలో సామాన్య ప్రజలను దృష్టిలో ఉంచుకొని చెప్పాడు.

అందువల్లనే వివిధ పురాణాలు, శాస్త్రాలు 'కలౌ వేంకట నాయకః' అని వక్కాణిస్తున్నాయి.

తిరుపతి, శ్రీ పద్మావతి మహిళా డిగ్రీ మరియు పి.జి. కళాశాల తెలుగు విభాగం మరియు తిరుపతి అన్నమాచార్య ప్రాజెక్టు వారు సంయుక్తంగా 12 సెప్టెంబర్ 2014 నాడు 'అన్నమయ్య సంకీర్తనలు- తెలుగు సాహిత్య వైభవం' అనే అంశంపై నిర్వహించిన జాతీయ సదస్సులో చదివిన వ్యాసం.

త్రిపురనేని కురుక్షేత్ర సంగ్రామ నాటకం- హేతుతత్వం

ఆర్ష వాఙ్మయంలో శ్రీ మహాభారతానికున్న స్థానం ఇతర గ్రంథాలకు లేదు. సామాన్య మానవుని మొదలు పరిణత ప్రజ్ఞగల విద్వల్లోకముల వరకు నిత్యోపయుక్తమగు అంశాలిందులో చాలా ఉన్నాయి. మహాభారతం ఇతిహాస కోవకు చెందింది. ప్రధాన ఇతివృత్తంతోబాటు అనేక ఉపాఖ్యానాలు ఇందులో ఉన్నాయి. శ్రీరాముని చరిత్ర, నలచరిత్ర, హరిశ్చంద్ర చరిత్ర మొదలగు ఉపాఖ్యానాలు స్వతంత్ర గ్రంథాలుగా కూడా రచింపబడ్డాయి. ఇవి ఒక్కొక్కటి ఒక్కొక్క అంశాన్ని విశదీకరించటానికి ఉద్దేశించబడ్డాయి. అందువల్లనే మహాభారతాన్ని పంచమవేదం అన్నారు. వేదంలో చెప్పబడిన అర్ధకామాల్ని ధార్మిక మార్గంలో సంపాదిస్తూ జీవించాలన్న ప్రవృత్తి ధర్మం, మోక్షానికి కావాల్సిన జ్ఞాన సముపార్జన పొందే రీతిని తెలిపే నివృత్తి ధర్మం విపులంగా వివరించ బడటమే పంచమవేద నామ సార్థక్యతకు కారణంగా చెప్పవచ్చు. ఇంతటి విశిష్టత కలిగిన భారతాన్ని ఎందరో విభిన్న కోణాల్లో విమర్శించారు. అలాంటి వాటిలో చెప్పకోదగ్గది హేతు తత్వ విమర్శ. ఆ దృక్పథంతో మహాభారతాన్ని త్రిపురనేని రామస్వామి చౌదరి విమర్శించారు.

త్రిపురనేని రామస్వామి చౌదరి హేతువాది, సద్విమర్శకులు, పండితులు. వీరి కలం నుంచి సూతపురాణం, కురుక్షేత్ర సంగ్రామం, శంబూక వధ, ఖూనీ, సూతాశ్రమగీతాలు, బ్రహ్మ భగవద్గీత, వివాహ విధి వంటి రచనలు వెలువడ్డాయి. ఇవన్నీ కూడా హేతు దృక్పథంతో రాయబడినవే. రామాయణంలో జాబాలి, భారతంలో చార్వాకుడు, భాగవతంలో వేనుడు హేతు వాద దృక్పథం కలిగిన వారుగా మనకు కనిపిస్తారు. అటు తరువాత వెలువడిన సాహిత్యంలో హేతువాదుల ప్రస్తావన పెద్దగా కనిపించకున్నా, 17వ శతాబ్దంలో వేమన, వీర బ్రహ్మం రచనల్లో స్పష్టంగా కనిపిస్తుంది. వీరి తరువాత కందుకూరి వీరేశలింగం, గురజాడ అప్పారావుల సాహిత్యంలో ఆ భావజాలం స్వరూపం కనిపిస్తుంది.

అయితే హేతువాద తత్వం స్వరూప స్వభావాలు విస్పష్టంగా ప్రకటించబడింది త్రిపురనేని రామస్వామి చౌదరి రచనల్లోనే. ఈ విషయంలో రెండో అభిప్రాయానికి ఆస్కారం లేదు. అందుకు వారి రచనలే సజీవ సాక్షాలు.

హేతువాదం ఒక తత్వం. దీనికి మూలాలు చార్వాకంలో ఉన్నాయి. చార్వాకులు ప్రాచీన భౌతికవాదులు. చార్వీలేక చార్వాక అనే ఆచార్యుని బట్టి వీరికా పేరు వచ్చిందని కాశికా వృత్తిలో ఉంది.

"అథ కథం పరమేశ్వర స్యసిః శ్రీయస ప్రదత్వ మభిధీయ తే॥

బృహస్పతి మతాను సారిణా నాస్తిక శిరోమణినా చార్వాకేణ తస్య దురోత్సారీ తత్వాత్" అన్నది ఆ వృత్తి.

(సర్వదర్శన సంగ్రహం- మాధవాచార్య చేకాంభా విద్యాభవన్- వారణాసి)

వేదాంతంలో పరమేశ్వరుడు మోక్షాన్ని ఇవ్వగలడు అని ఎట్లు చెప్పబడుచున్నది? బృహస్పతి మతానుసారియైన చార్వాకుడు ఈ మతమును ముందుగానే నిరూపించెనుగదా! అని చార్వాక దర్శనంలో నాస్తికుడు ప్రశ్నిస్తున్నాడు.

'చారు' అంటే 'అందమైన' వాక్కులుగలవారు కాబట్టి వీరిని చార్వాకులని పేర్కొన్నట్టు తెలుస్తున్నది. 'చర్వము' అంటే నాకి వేయడం. పుణ్య పాపాది భావవాద వస్తుజాలమునంత నాకి వేసింది కాబట్టి దీనికి చార్వాకమని పేరు వచ్చిందన్నారు. 'చర్వి' అంటే తినుట అనే అర్థం ఉంది. 'తిను' అంటే అను భవించు, సుఖించు అని కొందరు అర్థం చెబుతున్నారు. వీరికే లోకాయతులు అనే మరో ప్రసిద్ధ నామం కూడా ఉంది. 'లోకేషు ఆయతః- లోకాయత' ప్రజలలో వ్యాపించినది అని అర్థం. లోకము మాత్రమే విషయముగా గల శాస్త్రం లోకాయతం. ఇహలోకాన్ని ఆధారం చేసుకొని యోచించు గ్రంథం లోకాయతమని బుద్ధఘోషుడు, హరిభద్ర, మణిభద్రలు, వ్యాఖ్యానించారని కత్తి పద్మారావుగారు పేర్కొన్నారు.

వీరికి నాస్తికులు అను బిరుదు కూడా ఉంది. పాణిని పరలోకం లేదనేవారు నాస్తికులు అని చెప్పాడు. దీని ప్రకారం స్వభావవాదులు, యాదృచ్ఛకవాదులు, చార్వాక భౌతిక వాదులు, నాస్తికులుగా పరిగణింపబడుచున్నారు. మనువు వేదములను, స్మృతులను విమర్శంచు వారిని వేదనిందకులుగా, నాస్తికులుగా పేర్కొన్నాడు. వారిని సాధవులు బహిష్కరి ంచాలన్నాడు.

శ్లో॥ యో మవన్యేత తే మూలే హేతు శాస్త్రా శ్రయా ద్విజః॥

స సాధు బిర్బహిష్కార్యో నాస్తికో వేద నిందకః॥

(మనుస్మృతి-78వ శ్లోకం)

ఏ బ్రాహ్మణుడు ప్రమాణదాయకమైన శ్రుతి- స్మృతులను హేతువాదం చేతనో, తర్క బుద్ధి చేతనో చర్చించినా, దూషించినా అవమానపరిచినా పరోక్షంగా విమర్శించినా అటువంటి నాస్తికుని వేదదూషణ పరుని జాతినుంచి బహిష్కరించాల్సి ఉంటుంది అంటాడు మనువు అంటే అవైదికులను నాస్తికులుగా పేర్కొన్నాడు.

జైనులు, బౌద్ధులు కూడా అవైదికులే. వాళ్లూ మనువు దృష్టిలో నాస్తికులే. దీనిని బట్టి నాస్తి శబ్దం చరిత్రలో అనేక సందర్భాలలో అనేక అర్థాల్లో వాడబడింది. చరిత్రను మనం పరిశీలిస్తే ఒక మతం వారిని మరొక మతంవారు అనేక సందర్భాలలో నాస్తికులుగా పేర్కొంటూ వచ్చారని తెలుస్తున్నది. అయితే నాస్తిక తత్వాన్ని వివిధ ఉద్యమాలు ప్రచారం చేశాయి. వాటిలో పాఖండక వాదం, ప్రకృతివాదం, భూతవాదం, దేహాత్మవాదం, అక్రియవాదం, దిత్తాదమనివాదం, స్వస్తవాదం, ఉచ్ఛేదవాదం, అజ్ఞానవాదం, శూన్యవాదం, స్వభావవాదం, దేహవాదం అన్నవి చెప్పదగినవి.

ఆర్ష వాఙ్మయాన్ని త్రిపురనేని రామస్వామి చౌదరి ఔపోశన పట్టారు. హద్దర్శనాలను అధ్యయనం చేశారు. హేతుతత్వానికి ఆకర్షితులయ్యారు. ఆ తత్వంతోనే రచనలు చేశారు. పురాణాలను తర్కిస్తూ 'సూత పురాణం', కౌరవపాండవుల మధ్య రగులు కొన్న రాజ్యార్థాత విషయాన్ని చర్చిస్తూ 'కురుక్షేత్ర సంగ్రామం', యజ్ఞయాగాదులు వద్దన్న వేనుని పురోహిత వర్గం క్రూరంగా చంపించిన విధానాన్ని గూర్చి 'ఖూనీ', శ్రీరాముని కాలంలో శూద్రులకు తపస్సు చేసుకొనే హక్కు కూడా లేదని ప్రశ్నిస్తూ 'శంబూకవధ', శ్రీకృష్ణుడు అర్జునునికి బోధించిన భగవద్గీతను అధిక్షేపిస్తూ 'బ్రహ్మ భగవద్గీత', వివాహమంత్రాల్లోని డొల్లతనాన్ని అశ్లీలతను విమర్శిస్తూ 'వివాహ విధి', మనిషి మూఢ విశ్వాసాలతో చేస్తున్న జంతు హింసను ఎండగడుతూ 'ధూర్తమానవా' శతకాన్ని రాశాడు. వీరి ప్రతి రచనలోనూ, ప్రతి అంశంలోనూ హేతుతత్వం ఉంది. వారి రచనల్లోని హేతుతత్వాన్ని విశ్లేషించే ముందు తత్వమంటే ఏమిటో పరిశీలిద్దాం.

"తత్వశాస్త్రమంటే ప్రపంచ దృక్పథం. ఇది ప్రపంచానికి, ప్రకృతికి, సమాజానికి, సమాజంలో మనిషి స్థానానికి సంబంధించిన దృక్పథం. ప్రపంచాన్ని అవగాహన

చేసుకోవడానికి, మార్చుడానికి గల అవకాశాల తాలూకు విశ్లేషణ అది. అంతేకాదు సంపాదించిన జ్ఞానం ఆధారంగా కార్యా చరణ సాగించాల్సిన ఆవశ్యకతలో విశ్వాసమూ, నమ్మకమునూ. అది జ్ఞానం, అంచనాల సమ్మేళనం. జ్ఞానం విశ్వాసాల సమ్మేళనం. ఉ ద్వేగాల తార్కికాలోచనల సమ్మేళనం. అందుచేత తత్వశాస్త్రమంటే సైద్ధాంతిక జ్ఞానం యొక్క ప్రత్యేక రూపం. ఈ జ్ఞానరూపంలో సమస్త మానవ జాతి అనుభవం తాలూకు వస్తుగత సాధారణీకరణే కాక ఆ అనుభవంలోని ముఖ్యమైన అంశాల గుర్తింపు కూడా ఉంటుంది. ఆ అంశాలు మనిషి దృష్టిలో చాలా ప్రాముఖ్యం కలవి" అంటారు కత్తి పద్మారావు.

"మానవుడు పుట్టి బుద్ధి తెలిసినది మొదలు ఆద్యంత పుటలు తెలిసికొన యత్నము చేయుచునే ఉన్నాడు. ఈ యత్నము దాని ఫలితమునకే తత్వశాస్త్రమని పేరు" అంటారు మౌలానా అబుల్ కలామ్ అజాద్.

(ప్రాక్పశ్చిమ తత్వశాస్త్ర చరిత్ర- పు: 1)

ఒక వ్యక్తి ఆలోచనా రీతిని, అభిప్రాయ ప్రకటనా పద్ధతిని, సమాజాన్ని అవగాహన చేసుకొని వివేచించే పద్ధతిని తత్వమనవచ్చు.

ఇక హేతు వాదమంటే ఏమిటో పరిశీలిద్దాం.

"The uncompromising assertion by reason of her absolute rights through out the whole domain of thought is turmed Rationalism" అంటాడు J.B. Bury (History of Freedom of Thought, p.18)

పరాధీనతకు తావీయని విశుద్ధమైన అధికారయుతమైన ఆలోచనా విధానమే హేతు వాదమనబడుతుంది.

"అకారణమైన అన్ని ఊహా ప్రమాణాలను నిరాకరించి కారణము యొక్క ఆధిక్యతను, స్వేచ్ఛగా ఆలోచించే హక్కును ఏ మినహాయింపులు లేకుండా అంగీకరించే మానసిక ప్రవృత్తి హేతువాదం"

(రేషనలిస్ట్ ప్రెస్ అసోసియేషన్, లండన్)

"హేతువాదమంటే కార్యకారణ సంబంధాన్ని సశాస్త్రీయంగా విశ్లేషించటం, దీనినీ గ్రుడ్డిగా నమ్మక పోవటం, ప్రతి విషయాన్ని ప్రశ్నించితెలుసుకోవటం, నిరంతర సత్యాన్వేషణ,

యథార్ధమైన జ్ఞాన సంపదకై తపించడం" అంటారు డి. నాగసిద్ధారెడ్డి గారు (అభ్యుదయం- జులై, 86, పు.74)

హేతువాదం తత్వశాస్త్రంలో ముఖ్యాంశం. హేతువాదం ఒక విలక్షణమైన మతం కాదు. మతం- హేతువాదం రెండూ రెండు లంబ కోణాలు. ఇవి ఒకదానికొకటి ఖండించుకోవు. ఒకటి నమ్మకం, రెండోది విజ్ఞాన సోపానం. మతం వ్యక్తివాదం, హేతువాదం వైజ్ఞానిక వాదం. మతం భావవాదాన్ని హేతువాదం తర్కశాస్త్రం పునాదిగా ఉంటాయి.

హేతుతత్వ దృక్పథంతో త్రిపురనేని రచనలను పరిశోధించిన కొన్ని వేల పుటల సారాంశం రూపు దాలుస్తుంది. అయితే నేను కురుక్షేత్ర సంగ్రామం నాటకాన్ని మాత్రమే తీసికొని అందులోని హేతుతత్వాన్ని విశ్లేషించుటకు ఈ వ్యాసంలో ప్రయత్నిస్తాను.

కౌరవ-పాండవులు రాజ్యాన్ని భాగం పంచుకొనుటకు హక్కు తమదంటే తమదని వాదిం చుకొని చివరికి కురుక్షేత్రంలో యుద్ధం చేస్తారు. ఆ యుద్ధంలో కౌరవులు తుడిచి పెట్టుకుపోతారు. పాండవులు విజయం సాధిస్తారు. లోకం పాండవులదే ధర్మమని అందుకే గెలిచి రాజ్యాన్ని పొందారని కోడై కూస్తున్నది. అయితే అందులో వాస్తవం లేదని, పాండవులది అన్యాయ మార్గమని, కౌరవులదే ధర్మమార్గమని హేతుతత్వంతో త్రిపురనేని తర్కిస్తూ 'కురుక్షేత్ర సంగ్రామం' అనే నాటకం రాశాడు.

ఈ నాటకంలో మూడంకాలున్నాయి. భాష గ్రాంధికమే అయినా కొంతవరకు సులభంగానే అర్ధమవుతుంది. ఇందులో మూడు అంశాలను త్రిపురనేని హేతు దృష్టితో పరిశీలించి వివేచించాడు. అవి ఇలా ఉన్నాయి.

1. పాండవులకు రాజ్యార్హత లేదు
2. ధర్మరాజు కోరిన ఐదూళ్లు
3. పాండవులు చేసినది అధర్మయుద్ధం

పై మూడు అంశాలను సామాన్యుల నుంచి మాన్యుల వరకు చాలా మంది అంగీకరించరు. అయితే రామస్వామి హేతుతాత్విక దృక్పథాన్ని తెలుసుకున్నాక, నిజమేనని నిర్ద్వంద్వంగా అంగీ కరిస్తారు. ఈ మూడు అంశాలను ఇలా విశ్లేషించవచ్చు.

1. పాండవులకు రాజ్యార్హత లేదు

కురు రాజ్యాన్ని భాగం పంచుకొని పాలించే హక్కు పాండవులకు లేదని హేతుతత్వంతో విశ్లేషించాడు త్రిపురనేనిరామ స్వామి చౌదరి. అందుకు చాలా హేతువులు చూపారు. వాటినిలా పేర్కొనవచ్చు.

హస్తినాపుర రాజ్య సింహాసనం ఆరోహించిన చక్రవర్తులలో పూరు భరతాదుల నుండి శంతను మహారాజు వరకు అందరూ జ్యేష్ఠాను క్రమంగానే రాజ్యాన్ని పాలించారు. ప్రతీపునకు దేవాసి, శంతనుడు, బాహ్లిహుడు అను ముగ్గురు కొడుకులు పుట్టారు. వారిలో అగ్రజుడగు దేవాసి సన్యసించాడు. అందువల్ల రెండవ వాడైన శంతనుడు రాజయ్యాడు. చివరి వాడయిన బాహ్లికుడు రాజ భరణాన్ని పొందుతూ రాజ్యహీనుడిగానే బ్రతికాడు. భారత యుద్ధంలో కౌరవుల తరపున పోరాడి అసువులు బాసాడు.

శంతనుని పెద్దకొడుకు భీష్ముడు. ఇతడు రాజ్యాన్ని స్వీకరించక సన్యస్త రాజయ్యాడు. సత్యవతి మొదటి కొడుకు చిత్రాంగదుడు గతించుటచేత అతని తమ్ముడు విచిత్రవీర్యుడు రాజయ్యాడు అతడు గతించగా వ్యాసునిచేత దేవరన్యాయమున ధ్రుతరాష్ట్ర పాండురాజులు పుట్టారు. ధ్రుతరాష్ట్రుడు పుట్టుకతోనే అంధుడు కాబట్టి రాజ్యార్హుడు కాలేదు. అతని తమ్ముడు పాండురాజు రోగ పీడితుడగుట చేత అతడూ రాజ్యార్హుడు కాలేదు. పాండురాజు నిజపరాక్రమము చేత ఎల్లదిక్కులు జయించి రాజ్య సింహాసనంలో ధ్రుృత రాష్ట్రుని కూర్చోబెట్టి రాజ్యపాలన చేశాడు. దీని ప్రకారం కురు రాజ్యానికి ధృుత రాష్ట్రుడే రాజు. ఎందుకంటే సింహాసనం ఎవరు అధిష్టిస్తారో వారే రాజు కదా!

ధృుతరాష్ట్రునికి సుయోధనాదులు వందమంది కొడుకులు. పాండురాజుకు ధర్మరాజాదులు ఐదుగురు కొడుకులు. ఈ ఇరు తెగల వారికి రాజ్య సింహాసన విషయమై పోరాటం జరిగింది.

పాండు పుత్రులకు ధృుతరాష్ట్రుడు పితృభాగమని రాజ్యంలో సగం పంచి ఇచ్చినట్లు, ఆ కారణంగానే పాండవులు అర్ధరాజ్యాన్ని కోరినట్లు, అందుకుదుర్యోధనుడు నిరాకరించినట్లు, దాని ఫలితంగా కురుపాండవులకు యుద్ధం జరిగినట్లు భారతం తెలుపుతున్నది. అయితే రామ స్వామి చౌదరి హేతుతత్వంతో ఈ అంశాన్ని ఇలా ప్రశ్నించాడు.

ఉ॥ పూరుని నాట నుండి మన పూర్వులె జ్యేష్ఠులె రాజ్యమేలగాఁ
గోరిరిగాని, మీవలెనె, కొంకక పుట్టిన, యెల్లవారలీ
ధారుణి మీకు మాకు సమదాయ మటంచును బంచఁగోరరే?
పేరున ధర్మరాజవు తపింపకు పెంపకు రాజ్య కాంక్షలన్

తే॥గీ॥ ఒక్క రాచకొలంబు నందుద్భవించి
నంత మాత్రనె యందటీ యవనినేల
సంభవింబౌనె యెందైన శమనపుత్ర?
జేష్ఠ పుత్రుండె రాజ్యంబు జేయుగాని

(కురుక్షేత్ర సంగ్రామం– ప్రథమాంకం– పు. 6)

రాయబారిగా వెళ్లిన సంజయునిచేత ఈ మాటలు పలికిస్తాడు త్రిపురనేని రామస్వామి చౌదరి.

ఒక వేళ పాండురాజు శత్రురాజులను జయించి రాజ్యాన్ని విస్తరింపజేసి నందువల్ల తన కొడుకులకు అర్ధరాజ్య భాగం వస్తుందను కొనుటకు కూడా వీలే లేదంటాడు రామస్వామి చౌదరి. ఎందుచేతనంటే రాజ్యాధికారియగు వాని పేరు మీద ఎవరు యుద్ధముచేసి రాజ్యవిస్తరణ చేసినా అది రాజుకే చెందుతుంది కాని ఇతరులకు కాదు కదా! ధృత రాష్ట్రుని సింహాసనంపై కూర్చోబెట్టబడి ఉండుటవల్ల అతడే రాజవుతాడు. రాజ్య విస్తరణ చేసిన పాండురాజు రాజుకాడు. అందువల్ల ధృతరాష్ట్రుని కొడుకులలో పెద్దవాడైన దుర్యోధనునికే రాజ్యం ప్రాప్తిస్తుందంటాడు.

ఒక వేళ పాండురాజు కష్టపడి రాజ్యాభివృద్ధి చేసినందున ధృతరాష్ట్రునికి అతనిపట్లగల విశ్వాస గౌరవాలకు చిహ్నంగా ధర్మరాజుకు కొంతరాజ్యమిచ్చాడని భావించుటకూ వీలులేకుండా పోయింది. ధర్మరాజును ఇంద్రప్రస్థానికి పంపుతూ ధృతరాష్ట్రుడిలా అంటాడు.

దీ॥ సర్వలోక కర్మ సాక్షి యాకృష్ణుండు
సాక్షిగాగ మీకు సకల వృద్ధ
రాజులొద్ద నర్థ రాజ్య మిచ్చితీ ఁబాండు

రాజ విభవ మెల్ల రమణుంగొనుడు

శ్రీమదాంధ్రమహాభారతం - ఆదిపర్వం - అష్టమశ్వాసం - 65వ పద్యం

శ్రీకృష్ణుడు, సకలవృద్ధులసాక్షిగా ధర్మరాజుకు అర్థరాజ్యమిస్తున్నా నంటాడు. అంతకు ముందెన్నడూ రాజ్యం విభజించబడలేదు. కాబట్టి ఏవిధంగా విచారించినా ధర్మరాజుకు అర్ధరాజ్యం కోరే అధికారం కొంచెంకూడా లేదంటాడు త్రిపురనేని రామస్వామిచౌదరి. అధికారమే ఉంటే సర్వరాజ్యాన్నే కోరాలి గాని అర్థరాజ్యాన్నికోరుట అసంబద్ధమంటాడు. ఆనాడున్న ధర్మశాస్త్రాల నియమం ప్రకారం రాజుపెద్దకొడుక్కే రాజ్యం వస్తుంది తప్ప తక్కినవారికిరాదని చక్కగా హేతుతత్వంలతో విశ్లేషించాడు రామస్వామి.

2. **పాండవులు కోరిన ఐదూళ్లు**

చొప్పన్నారు దేశాల్లో (56) కనీసం ధర్మరాజు అడిగిన ఐదూళ్లనుకూడా దుర్యోధనుడు ఇవ్వలేదని నిందిస్తుంటారు. ఇది కూడా హేతురహితమంటాడు రామస్వామిచౌదరి. ఆ ఐదూళ్ళేవో ఆంధ్రభారతంలో చెప్పబడలేదు. సంస్కృతభారతంలో ఆ ఐదూళ్లూ చెప్పబడ్డాయి. వాటి వివరాలిలా

ఉన్నాయి.

శ్లో॥ కుశస్థలం వృకస్థలం। మాకందీం వారణావతం।
అవసాన భవేద్రత! కంచదేకంచ పంచమం॥

(సంస్కృతభారతం - ఉద్యోగపర్వం - 30 అధ్యాయం - 118 శ్లోకం)

1. కుశస్థలం - కర్ణుడు యాదవులనుండి పుచ్చుకున్నది.
2. మాకంది
3. వారణావతం ఈరెండింటిని కురుపాండవులు ఇరువురు కలసి ద్రుపదుని వద్దనుండి లాగుకొని ద్రోణాచార్యునికి గురుదక్షణగా ఇచ్చారు.
4. వృకస్థలం- ఇది హస్తినాపురానికి ఒకరోజు విడిదిలో ఉంది. దీనిని పాండవులకిచ్చిన పక్కలోబల్లెం ఉన్నట్లే ఉంటుంది.
5. ఇంక ఏదైనా ఒక ఊరు. ఇతరుల అధీనంలో ఉన్నరాజ్యం లాక్కోవటంధర్మంకాదు కదా! అందుకే దుర్యోధనుడు వాడి సూది మొన మోపినంత కూడా ఇవ్వనన్నాడు.

ఉ॥ ఏమును వారుఁబంచికొని యేలుటఁగల్లదు పల్కకుండు మిం
కేమియు వాడి సూది మొన యించుక మోపిన యంత మాత్రమున్
భూమి మొనర్చి పాండునృప పుత్రుల కిత్తునె యెవ్వరైన సం
గ్రామమునన్ జయంబుఁగొని రాజ్యము చేయుట నిశ్చయించితిన్

(శ్రీమదాంధ్ర మహాభారతం- ఉద్యోగపర్యం - తృతీయాశ్వాసం - 363 పద్యం)

శ్రీకృష్ణుడు కూడా కౌరవసభలో పక్షపాతంగానే సంధి విషయాలు మాట్లాడానికి రామస్వామిచౌదరి ఆక్షేపించారు. తాను ప్రతిపాదిస్తున్న ప్రతి అంశానికి హేతువు చూపాడు.

3. పాండవులు చేసింది అధర్మయుద్ధం

కురుక్షేత్రంలో పాండవులు కౌరవులతో చేసిన యుద్ధం మొత్తం అధర్మమేనంటాడు రామస్వామి చౌదరి. భగవద్గీతలో చెప్పినట్లు కురుక్షేత్రం ధర్మక్షేత్రమేగానీ, అక్కడ జరిగిన యుద్ధం మాత్రం ధర్మయుద్ధం కాదంటాడు.

శ్లో॥ ధర్మ క్షేత్రే కురు క్షేత్రే। సమవేతా యుయుత్సవః।
మామకాః పాండవాశ్చైవ। కిమ కుర్వత సంజయ॥

(శ్రీమద్భగవద్గీత - అధ్యాయం - 1 శ్లోకం- 1)

ధర్మక్షేత్రమైన కురుక్షేత్రంలో కౌరవ పాండవులు ఎలాయుద్ధం చేశారో చెప్పమని ధృత రాష్ట్రుడు సంజయున్ని అడుగుతాడు. భీష్మని, ద్రోణుని, కర్ణుని, శల్యుని మోసంతోనే వధించారని గర్జించాడు రామస్వామి చౌదరి.

ద్రోణుని వధించుటకు పాండవసైన్యానికి సాధ్యంకాలేదు. ఆసందర్భంలో అశ్వత్థామ చనిపోయాడని ధర్మరాజు నోటి వెంట మాట వస్తే ద్రోణుడు నమ్మి యుద్ధం నుంచి విరమిస్తాడని అప్పుడు అతన్ని వధించవచ్చునంటాడు శ్రీకృష్ణపరమాత్మ. అందుకు ధర్మరాజు అంగీకరించడు. రాజ్యం కావాలన్నా, విజయం చేకూరాలన్నా చెప్పక తప్పదని ఒత్తిడి చేస్తారు. అశ్వత్థామ అనే ఏనుగు చనిపోయిన విషయాన్ని మెల్లగా చెప్పాలంటారు. విధిలేని పరిస్థితిలో ధర్మరాజు అలాగే అంటాడు. దాంతో ద్రోణుడు తన కొడుకు అశ్వత్థామ చనిపోయాడని భీతి చెందుతాడు. అదే తగిన సమయంగా భావించి అర్జునుడు గురువును వధిస్తాడు.

రామస్వామి చౌదరి కార్యకారణ సంబంధాన్ని హేతుతత్వంతో వివేచించి, నిష్పక్షపాతంగా, నిర్మొహమోటంగా, తన అభిప్రాయాలను విశ్లేషిస్తూ కురుక్షేత్ర సంగ్రామం రాశాడు. ఆ నాటకం భావవాదుల ఆలోచనారీతిలో భావప్రకంపనలు సృష్టించగా, హేతువాదులకుతార్కిక జ్ఞానాన్ని అందించింది.

తిరుపతి, శ్రీ వేంకటేశ్వర విశ్వవిద్యాలయం తత్వశాస్త్రశాఖ మరియు జాతీయ తాత్విక సంఘం వారి సహకారంతో 17-19 అక్టోబర్ 2014 నాడు నిర్వహించిన జాతీయ సదస్సులో సమర్పించిన వ్యాసం.

రాసాని 'కాటమరాజు యుద్ధము' నాటకం- నాటి చరిత్రకు సజీవ తార్కాణం

రామాయణ భారతాలు భారతీయ సంస్కృతికి మూలస్తంభాలు. ఇవి జన సామాన్యానికి వేదసారాన్ని అందించే ఉత్తమ ఇతిహాసాలు ఈ రెండూ శిష్టసాహిత్యానికి ప్రతిబింబాలుగా ఉంటున్నాయి. పల్నాటి వీర చరిత్ర, బొబ్బిలి యుద్ధం కాటమ రాజు కథ ఆంధ్ర సంస్కృతికి, ఆంధ్రుల శౌర్య సాహసాలకి అద్దంపట్టే జానపదేతిహాసాలు ఉన్నాయి. వీటిని వీరగాథా చక్రాలు (Balled Eyeles) అంటారు. పల్నాటి వీరకథాచక్రంలో 25 వీర గాథలు, కాటమరాజు కథాచక్రంలో 32 వీర గాథలు ఉన్నాయని విమర్శకులంటున్నారు. ఆంధ్ర దేశంలోనూ, భారతదేశంలోనూ మాత్రమే గాక మొత్తం ప్రపంచంలోనే ఇటువంటి జానపదేతిహాసాలు అరుదుగా ఉంటాయి. వీటికన్నా ప్రాచీనమైన వీరగాథాచక్రాలు ప్రపంచంలో ఎక్కడా లేవని గట్టిగా చెప్పవచ్చు. ఈ నేపథ్యంలో చూసినపుడు పల్నాటి వీరచరిత్రకు వచ్చినంత ప్రచారం కాటమరాజు కథకు రాకపోవడం విచారకరం. ఆ లోటును తీర్చటానికి డా॥వి.ఆర్. రాసానిగారు 'కాటమరాజు యుద్ధము' నాటకం రాశారు.

'కాటమరాజు యుద్ధము' అనే నాటకంలో ఎనిమిది అంకాలున్నాయి. ఒక్కొక్క అంకంలో మళ్లీ రెండు మూడు రంగాలు ఉన్నాయి. సుదీర్ఘమైన కాటమరాజు కథాచక్రంలో మూడు తరాలకు సంబంధించిన 32 వీరగాథలు ఉన్నాయి. వీటన్నిటిని కలిపి ఒకే ఒక్క నాటకంగా రాయటం కుదరదు. మహాభారత కథను తిరుపతి వేంకటకవులు ఆరునాటకాలుగా మాత్రమే రాయగలిగారు. ఆ విధంగానే రాసానిగారు ఈ కాథా చక్రంలోని పతాక సన్నివేశమైన "ఎర్రగడ్డ పాటి పోట్లాట" అనే వీరగాథను ఆధారంగా చేసికొని ఈ నాటకాన్ని సృష్టించారు. అయినా సందర్భానుసారంగా పాత కథల్ని కూడా కొంత స్పృశించారు. ఆవుల వల్లు రాజుకథ, పెద్దిరాజుకథ, కటియావుల రాజు కథ, పుల్లరికథ, కాటమరాజు దక్షిణాది ఆవుల మేపు, ముమ్మయ్య- పోచయ్య బొంగరాలు, భట్టురాయబారం, కోటపాటి తాటివృక్షం తెచ్చే కథ- వంటి కథల సారాంశం కూడా ఈ నాటకంలో చిత్రించబడింది.

ఈ నాటకంలో కాటమరాజు, నల్లసిద్ధి, ఖడ్గతిక్కన, పల్లికొండ, భక్తిరన్న, ఎర్రసిద్ధి, పద్మరాఘవుడు, బ్రహ్మరుద్రయ్య, భట్టు, బీరినీడు, ముమ్మయ్య, పోచయ్య వంటి పురుష పాత్రలు, ప్రోలమ్మ, బాణమ్మ వంటి స్త్రీ పాత్రలు చక్కగా పోషించబడ్డాయి. పుల్లరి చెల్లించు విషయంలో జరిగిన రగడ ఈ యుద్ధానికి దారి తీసింది. కాటమరాజు తాత కవులావుల గంగురాజు ఎలమంచిలిని రాజధానిగా చేసుకొని రాజ్యాన్ని పాలించాడు. అతని భార్య గంగమాంబ. ఈ దంపతులకు వలురాజు, హరిపాలుడు, నందగోపాలుడు, గోవర్ధనుడు, అను నలుగురు కుమారులు పుట్టారు. వీరు ఖండ మొండెముల కోటనేలు కలభూత గంగుతో చేసిన యుద్ధములో మరణించారు. ఆవుల వలురాజుకు వల్లమ్మకు పంచపాండవులవలె సింహాద్రి, పెద్దిరాజు, పోలురాజు, ఎరనూక నలనూక రాజులు పుట్టారు. వీరితోబాటు కొమరక్క అనే కూతురూ పుట్టింది. పెద్దిరాజు పట్టాభిషిక్తుడై పది సంవత్సరాలు ఎలమంచిలిని పాలించాడు. ఇతని పత్ని పెద్దమ్మ. అందరికి సంతానం కలిగిందికాని వీరికి మాత్రం కలుగలేదు. అందువలన సింహాద్రి, పోలురాజులకు ఆవుల పట్టము గట్టి ఆలమందలు పంచుకొని కళ్యాణ పట్టణమునకు వచ్చి అచ్చటనున్న కోట సోమేశ్వరుని కొలిచి కాటమరాజును, పాపసంహారి నోము నోచి పాపనూక అన్న ఆడబిడ్డను పొందాడు. పాపనూక దుష్టనక్షత్రంలో పుట్టుటతో ఆయన పుట్టిన మూడవరోజే వాలికేతువరాజుపై దండెత్తి వెళ్ళి 'అర్లపెంట' యుద్ధంలో మరణించాడు. అప్పటికి ఏడేండ్ల బాలుడైన కాటమరాజు వాలికేతుపైకి దండెత్తి వెళ్ళి ఘనకీర్తి పొందాడు. ఆ తర్వాత పెద్దిరాజు సోదరులు కూడా అతని దారిలో నడిచారు. సింహాద్రి శ్రీకూర్మం పైకి దండెత్తి వెళ్ళి సింధుభళ్లాని రాజు చేతిలోను, ఎరనూక ఏనుగు ధనికొండపైకి వెళ్ళి ఎర్రభూపతి చేతిలోను, నలనూకరాజు దిగ్విదేవుని పెంటలో గల బెజవాడరాజు నందికేశుని చేతిలోనూ, పోలురాజు చెరకూరి సమీపమున గల శ్రీరంగ పట్టణాధీశుడైన చోడాని చేతిలోనూ వధింపబడ్డారు. చివరిలో కాటమరాజుకు– నల్లసిద్ధికి పుల్లరి చెల్లింపు విషయమై యుద్ధం జరుగుతుంది. ఆ యుద్ధంలో కాటమరాజు విజయం సాధిస్తాడు.

కాటమరాజు గాధాచక్రంలోని అన్ని కథలను ఔపోశన పట్టిన నాటక రచయిత డా॥వి. ఆర్. రాసానిగారు విషయం చక్కగా అవగాహన అగుటకు సందర్భానుకూలంగా

ప్రాచీన శిష్ట సాహిత్యంలోని పద్యాలను అక్కడక్కడ ఉటంకించాడు. పగ, ప్రతీకారాలు తగవని శ్రీకృష్ణపరమాత్మ రాయబార సందర్భంలో దుర్యోధనాదులకు చెబుతాడు. ఈ వృత్తాంతాన్ని దృష్టిలో ఉంచుకొని కాటమరాజుతో విరోధము వద్దని నల్లసిద్ధితో భటుడు అంటాడు. ఈ సన్నివేశానికి తగినట్లుగా రాసానిగారు ఆంధ్రమహాభారతం, ఉద్యోగ పర్వం తృతీయశ్వాసంలో చెప్పిన ఈ పద్యాన్ని చేర్చాడు.

చ॥ **పగయడ గించు టెంతయు శుభం, బడిలెస్స, యడంగునె పగం**
బగ? వగగొన్న మార్కొనక పల్కక యుండగ వచ్చునే? కదుం
దెగ మొదలెత్తి పోవఁబగ దీర్పగ వచ్చిన గ్రౌర్యమందు, నే
మిగతి దలంచినంబగకు మేలిమిలేమి ధ్రువంబుఁగేశవా!

పగ ఎవ్వరిమధ్య, ఎప్పటికీ తగదంటాడు ధర్మరాజు శ్రీకృష్ణపరమాత్మతో ఈ పగ ప్రతీకారాలతో వంశాలే నాశనమయ్యాయి. దీనికి ప్రపంచచరిత్రే సాక్షిభూతంగా నిలుస్తున్నది.

ఈ నాటకంలో రాసానిగారు పల్నాటి చరిత్రను కూడా ఉదహరించాడు. బ్రహ్మనాయుడు ప్రవేశపెట్టిన చాపకూడును, కులభేదాల నిరసనను చక్కగా తెలిపాడు. ఈ నాటక రచనలో రాసాని అద్భుతమైన తాత్వికతను కూడా అక్కడక్కడ చొప్పించాడు. భారతాన్ని ప్రధానంగా ఆలంబనంగా చేసుకొని అందులోని పురుషార్థాలను, వైరాగ్యాన్ని చక్కగా తెలిపాడు. కౌరవులను సంహరించిన తరువాత ధర్మరాజు మిక్కిలి ఆవేదన చెందుతాడు. ఎందరినో వధించి సంపాదించు కొన్న ఈ రాజ్యాన్ని ఎలా పరిపాలించాలని దిగులుపడ్డాడు. తన మనో వేదనకు పరిష్కారం చూపాలని తాత భీష్ముని ఆశ్రయించాడు. ఆ మహనీయుని బోధనలతో ఉపశమనం పొందాడు. అదే విధంగా ధర్మరాజు స్థానంలో కాటమరాజును చిత్రించాడు రాసానిగారు. శత్రు సేనలను సంహరించిన తరువాత కాటమరాజు పశ్చాత్తాపానికి గురౌతాడు. భర్తల్ని పోగొట్టుకున్న పత్నులందరూ మూకుమ్మడిగా నిప్పుల్లోదూకి సహగమనం చేసిన సంగతి తెలిసి ఇలా పశ్చాత్తాపపడతాడు.

తే॥ **బ్రహ్మ రుద్రయుఁజేరెను బ్రహ్మపదము**
కద్రియావుల విక్రమము కరిగిపోయె
బాల వీరుల బ్రదుకులు జలముఁగలసె

బీరినీడాదులును పోవ భీతిఁగలిగె!

తే॥ ఎందులకు ఈ రుధిరపు కూడేమి జేయ
నీ విజయలక్ష్మి? నిజముగా నిప్పుతోడ
నుల్లమున్ కాలిచినటుల యున్నయది
కారణమునేనయితి నింత ఘోరమునకు

ఈ విషయాన్ని ఇంత ఆర్ద్రతతో చెప్పుటకు రచయిత రాసానిపై మహాభారత ప్రభావం గాఢంగా పడిందని చెప్పవచ్చు. తిక్కన మహాభారతలోని ఉద్యోగ పర్వంలో తన రాజకీయ చతురతను ప్రదర్శించాడు. దానికి ఆ మహాకవికి తోడ్పడింది ఈ కాటమరాజు యుద్ధగాథేనని పరిశోధకులు అభిప్రాయపడ్డారు.

ఈ నాటక సన్నివేశాల్లో భారత వృత్తాల్ని రాసాని ఎలా చేర్చాడో అదే రీతిలో భగవద్గీత శ్లోకాలూ ఉటంకించాడు. అసంఖ్యాక శత్రు సేనలు మరణానికి తానే కారణమని భావించి దుఃఖిస్తున్న కాటమరాజుతో భక్తిరన్న ఇలా అంటాడు.

"దుఃఖించకు కాటమరాజా! నీవేమి చేసితివి. ఎవరి కర్మానుసారముగా వారు మరణించారు. అంతే! నీవో లేదా మరొకరో అందులకు కారణము కాదు. గీతలో ఆ శ్రీకృష్ణ పరమాత్మ ఏమని వచించాడు.

శ్లో॥ కర్మణ్యే వాధికారస్తే మాఫలేషు కదాచన!
మా కర్మఫల హేతూర్భూర్మాతే సంగోஉస్త్వ కర్మణి!!

కాబట్టి దిగులు పడకు. ఇప్పుడు జరగబోవు కార్యమును యోచింపుము" అంటాడు. ఈ నాటకంలో శ్రీకృష్ణపరమాత్మ స్థానాన్ని భక్తిరన్న ఆక్రమించాడు.

రాజ్యంపట్ల విరక్తి చెందిన కాటమరాజును భక్తిరన్న ఎంతగానో ప్రేరేపిస్తాడు. "కాటకోటా ధీశా! ఇక మన రాజ్యమున ప్రజలు సుఖశాంతులతో సంతోషముగ జీవించునటుల నీవు పాలించవలె. వారిలో కులతత్వము, ప్రాంతీయ తత్వము పోగొట్టవలె. ఈ యాదవ రాజ్యము మరో రామ రాజ్యమై చరిత్ర పుటలలో స్వర్ణయుగముగా నిలిచిపోవలె. ధర్మము తప్పక మన పాలన సాగవలె. 'ధర్మోరక్షతి రక్షితః' అన్నదే మన ఆశయం కావలె" అంటూ కార్యోన్ముఖున్ని చేస్తాడు.

కాటమరాజు కథల గురించి జానపదులలో వ్యాప్తిలో ఉన్న కథలు, సామెతలు, జాతీయాలు కూడా రచయిత రాసాని ఈ నాటకంలో అద్భుతంగా ఉపయోగించుకున్నాడు. ఈ కాటమరాజు కథాచక్రాన్ని 'యాదవ భారతం' అంటారు. 'యాదవ భారతం' ఎద్దుమోతబరువు, అనే సామెత ప్రచారంలో ఉంది. కాటమరాజు కథలు రాయబడిన తాటాకు పుస్తకాలన్నీ ఎద్దులపై వేసుకొని సుద్దుల గొల్లలు, కొమ్ముల వారు అనే జానపదవృత్తి గాయకులు ఒకప్పుడు ఊరూరా ప్రయాణం చేసి, ఈ కథలు పాడేవారు. అందువల్ల ఈ సామెత పుట్టిందని చెప్పవచ్చు.

డా॥వి.ఆర్. రాసానిగారు ఈ నాటకంలో మహాభారతంతో దీనికిగల పోలికల్ని ఆయా సన్నివేశాలలో చక్కగా ధ్వనింపజేశారు. ఈ నాటకంలో తిక్కన భారతపఠనంతో నల్లసిద్ధిరాజు సభ ప్రారంభం కావడం ఎంతో ఔచిత్యవంతమైన కల్పనగా పేర్కొనవచ్చు. నల్లసిద్ధిరాజును దుర్యోధనుడితో పోల్చడం, బాల రాజుల్ని అభిమాన్యునితో పోల్చడం చక్కగా ఉంది. నీరుకు పుట్టిన పూరెల్లమాది, ఆవుకు పుట్టిన కోడెల్ల మీది, అనే పుల్లరి ఒప్పందంలోని ప్రాణభూతమైన వాక్యాన్ని, అలాగే కాటమరాజు గోగణం యొక్క ఆధిక్యాన్ని తెలియజేసే కుదురు ఆరామడ, చెదురు పన్నెండామడ, 'కదిలినవోయి కామ ధేనువులు' అనే వాక్యాన్ని చాలా గడుసుగా ఉపయోగించారు ఈ నాటక రచయిత.

ప్రాచీన నాటకాల్లో సూత్రధారుడు నిర్వహించే పనిని 'విధి' అనే పాత్ర ద్వారా సాధించారు. డా॥వి.ఆర్. రాసానిగారు ప్రతి అంకానికి ముందు, నాటకం చివరా ఈ పాత్రవచ్చి మానవ జీవన పథంలో గల అదృశ్యశక్తి యొక్క ప్రభావాన్ని తాత్వికంగా సూచిస్తుంది. ఈ పాత్ర సృష్టి ఎంతో రమ్యంగా ఉంది. ఇంకా ఈ నాటకంలో గోబ్రాహ్మణుల్ని రక్షించడానికి, శరణన్న వారిని కాపాడటానికి ప్రాణత్యాగం చేసిన యాదవ వీరులను ఘనంగా శ్లాఘించాడు. తమను చంపడానికి వచ్చిన ఖడ్గ తిక్కనను చంపకుండా వదలిపెట్టడంలోనే వారి ఔదార్యం, బ్రాహ్మణ భక్తి కనబడతాయి. అసలు ఖడ్గ తిక్కన మహావీరుడని చిత్రించినది నెల్లూరిప్రజలు, నల్లసిద్ధి కాదని అతని శత్రువులైన యాదవు లేనంటాడు రచయిత. డా॥ వి.ఆర్. రాసాని గారు యాదవ జానపదకవులు తమ నాయకుడైన కాటమరాజుకథలు రాసారని తమ శత్రువైన ఖడ్గతిక్కన శౌర్యాన్ని డా॥వి.ఆర్.రాసాని

గారు మనోహరంగా చిత్రించారు. ఇటువంటి చిత్రణ మరే కావ్యంలోనూ కనిపించదు.

యాదవులు అగ్రకులానికి చెందిన బ్రహ్మ రుద్రయ్యనూ, అంతిమ కులానికి చెందిన బీరినీడునూ సమానంగా, గౌరవించి సైన్యాధ్యక్ష పదవులిచ్చారని రాసానిగారు పేర్కొన్నారు. ఈ నాటకాన్ని డా॥రాసానిగారు గ్రాంథిక భాషలో రాయడానికి ప్రయత్నించారు. అయితే ఈ నాటకంలో వ్యవహారికశైలి, గ్రాంధికశైలి పాత్రోచితంగా రాయటం జరిగింది. అదే విధంగా నాటక కథా గమనంలో జరిగిపోయిన యుద్ధాలను వర్ణించడానికి విష్కంభాలు 'ప్రవేశణాలు' వంటి రంగాలను సృష్టించారు. ఈ నాటకంలో పెద్దోడు, చిన్నడ్డో అనే రెండు జానపద పాత్రలనూ సృష్టించాడు.

ఈ నాటకంలో రచయిత డా॥వి.ఆర్. రాసాని గారు అక్కడక్కడ చక్కని మాండలిక శైలిని పాటించాడు. దీనికి నిదర్శనంగా ఈ వాక్యాలను ఉటంకిం చవచ్చు. బాణమ్మ తన భర్త ఖడ్గ తిక్కనతో ఇలా అంటుంది. ఎందులకావేశ పడెదరు నాథా! ఈ సింహపురిలో పుట్టిన గడ్డిపోచ సైతము పౌరుషముతోనే పచ్చగా నున్నది. ఈ గడ్డపైన పుట్టిన ప్రతిప్రాణి బెబ్బులి వంటిది. ఇచ్చట జీవము పోసుకున్న ప్రతిఒక్కరూ ఓకొదమ సింహమే.. అటువంటి సింహపురి పురిటిలో పెరిగిన పులి వంటి మీరు పిల్లిలా, పోరు నుండి పారిపోయి వచ్చితిరి. ఈ పిరికి మందు మీకేవరు పోసిరి? భీరువులు ఆడంగులతో సమానము కదా!" అంటుంది,.

విస్తారమైన ఈ గాథను ఒక నాటకంలో ఇమడ్చడం, వివిధ చారిత్రక, రాజకీయ, సాంఘిక అంశాలను సందర్భోచితంగా చిత్రించడం, విషయ స్పష్టత కోసం మహాభారతంలోని అంశాలను ఉటంకించడం,ఆనాటి సామాజిక నైతికాంశాలను స్పష్టంగా విశ్లేషించడం వంటి ఎన్నో అంశాలు రచయిత డా॥వి.ఆర్.రాసానిగారి ప్రతిభా వ్యుత్పత్తులను నిరూపిస్తున్నాయి.

తిరుపతి, శ్రీ వేంకటేశ్వర ఆర్ట్స్ కళాశాల తెలుగు విభాగం వారు 11 నవంబర్ 2014 నాడు 'రాసాని రచనలు- ఒక సమాలోచన అనే అంశంపై నిర్వహించిన యు.జి.సి. జాతీయ సదస్సులో చదివిన వ్యాసం.

వచన కవితల్లో సామాజిక చైతన్యం

ఆధునిక కాలంలో అభ్యుదయ దృక్పథంతో ప్రజావాణిగా అత్యంత పాఠకాదరణ పొందిన ప్రక్రియ వచన కవిత. సరళమైన పదజాలంతో చెప్పదలచిన విషయాన్ని సూటిగా మనసుకు హత్తుకొనేటట్లు చెప్పబడుతున్న కవితా మాధ్యమం ఈ వచన కవిత. ఎలాంటి ఛందో నియమాలు, యతిప్రాసల ఫీట్లు లేని కవితారూపం ఇది. సామాన్య పాఠకులకుసైతం అర్థమౌతూ మనోహ్లాదాన్ని కలిగిస్తున్న మనోరంజక కవితా రూపం ఈవచన కవిత ప్రక్రియ. అల్పాక్షరాలలో అనల్పార్థ రచన అన్నట్లు తక్కువ నిడివితో ఉంటూ ఎక్కువ భావాంశాన్ని సుబోధకంగా పాఠకుల మనో ఫలకాలపై చెరగని ముద్రవేస్తున్నది ఈ వచన కవిత. సమకాలీన సామాజిక జీవనంలోని ప్రతి అంశమూ దీనికి ఇతి వృత్తమే.

అడవులను నరికివేస్తూ పర్యావరణానికి ముప్పు తెస్తున్న దుర్మార్గుల స్వార్థ పరత్వాన్ని డా॥తిరునగరి ఇలా విశ్లేషించారు.

"ప్రాచీన కాలం నుండి
అర్వాచీన యుగం దాకా
మన సంస్కృతిని రక్షిస్తున్నవి
అడవులే
అడవుల్లోని తపో వాటికల నుంచే
అవతరించింది
ఆది కావ్యం రామాయణం
అడవిలోని కణ్వాశ్రమాన్ని వర్ణించే
అయ్యాడు కాళిదాసు కవికులగురువు"

(ఆంధ్రప్రదేశ్ మాసపత్రిక -డిసెంబరు 2012 -పు:24)

భారతీయులు పరమ పవిత్రంగా భావించే రామాయణం పుట్టింది అడవిలోనేనని చక్కగాగుర్తు చేశాడు. ఒకప్పుడు వంట చెరకు కోసం అడవుల్ని నరికేవారు. అది అప్పటి ప్రజలకు అత్యవసరం కూడా. కానీ నేడు ఎర్రచందనం కోసం పర్వతాలవంటి చెట్లను

కూల్చివేసి, అవినీతి రూపంలో నిర్లజ్జగా రాష్ట్రాలు, ఖండాలకు చేరువేస్తున్నారు. ఇది ఇలాగే కొనసాగితే వినాశనం తప్పదనిగూడా కవి హెచ్చరించాడు. ఒక వైపు పర్యావరణాన్ని గురించి చెవినిల్లుగట్టుకొని పిల్లలకు పాఠాలు చెబుతూ ఉన్నాము. మరో ప్రక్క చెట్లను తెగనరికేస్తున్నాం చెట్ల నరకివేతను తీవ్రంగా ఖండించాడు కవి.

దేశానికి పల్లెలు పట్టుగొమ్మలు. అట్లాంటి పల్లెలు గత రెండు దశాబ్దాలనుంచి బోసిపోతున్నాయి. పల్లెల్లో ముసలి ముతక తప్ప యువత ఉండటంలేదు. ఉద్యోగం పేరుతోనో, ఉపాధి పేరుతోనో పట్నాలకు వలసలు పెరిగాయి. ఈ నేపథ్యంలో పల్లెలు ప్రశాంతతకు చిహ్నాలని కవి ప్రశంసిస్తున్నాడు.

"ప్రశాంతత వెదకడం చాతకాని
పట్నపు నాగరికత
గతానికి వీడ్కోలు చెబుతోంది
గతాన్ని నెమరు వేసుకుంటున్న
పల్లె 'అమాయకత్వం'
గతానికి వేడుకోలు చెబుతోంది" అంటాడు సూరంపూడి విశ్వం తన 'ప్రశాంతత' అనే వచన కవితలో పట్నపు నాగరికతలో ప్రశాంతత వెదకలేమని తేల్చి చెప్పాడు. పట్నం గతానికి వీడ్కోలు చెబుతుండగా, పల్లె 'వేడుకోలు' చెబుతున్నదంటాడు. అంతేగాకుండ పల్లె గతాన్ని నెమరు వేసుకుంటున్నదని స్పష్టంచేశాడు. ఆ మాటలో ఎంతో అర్థత నిండి ఉంది.

మతోన్మాదంతో అల్లర్లు సృష్టిస్తూ జనావాసాల మధ్య దానవత్వంతో బాంబులు పేలుస్తూ, అమాయకపు ప్రజల ప్రాణాలు పొట్టన పెట్టుకుంటున్న ఉగ్రవాదులను, వారి చర్యలకు చీమకుట్టినట్లయినా చలించని రాజకీయ నాయకుల వర్తననుకొలను పాక మురళీధరరావు గారిలా గర్హించారు.

"ఓట్ల బ్యాంకు కోసం
మత పిశాచాలను
నెత్తి కెక్కించుకుంటూ
మానవతను తాకట్టుపెడుతూ

బాంబులు పేలుతున్నా
శాంతి వచనాలు పలుకుతున్న
రాక్షస రాజకీయం
ఆ మాయకుల చేతుల్లో
అమాయకులు బలి అవుతుంటే
పదవులు పదిలంగా ఉంటేచాలు
అదే మాకు పదివేలు
పత్రికల్లో మీడియాలో
మొసలి కన్నీరు కారుస్తూ"

ఉండే రాజకీయ నాయకుల స్వార్థ పరత్వాన్ని ఎండగట్టాడు తన 'తరుముతున్న దేశం' (ప్రస్థానం మార్చి 2008) అనే కవితలో. వారి రాజకీయం రాక్షసమైందని ప్రకటించాడు. వారికి పదవులే ముఖ్యంగాని ప్రజా రక్షణకాదని తేల్చి చెప్పాడు. ఓట్లుకోసం వారు ఎంతకైనా దిగజారతారని హేళన చేశాడు.

ములుగు లక్ష్మి మైథిలి గారు 'మనుషుల్లో దేవుళ్లు' అనే కవితలో రజక వృత్తిదారుల శ్రమను కొనియాడారు.

"ఎన్నిదుస్తులు శుభ్రం చేస్తే
మీ పస్తులు తీరేను
అయినా.. ఇపుడు కొత్తగా ఉతికే దేమిటి?
ఎలుక తోక పట్టి ఉతికితే, నలుపు పోనట్లు
హత్యాకాండల, నరమేధాల మానవ మృగాల
దుస్తులు తరాల తరబడి ఉతికినా అంతే...
దుస్తుల రంగులు తప్ప
మనుషుల అసలు రంగు తెలియనీ
ఎటువంటి మురికీ అంటనీ

అచ్ఛమైన స్వచ్ఛమైన మనుషుల్లో దేవుళ్లు మీరు"

(ఆంధ్రప్రదేశ్ -ఫిబ్రవరి 2012)

అంటారు. రజకులను మనుషుల్లో దేవుళ్లగా ప్రశంసించారు. బట్టల కల్మషాన్ని వదలగొట్టె వారిలో ఎటువంటి కల్మషం లేదని స్పష్టం చేశారు కవయిత్రి.

సమాజంలో ఆడ పిల్ల అంటే చులకన భావం ఉంది. ఆడ పిల్ల అని తెలియగానే గర్భంలోనే చిదిమేస్తున్నారు. చాలా మంది మేధావులూ ఆ పనే చేస్తున్నారు. వారితో పోల్చితే చదువుకోని పామరులే నయమనిపిస్తుంది. అలాంటి భ్రూణహత్యల గూర్చి ఆచార్య ఎస్. శరత్ జ్యోత్స్నారాణి ఇలా తన ఆ వేదనను వెలిబుచ్చారు.

"మానవాళి ప్రగతి పథంలో అడుగులు వేస్తున్నా
సృష్టి మొదలైన నాటి నుండి నేటి వరకు
ఆమెని ఆ చూపుతోనే చూస్తున్నా వెందుకు?
అమ్మ తనానికి పీఠం వేస్తూ ఓ వైపు
ఆడ తనాన్ని గేలిచేస్తూ
భ్రూణ హత్యకు శ్రీకారం చుట్టి
ఇంట శివ తాండవం చేస్తున్నావు!
ఆడపిల్ల తండ్రి పోలికే
అదృష్టం అంటారు మన పెద్దలు
ఓ దైవమా! ఓనాన్నా
నీ రూపానికి ప్రతి రూపాన్ని
నీవే తుడి చేస్తున్నావు
నీచేతులకు నేను
కమిలిపోయిన రక్తపు ముద్దనై
కరిగి పోయిన కలనై ఇలలో
ఒక కన్నీటి కథనై విలపిల్లాను!
బ్రతుకులోని మధురాన్ని అందుకో లేని

విగత జీవిగా నిల్చిపోయాను"

అంటూ ఆడపిల్ల మనోగతాన్ని గుండెలు కరిగేలా చిత్రించారు. భ్రూణహత్యలకు శ్రీకారం చుట్టి శివతాండవం చేస్తున్నావనే మాట – ఆ పని క్రూరత్వాన్ని, దాని తీవ్రతను తెలియజేస్తున్నది.

ఇక కన్న తల్లిదండ్రులను ఆదరించక ఇంటి బయటకు నెడుతున్న నీచులు మన సమాజంలో ఎందరో ఉన్నారు. ఈ విషయంలో మగ వారికంటే ఆడవారు కొంత నయమనిపిస్తుంది. కొడుకులు ఆస్తికోసమో, మరేవో కారణాలతో తల్లిదండ్రులపై దాష్టీకం చూపుతుండగా కూతుర్లు దగ్గరకు తీస్తున్నారు. అనాధలైన తల్లిదండ్రులను ముఖ్యంగా తల్లుల దుర్భరస్థితిని దుర్గాప్రసన్న ఇలా చిత్రించారు. తల్లి ఇలా తనలో తాను అనుకుంటుందట.

"నాలోనే ఊపిరి పోసుకున్నావు
నా ఊపిరితోనే శ్వాస తీసికున్నావు
నీ శ్రేయస్సు కోసం
ఆహార విహారాత్నకాదు
ఇష్టాలన్నీ వదులుకున్నాను
అందమైన ఆకృతితో ఒడిని చేరే నీ కోసం
కష్టాలన్నీ ఇష్టంగానే స్వీకరించాను"

అంటూ తన త్యాగాన్ని స్మరించుకుంటుంది కష్ట సమయంలో కూడా. చివరికి

"రెక్కలు మొలిచిన పక్షిలా
నువ్వు ఎగిరి పోతున్నావు పైపైకి
నేను మిగిలాను!
రెక్కలు తెగిన పక్షి నయ్యాననే భావనలో"

అంటూ తల్లి (నిర్లక్షపు నీడలో.. మాతృ వేదన –ఆంధ్రప్రదేశ్ –జూన్ 2012) తన నిస్సహాయతను వ్యక్తం చేస్తుందట. అయినా బిడ్డలను తల్లి శపించదు.

ఈ విధంగా ప్రతి సామాజిక సమస్యను సామాజిక స్పృహతో ఎలుగెత్తి చాటుతూ ప్రజల్లో చైతన్యాన్ని వచన కవితల ద్వారా కలిగిస్తున్న రచయితల కృషి నేటి సమాజానికి చాలా అవసరం. వాటిని చదివి ప్రజలు మారితే అదే మనకు పరమానందం.

ప్రపంచీకరణ దుష్ఫలితాలను చిత్రించిన వచన కవిత

'ప్రపంచ మొక పద్మవ్యూహం, కవిత్వమొక తీరని దాహం,' అన్నాడు మహాకవి శ్రీశ్రీ. అటువంటి పద్మవ్యూహాన్ని ఛేదించింది శాస్త్రసాంకేతిక విజ్ఞానం. సైన్సు సాధించిన విజయాల పుణ్యమాని నేడు ప్రపంచమంతా ఒక కుగ్రామంలా మారిపోయింది. ఈ పరిణామ క్రమంలోనే 'ప్రపంచీకరణ' మన్నది పుట్టుకొచ్చింది. దీనినే ఆంగ్లంలో 'గ్లోబలైజేషన్' అంటారు. 1990 దశకంలో ఇది ప్రారంభమై నేడు ప్రపంచమంతటా వ్యాపించింది. నేడు మనదేశంలో అమలవుతున్న ప్రపంచీకరణ, సరళీకరణ, ఆధునీకరణ విధానాలు అటు సమాజంలోనూ, ఇటు కుటుంబ జీవితంలోనూ పెనుమార్పులు తెస్తున్నాయి. ప్రపంచీకరణ అంటే ప్రపంచంలోని ఏదేశాల మధ్యనైనా ఎలాంటి ఆంక్షలు పరిమితులు లేకుండా స్వేచ్ఛగా వ్యాపారం చేసుకోవచ్చని అర్థం. ఈ విధానాలవల్ల భారతదేశంలోని ప్రజల జీవన విధానంలో అనూహ్యమైన మార్పులు వచ్చాయి. సంస్కృతి దెబ్బతిన్నది, సంప్రదాయాలు తెరమరుగయ్యాయి, వృత్తులు అంతరించాయి, పల్లెలు బోసిపోయాయి. స్త్రీల బతుకులు అంగడి వస్తువుగా మారాయి. రైతులు కూలీలయ్యారు. కూలీలు వలస కూలీలయ్యారు. నైతిక విలువలు పతనం వైపు పయనించాయి. పెట్టుబడిదారీ సమాజానికి సాఫ్ట్ వేర్ రంగం చక్కగా దోహదపడింది.

సాఫ్ట్‌వేర్ రంగం విజృంభించింది. లక్షలకు లక్షలు జీతాలిచ్చింది. ఆ వ్యామోహం లోపడి చదివిన తరువాతి తరం వారికి మొండిచేయి చూపింది. మానసికంగా శారీరకంగా జనాలను దెబ్బతీసింది. మానవ సంబంధాలు మచ్చుకైనా కానరాకుండా చేసింది. బహుళ కంపెనీల రంగ ప్రవేశం చేసి సెజ్‌ల పేరుతో పంట పొలాలను ఆక్రమించాయి. ఖనిజ సంపదకోసం కొండలను తొలగించేపనికి పూనుకున్నది. దాని ద్వారా గిరిజనుల సంస్కృతి కాలగర్భంలో కలిసిపోయే ప్రమాదం ఏర్పడింది. వీటన్నికంటే ముఖ్యంగా సమాజంలో ఆర్థిక అంతరాలు పెరిగిపోయాయి. ఒక పక్క ధనవంతులు ఇంకా ధనవంతులుగా మారుతుండగా పేదలు ఇంకా నిరుపేదలుగా మారుతున్నారు. సెల్‌ఫోన్‌లు, ట్విట్టర్‌లు, సమాజహితానికి కాకుండా వినాశనానికి దారి తీస్తున్నాయి.

ఉగ్రవాదానికి అవి ఊతమిస్తున్నాయి. ఇలాంటి పరిణామాలను అక్షర బద్ధం చేసారు కవులు. వాటిని దిఙ్మాత్రంగా పరిశీలించటమే ఈవ్యాస ప్రధానోద్దేశం.

గిరిజన యువతుల జీవితం

గిరిజన స్త్రీలు ఎదుర్కుంటున్న దుర్భర జీవితాన్ని జీవన్ అనే కవి 'ఈ పాపం ఎవరిది' అనే కవితలో ఇలా చిత్రించారు.

"గూడెం నడి కొప్పున
రగిలిన ఆకలి కార్చిచ్చుకు
ఆర్త నాదా లైన
ఆది వాసీ యువతులంతా
ముంబై రెడ్ లైట్ లా
క్షణ కాలం తళుక్కుమని
ఆరిపోతారు మరుక్షణం
ఉపాధి గాలానికి చిక్కుకున్న
ఈ నిర్భాగ్య దళిత పడుచులంతా
సంపన్న అధికార గణాల
'సుఖ' రోగ గల్ఫ్ షేకుల
విలాస మందిరాలు బంది ఖానాలకు
యౌవనమంతా ధారపోస్తారు
కరువు కాటకాల కలికాలం
కక్షగట్టి వెంటబడి తరుముతుంటే
బతుకు బరువై వలస జీవులై
నగరం పంచన చేరిన
అసహాయ పల్లె పడుతులు
కాల సర్పకాటుకు విలవిల్లాడుతారు.
మిరు మిట్లు గొలిపే

పబ్బుల బ్లార మాయాలోకంలో
హిప్ హోప్ శాపగ్రస్తులైన
ఈ అమాయక యువతులంతా
ఊడల మర్రిలా విస్తరించిన
సైబర్ ప్రపంచాన
నీలి చిత్ర సంచలనాలవుతారు
శరీరాలు అంగడి సరకులై
అమ్ముకునే ప్రతి సరుకుకీ
ఫ్యాషన్ షోల ర్యాంప్ వాక్‌లవుతారు,
ఫ్యాక్టరీలు పంటపొలాలు
విద్యాలయాలు పనిప్రదేశాలు
వీధులు అంగళ్లూ
అత్యాచారనిలయాలవుతాయి,
అడుగడుగునా
ఖైర్లంజీ వాకపల్లి
ప్రత్యక్షమవుతాయి.
ఉపగ్రహాల నుండి ఛానళ్ళు ఛానళ్లుగా
లక్షల టన్నులుగా కురుస్తున్న
నికృష్ట సాంస్కృతిక బాంబుదాడి ప్రభావం
కప్పిపుచ్చే అధికార ప్రమథ గణం
నిమిషానికన్ని మాన భంగాలంటూ
హత్యలంటూ లెక్కజెప్పి
చేతులు దులుపుకుంటుంది,
నేరాన్ని వ్యవస్థీకృతం చేస్తున్న రాజ్యం
నెపం వ్యక్తులమీదకు నెట్టి

కళ్లు మూసుకు పాలు తాగే పిల్లిలా

మీసాలు నా కేసుకుంటుంది"

అంటాడు కవి. ఈ కవితలో దళిత స్త్రీల దుర్భర జీవితం చిత్రించబడింది. దళిత యువతులు పొట్ట కూటి కోసం ముంబయి రెడ్‌లైట్ ఏరియాకు వెళ్లి ఒళ్ళమ్ము కుంటున్నారు. పబ్‌లు, బార్లలో డ్యాన్సులు చేస్తున్నారు. ఉపగ్రహాల ద్వారా టీవి ఛానళ్లలో బహుళజాతి పెట్టుబడిదారులు విషసంస్కృతిని మన మెదళ్లకు అందిస్తున్నారు.

పబ్‌లు బార్లలో అశ్లీలనృత్యాలు చేస్తున్నారు దళిత యువతలు. ఎందుకలా చేస్తున్నారు. కేవలం పొట్ట కూటి కోసమే. ఈ విషసంస్కృతిని మన యువతకు అందించింది బహుళజాతి కంపెనీలే. కరువు కాటకాల కారణంగానూ, ప్రభుత్వాలు ఉపాధిచూపని కారణంగానూ అన్ని వర్గాల ప్రజలు తమ జీవన మూలాలను కోల్పోయారు. ఆ పరంపరలో భాగంగానే దళితుల జీవితాలు దర్భురమయ్యాయి.

ప్రజా జీవితం

ప్రపంచీకరణ ప్రభావంతో బతుకులు అతలాకుతలమవు తున్నాయని సి. హెచ్. ప్రకాష్‌గారంటారు. తన ఆవేదనను ఈ క్రింది కవితలో అభివ్యక్తం చేస్తారు. భవితకు బతుకు శ్వాసిస్తున్నదంటాడు.

"విభిన్న మనస్సుల

మనుషులన్న ధరిత్రిలో

బురుజుల

బురుజులు వెదకే చరిత్రలో

కుతంత్రాల

ఇనుపయంత్రాల

ప్రపంచీకరణ పాదాల కింద నలిగిన

మానవ హక్కులు

సామాజిక అసమానతల మీద

అసహనం ప్రకటించడం

అసహజ మేమి కాదు
శరీరంలో అణువణువూ
ఒత్తిగిల్లినప్పుడు
నాడుల్లో స్పందనలు
చెమ్మగిల్లినప్పుడు
నాళాల్లో వేదనా రుధిరం
ఉరక లెత్తి నప్పుడు
ఆర్ద్రత నిండిన కళ్లతడి నుండి
కవిత్వం ఉద్భవించి
ఉద్యమాలకు ఊపిరిపోస్తుంది" అంటాడుకవి.

ప్రపంచీకరణ పాదాల కింద మానవహక్కులు నలిగిపోయాయి. సామాజిక అసమానతలు ఎక్కువయ్యాయి. రాజ్యం చేసే అరాచకాలను ఎదిరించిన వారిని పోలీసులచేత అణచివేస్తున్నారు. ప్రజా ఉద్యమాలను ఉక్కుపాదంతో నలిపివేస్తున్నారు. అయినా ప్రజలు సామాజిక అసమానతలపట్ల అసహనం ప్రకటిస్తూనే ఉన్నారు. తమ జీవితం ఆవేదనా భరతమైనపుడు తిరుగుబాటు చేస్తున్నారు. వాటిని అణచివేస్తున్నారు. శ్రీకాకుళం జిల్లా సొంపేట ఘటనే దీనికి ప్రబల నిదర్శనం.

కృత్రిమ ప్రేమ

గ్లోబలైజేషన్ కారణంగా యువతీ యువకుల మధ్య అంకురించిన ప్రేమ ఎలా మొదలై ఎలా ముగుస్తుందో జంధ్యాల రఘుబాబు 'గ్లోబల్ ప్రేమ' అనే కవితలో చక్కగా వర్ణించారు.

"నీ కిష్టమైన రంగు?
వంకాయలో నలుపు మిక్స్
అబ్బో నాకూ అదే ఇష్టం!
నీవు డ్రెస్ ఏది లైక్ చేస్తావు
'ఫో' జెంట్స్, మరినీవు

'ఫో' విమిన్
అబ్బో అబ్బో ఇద్దరిది
నెట్ వర్క్ ఏది?
'గూగుల్' మరి నీ సంగతో
అరరె, అబ్బో అబ్బో నేనూ అదే
మన చూపులు
మన మనసులు
మన ఇష్టాలు
అన్నీ అన్నీ కలిసాయే
థాంక్స్, నన్ను రోజు డ్రాప్ చేస్తున్నందుకు
మనలో అలాంటివి ఉండకూడదు
టూ స్మార్ట్!
టూ అపెక్షనేట్!
ఇష్టమైన వెడ్డింగ్ రింగులు
ఇష్టమైన పెళ్లి కార్డులు
పిప్పి, దుందుం
రెండు క్యాలెండర్లు మారాయి,
మనషులతో, మనసులతో సహా
ఎందుకీ మధ్య పిక్ అప్ చేసుకోవట్లేదు
ఆఫీసులో బిజీబిజీ
నువ్వు వీకెండ్
పార్టీలివ్వటం మానే శావ్
నువ్వు ఆ రెండు రోజులూ
కనిపించటమే మానేశావ్
డ్రేస్ ఎందుకు మార్చావు

బోర్ కొట్టింది.

నెట్ వర్క్ యాహూ

ఎందుకు మారావు

నానెట్ వర్క్ నా ఇష్టం

నేను రోస్ట్ చేసిన బ్రెడ్ పడేస్తున్నావ్

నేను తెచ్చిన గాగుల్స్ విసిరేశావ్

నిన్ను నమ్మకూడదు

నిన్నూ అంతే

నువ్వు మారావ్

నువ్వు అంతే

నువ్వు మొండివి

నువ్వు జగమొండివి

నేను వెడుతున్నా!

నేను కూడా!!-

ప్రపంచీకరణ నేపథ్యంలో ఏర్పడిన ప్రేమలు ఎంత త్వరగా కలిసి పోతాయో, అంతే త్వరగా విడిపోతాయని, వాటిలో కృత్రిమత్వం తప్ప సహజత్వం ఉండదని కవి చక్కగా చిత్రించాడు.

చిరువ్యాపారుల బతుకులు

గ్లోబలైజేషన్ ప్రభావంతో చిరువ్యాపారుల బతుకులు ఎలా బండబారిపోయాయో, వారు ఏ స్థితికి దిగజారారో ఈ కవిత చిత్రిస్తున్నది. చైతన్య ప్రసాద్ గారు "అయ్యో! చిల్లర దుకాణం!" శీర్షికతో ఈ కవిత రాసారు.

"గత దసరా సెలవులకు ఇంటికెళ్లినపుడు చూశా

ఆ చిల్లర కొట్టు ఎత్తేశాడట- మెయిన్ రోడ్డు మీద పెట్టిన రిలయన్స్ దెబ్బకు

ఆ షావుకారు ఇంటింటా పాల పాకెట్లు వేసుకుంటుంటే

వాళ్లమ్మాయి రిలయన్స్‌లో పన్నెండు గంటల పనికి కుదిరిందట

మా వీధిలో చాలా చిల్లర కొట్లు అలానే మూత పడ్డాయి
భవిష్యత్తులో చిల్లర దుకాణాలంటే తెలియవుకాబోలు
మళ్ళీ మొన్న దసరా శలవుల కెళ్ళినపుడు గమనించా.
వాల్ మార్ట్ 'బెస్ట్ ప్రైస్' హవా హంగామా! మన టౌన్ కూడా పర్వాలేదే అనుకున్నా!
పండుగ సరుకులకని – రిలయన్సు కెళ్ళా... బావురుమంది
ఆఫర్లు లేవు – ట్రాలీలు తుప్పుపట్టాయి – రేక్‌లు ఖాళీగా ఉన్నాయి.

....

సెక్యూరిటీ నడిగా 'వాల్‌మార్ట్ తిమింగలం అందర్నీ మింగేస్తుంది' అన్నాడు.

..

అవును మనదేశంలో ఉప్పు, పప్పు, బెల్లం, చింత పండూ అమ్మడానికి
అమెరికానుండి వాల్‌మార్ట్ రావాలా? మన దుకాణాలు మూసుకోవాలా?
మన చిల్లర దుకాణాల్ని మింగేసి, రైతుల్నీ, ప్రజల్నీ నిలువునో దోచేసిన సొమ్ము
ఏరోజు కారోజు తమ దేశానికి జమ చేసు కుంటుంటే మనం చూస్తూ ఉండాలా?

..

దేశ స్వావలంబన కాపాడు కుంటూ, సామ్రాజ్యవాదుల దోపిడీ నెదిరించాలంటే
గాంధీల బోసి నోళ్లు ఇప్పుడు పనికి రావు. ఆయన చేతికర్ర కావాలి!"

అంటాడు కవి. ఈ కవితలో బహుళజాతి కంపెనీలు మనదేశంలోకి ప్రవేశించి చిల్లర వర్తకులను ఎలా దెబ్బతీస్తున్నది చిత్రించబడింది. వాల్ మార్ట్‌లు, రిలయన్స్ మార్ట్‌ల మోజులో ప్రజలు అక్కడకెళ్ళి వస్తువులు కొంటుండంతో చిల్లర వర్తకులకు వ్యాపారంలేక తమ అంగళ్లు మూసేసి, ఆ కంపెనీల్లోకి కూలీలుగా వెళ్లిన వైనం మనకు కన్నీరు తెప్పిస్తుంది. వాటిని ఎదుర్కొంటే తప్ప మనం ఆత్మాభిమానంతో బతకలేము. అది జరగాలంటే గాంధీలాగా బోసినోరు తెరచి వారిని వేడుకుంటే ప్రయోజనం ఉండదు. వారిని తరిమి వేయాలంటే గాంధీ చేతిలోని కర్రను తీసుకోవాలి.

ప్రపంచీకరణ ప్రభావంతో రైతులు, కూలీలు, చిరువ్యాపారులు, కులవృత్తిదారులు అందరూ దారుణంగా దెబ్బతిన్నారు. తమ జీవనమూలాలను కోల్పోయారు. సంస్కృతీ

సంప్రదాయాలను మరచిపోయారు. దినదిన గండం నూరేళ్ల ఆయుష్షులాగా అత్యంత దుర్భరంగా జీవనం గడుపుతున్నారు. ఇది భారతీయ సమాజానికి హాని కలిగిస్తున్నదేతప్ప మేలు చేయటంలేదు. ఇంకా మనలో అభద్రతనూ, బానిసతనాన్ని పెంచిపోషిస్తున్నది. ఈ అంశాలన్నింటిని రచయితలు తమ కవితల్లో అద్భుతంగా చిత్రించారు.

తెలుగు సాహిత్యంలో తాంబూల ప్రాశస్త్యం

ఇంటికి వచ్చిన అతిథులకు మర్యాదలు చేయుట భారతీయుల సంప్రదాయం. వచ్చిన వారికి అన్న పానీయాలు సమకూర్చి, ఆశ్రయమిచ్చి, వారు వెళ్లునపుడు సాదరంగా సాగనంపెడి సంస్కృతి మనది. మన వేదాలు, పురాణాలు, ఇతిహాసాలు, స్మృతులు, శ్రుతులు, అరణ్యకాలలో అతిథి పూజా తత్పరతను గూర్చి చాలా విపులంగా వివరించబడింది. ఒక బోయవానికి పక్షి అయిన పావురం అతిథి సేవలు చేసినట్లు భారతం తెలుపుతున్నది. అందువల్లనే 'అతిథిదేవోభవ' అనేసూక్తి ఉపనిషత్తుల్లో చెప్పబడిందని భావించవచ్చు. అతిథికి భోజనం పెట్టి సంతృప్తి పరచడంతో బాటు తాంబూలాన్ని ఇచ్చి అభ్యాగతుడు సంతోషిస్తాడు. భారతీయుల దైనందిన జీవితానికి తాంబూలానికి అవినాభావ సంబంధముంది. ఏ శుభకార్యము జరిగినా మృష్టాన్న భోజనంతో బాటు తాంబూలాన్ని అందజేస్తారు. వివాహ నిశ్చితార్థ కార్యక్రమంలో తాంబూలం మార్చుకుంటారు. నవదంపతులు పెద్దలకు తాంబూలమిచ్చి వారి ఆశీస్సులు తీసికుంటారు. గృహారంభ, గృహప్రవేశ కార్యక్రమాల్లో తాంబూల ప్రాధాన్యం ఇంత అంత అని చెప్పుటకు వీలులేదు. ఇక దహనం, దశదినకర్మ, తద్దినం, శ్రాద్ధం వంటి సందర్భాల్లో తాంబూలానిదే అగ్రస్థానం. అత్యంత గౌరవ పూర్వకమైన స్వాగత కార్యక్రమంలో కలశానిది ప్రముఖ స్థానం. దానికి వన్నె తెచ్చెడిది తాంబూలమే. ఇంతటి ప్రాధాన్యం, ప్రాముఖ్యం కలిగిన తాంబూలాన్ని గూర్చి కవులు తమ రచనల్లో వర్ణించారు. ఆ పరంపరలో తెలుగు కవులు అగ్రస్థానాన్ని ఆక్రమించారు. ఆదృష్టితో తెలుగు కవుల రచనల్లో తాంబూల ప్రస్తావనను ఒకింత పరిశీలిద్దాం.

ప్రతి తెలుగుకవి తమ కావ్యాల్లో తాంబూలాన్ని గూర్చి అద్భుతంగా వివరించారు. కవిసార్వభౌముడైన శ్రీనాథమహాకవి భీమేశ్వర పురాణంలోని ఇష్టదేవతా ప్రార్థన పద్యంలో ఇలా తెలిపాడు.

ఉ॥ వాలిక మోము మత్తవన బర్హి కిశోర కలాస్య లీలఁబై
వాలిచి పచ్చకప్పురపు వాసనతోడి ముఖార విందతాం
బూలపు మోవి మోవిపై మోపుచు రాధకు నిచ్చు ధూర్త గో

పాలుడు ప్రోచుంగా వుత మ పార కృపామతి మంత్రి యన్ననిన్

రాధాకృష్ణులు తాంబూలం వేసుకొనే వారని కవి భావించాడు. శ్రీకృష్ణుడు తాంబూలం వేసుకున్న తన మోవిని, అదే విధంగా తాంబూలం వేసుకున్న రాధ మోవిపై పెట్టేవాడట. వారి ముఖారవిందాలు పచ్చకర్పూరపు వాసనలు వెదజల్లెడివని కవి వర్ణించాడు. దేవతలు తాంబూలం వేసుకొనే వారనేది ఈ వర్ణనతో సుస్పష్టమౌతున్నది.

ఆంధ్రకవితా భోజుడు, సాహితీ సమరాంగణ సార్వభౌముడు అయిన శ్రీకృష్ణదేవరాయలు ఒకరోజు నిండుసభలో అష్టదిగ్గజ కవులనుద్దేశించి మంచి కవిత్వం రాయరాదు అని అడిగాడట. అందుకు వెంటనే స్పందించిన అల్లసాని పెద్దన ఇలా చెప్పాడని ఒక చాటువు బహుళ ప్రచారంలో ఉంది.

చ॥ "నిరుపహతి స్థలంబు రమణీ ప్రియ దూతిక తెచ్చి యిచ్చుక
ప్పుర విడె మాత్మ కింపయిన భోజన ముయ్యెల మంచ మొప్పుత
ప్పరయు రసజ్ఞు లూహఁదెలియంగల లేఖక పాఠకోత్తముల్
దొరికినఁగాని యూరక కృతుల్ రచియింపు మటన్న శక్యమె"

కవిత్వం చెప్పాలంటే నిరుపహతి స్థలం, ఆత్మకింపయిన భోజనం, ఊయెల మంచం, ఒప్పుతప్పు తెలిసిన రసజ్ఞులు, ఊహతెలిసిన లేఖకులు, ఉత్తమ పాఠకులతోబాటు రమణీప్రియ దూతిక కర్పూరపు తాంబూలాన్ని అందిస్తుండాలట. రాయలు ఈ వసతులు ఏర్పాటు చేశాడో లేదో గాని పెద్దన మాత్రం 'పెద్ద' కవిత్వం రాసి మనుచరిత్రమనే ప్రబంధరాజాన్ని సృజించాడు. ఆ ప్రబంధంలోనే మరొకచోట తాంబూలాన్ని ప్రస్తావించాడు. సిద్ధుని పాదలేపం ప్రభావంతో ప్రవరుడు హిమాలయ పర్వతాలకు వెళ్లాడు. అక్కడి వింతలు విశేషాలు తనివి తీరా చూశాడు. అప్పుడు సమయం మధ్యాహ్నం కావచ్చింది. ఇక ఇంటికి వెళ్ళాలనుకున్నాడు. కానీ వెళ్లలేక పోయాడు. దానికి కారణం పాదలేపం మంచులో కరిగిపోయింది. ఇక ఇంటికి వెళ్ళే మార్గం కోసం ఆ పర్వతాల్లో వెదుకుచుండగా ఒక దిక్కు నుండి తాంబూలపు వాసన వచ్చింది. ఆ సందర్భాన్ని పెద్దన ఇలా కమ్మని పద్యంలో చెప్పాడు.

కం॥ "మృగమద సౌరభ విభవ
ద్విగుణిత ఘనసార సాంద్ర వీటీ గంధ

స్థగితేతర పరిమళమై
మగువ పొలుపుఁ దెలుపు నొక్క మారుత మొలసెన్"

ఆ తాంబూలపు సువాసనను బట్టి అక్కడెవరో స్త్రీ ఉందని బావించాడు ప్రవరుడు. ఆ పరిమళము వచ్చిన దిశగా వెళ్లి వరూధినితో మాట్లాడాడు. ఇక పెద్దన సమకాలికుడైన తెనాలి రామలింగ కవి తన పాండురంగ మహత్మ్యంలో తమలపాకుల ప్రస్తావన తెచ్చాడు.

మ॥ పలుకుం దొయ్యలి మోవి కాంతి కెనయౌ బాగాలు నయ్యింతిచె
క్కుల బోలుందెల నాకు లయ్యువిద పల్కుల్వంటి కప్రంపుఁబ
ల్కులతోఁగూడిన విడియం బొసగె నాకుం బద్మనా భార్చనా
కల నాసావ నహస్త కంకణ ఝణ త్కారంబు తోరంబుగన్

ఈ పద్యంలో సరస్వతీదేవిని తమలపాకులతో పోల్చాడు తెనాలి రామలింగకవి. ఈ పోలికే వాటి ప్రాధాన్యాన్ని, గొప్పదనాన్ని తెలుపుతున్నది.

అటు తరువాత దక్షిణాంధ్రయుగంలో రఘునాథరాయల ఆస్థానంలో విశిష్ట స్థానాన్ని పొందిన చేమకూర వెంకటకవి తన విజయవిలాసంలో తాంబూలాన్ని ఇంద్రప్రస్థపురానికి సమన్వయించి చమత్కారంగా చెప్పాడు.

తే॥ పోఁక ప్రాకుల మహిమ, కప్పురపుటనఁటి
యాకుఁదోట్రల సౌభాగ్య మందె కలదు;
ప్రబల మౌక్తిక సౌధ సంపదల గరిమ
వీటి రహి మెచ్చ వలయుఁబో వేయునోళ్ళ

ఆ ఇంద్రప్రస్థపురంలో పోకచెట్లు, కర్పూరపు అరటిచెట్లు, తమలపాకుల తోటలు అతిసుందరంగా ఉన్నాయట. ఇవన్నీ ఉన్నాయి కాబట్టే ఆ పట్టణ సౌందర్యాన్ని వర్ణించనలవి కాదంటాడు కవి. ఆ పురాన్ని వేనోళ్ల పొగిడినా తనివి తీరదంటాడు. ఇక శతక కవుల విషయానికి వస్తే సుమతీ శతక కర్త బద్దెన ఇలా అంటాడు.

కం॥ తమలము సేయని నోరును
రమణుల చను మొనలమీద రాయని మేనున్
గమలములు తీసి కొలఁకును

హిమ ధాముడు లేని రాత్రి హీనము సుమతీ!

తాంబూలం వేసుకోనట్టి నోరు చాలా హీనమైందంటాడు. ఇక్కడ తాంబూలం ప్రాధాన్యం, ప్రాశస్త్యం చెప్పడమే కవి ఉద్దేశ్యంగా మనం భావించాలి. అదే విధంగా చాటువుల్లో కూడా తాంబూల ప్రస్తావన కనిపిస్తుంది.

తే॥ గీ॥ పర్వత శ్రేష్ఠపుత్రికా! పతివిరోధి
యన్న పెండ్లాము అత్తను గొన్న తండ్రి
పేర్మి మీరిన ముద్దుల పెద్ద బిడ్డ।
సున్నమించుక తేగదే సుందరాంగీ।

పర్వతి శ్రేష్ఠి పుత్రిక పార్వతి. ఆమె పతి శివుడు. అతని విరోధి మన్మథుడు. అతని అన్న బ్రహ్మదేవుడు. అతని భార్య సరస్వతి. ఆమె అత్త లక్ష్మీదేవి. ఆమె కన్న తండ్రి సముద్రుడు. అతని పెద్ద బిడ్డ పెద్దమ్మ. ఓ సీ పెద్దమ్మా సున్నం తీసుకురావే అన్నాడు ఒకాయన. అందుకు ఆ గడుసరి స్త్రీ ఇలా సమాధానం చెప్పిందట.

కం॥ శత పత్రంబుల మిత్రుని
సుత జంపిన వాని బావ, సూనుని మామన్
సతతము దాల్చెడు నాతని
సుతవాహన వైరి వైరి సున్నంబిదిగో!

తామరాకు స్నేహితుడు సూర్యుడు. అతని కొడుకు కర్ణుడు. అతన్ని చంపిన వాడు అర్జునుడు. అతని బావ శ్రీకృష్ణుడు. అతని కొడుకు ప్రద్యుమ్నుడు. అతని మామ చంద్రుడు. చంద్రుని తలపై దాల్చెడి వాడు శివుడు. అతని కొడుకు వినాయకుడు. అతని వాహనము ఎలుక. దాని శత్రువు కుక్క. ఓ కుక్కా! సున్నమిదిగో అని చెప్పిందట. మరొక చాటు పద్యమిలా ఉంది.

గీ॥ తమలపాకుల నిత్తువో, తమలపాకువంటి
పెదవి నందింతువో, పలుకవేమి?
పొగరు చూపుల పొంపిరి పోవుదాన!
కోర నవ్వుల దాన ! చెన్నూరి దాన.

ఈ పద్యాన్ని పుట్టపర్తి నారాయణాచార్యులు చెప్పారు. చెన్నూరులో తనను ఆకర్షించిన స్త్రీని ఉద్దేశించి అలా చెప్పాడు. తురగా వెంకటరాజు అనే కవి పెండ్లికి వచ్చి ఏడ్చేవారిని ఉద్దేశించి 'వచ్చి పోయెడివారు వక్కలాకుల కీడ్వ' అంటూ చిత్రించాడు. పెళ్లికి వస్తూ పోతూ ఉండేవారు తమలపాకులు, వక్కలకు ఏడుస్తారట. ఆకు వక్క పోక సున్నం కలిసి వేసుకొనే తాంబూలం రుచి మధురామృతం గదా!

అదే రీతిలో కవిత్రయం, అనంతామాత్యుడు, శ్రీకృష్ణదేవరాయలు, రంగాజమ్మ వంటి కవులు, కవయిత్రులు తాంబూలాన్ని వర్ణించారు, ప్రశంసించారు. అంతకు పూర్వమే వెలసిన సంస్కృత సారస్వతంలో గూడా తాంబూలం అగ్రస్థానాన్నే ఆక్రమించింది. కవులు తమలపాకుల వైశిష్ట్యాన్ని ప్రశంసించారు. కాని ఒక్క కవీ విమర్శించలేదు. దీన్ని బట్టి దాని గొప్పదనం మనకు తెలుస్తున్నది. పండిత పామరుల జీవితాలలో ఇంతగా ముడివేసుకొన్న 'ఆకు' తమలపాకు తప్ప, మరొకటి లేదని చెప్పవచ్చు. గురజాడ అప్పారావు రచించిన గొప్ప సాంఘిక నాటకం కన్యాశుల్కం. అది అసలు సిసలైన కోస్తాంధ్ర మాండలికంలో రాయబడింది. అందులో 'తాంబూలాలిచ్చేసాం, ఇక తన్నుకు చావండి' అనే మాట చాలా ప్రసిద్ధిచెందింది. నేటికి తెలుగు వారి నోటివెంట సందర్భానుకూలంగా చెప్పబడుతున్నది.

ఇప్పటికీ కొన్ని ప్రాంతాల్లోని ప్రజలు ఒక పూట అన్నం తినకుండా ఉండగలరుగాని తాంబూలం వేసుకోకుండా ఉండలేకున్నారు. కొందరు మూడు పూటలూ తాంబూలం వేసుకొంటున్నారు. ఆ కారణంగా ఆ ప్రాంతంలో అది ఒక పెద్ద వ్యాపార వస్తువుగా గుర్తింపు పొందుతున్నది. ఇంకొన్ని ప్రాంతాల్లో మనం పరిశీలిస్తే లింగ వయోభేదం లేకుండా ప్రతి ఒక్కరూ చిన్న సంచులు కుట్టించుకొని దానిలో తాంబూలానికి కావలసిన సామాగ్రిని భద్రపరచుకొని ఎప్పుడు తమ మొలకు కట్టుకొంటున్నారు. ఆ విధంగానే సంపన్నులు తాంబూలం వేసుకోవడాన్ని రాజసంగా భావిస్తున్నారు. జానపదులుగాని ఆకుతోటల రైతులుగాని తమలపాకును లక్ష్మీ స్వరూపంగా భావిస్తున్నారు. చెప్పులతో తోటలోకి పోవుటకు వారు అనుమతించరు. అదేవిధంగా బహిష్టులైన స్త్రీలను గూడా తోటలోకి రానివ్వరు. లక్షలాది వృక్షజాతుల్లో ఒక్క తమలపాకుకే ఆ గౌరవం దక్కింది. అన్నం, వస్త్రం, గంధం, పుష్పం, శయ్య, తాంబూలం, స్త్రీ, గానము అను ఈ ఎనిమిదింటిని

అష్టభోగాలంటారు. వీటిలో తాంబూలానికి చోటు దక్కింది. తాంబూలం రోగ నిరోధకశక్తిని పెంచుతుందని, ఆరోగ్యాన్ని ప్రసాదిస్తుందని ముఖ్యంగా తమలపాకు వల్ల ఆరోగ్యరీత్యా ఎన్నో లాభాలున్నాయని ఆయుర్వేదం తెలుపుతున్నది. ఇంతటి ప్రాశస్త్యం కలిగిన తాంబూలం ప్రజల దైనందిన జీవితాల్లో మమేకమై పోయింది. ప్రజల జీవితాలను నిశితంగా పరిశీలించిన కవులు తాంబూల వైశిష్ట్యాన్ని తమ రచనల్లో చక్కగా పొందుపరిచారు.

దైవపూజా కార్యక్రమాలలో, ప్రజలు జరుపుకొనే అన్ని శుభకార్యాలలో అగ్రస్థానాన్ని పొంది, ఆరోగ్య ప్రసాదినిగా గుర్తించబడిన తమలపాకు లక్ష్మీ స్వరూపంగా భావించబడుతూ విశిష్టగౌరవాన్ని పొందుతున్నది.

క్రమ శిక్షణ

క్రమమనగా వరుస. శిక్షణ అనగా అభ్యాసం చేయుట. విశ్వంలోని ప్రతిపదార్థం క్రమశిక్షణతోనే ఉంటున్నది. సూర్యచంద్రాదులు గమనం ఒక క్రమ పద్ధతిలోనే ఉంది. నవగ్రహాలు ఒక నిర్ణీతకక్ష్యలోనే పరిభ్రమిస్తున్నాయి. ఆరు ఋతువులు ఒకదాని వెంట మరొకటి క్రమం తప్పకుండా వస్తున్నాయి. వృక్షాలు ఒక క్రమపద్ధతిలోనే పుష్పించి ఫలిస్తున్నాయి. సముద్రములోని అలలుగూడా ఒక క్రమ పద్ధతిలోనే వీస్తున్నాయి. చివరికి చిన్న జీవులైన చీమలు కూడా క్రమపద్ధతిలోనే పయనిస్తున్నాయి.

సృష్టిలోని ప్రతిజీవి క్రమపద్ధతిలోనే నడుచుకుంటున్నది. అయితే నేటి ఆధునిక మానవుడే అపుడపుడూ క్రమశిక్షణను తప్పుతున్నాడు. దానిద్వారా అనేక అనర్థాలను కొనితెచ్చుకుంటున్నాడు. తాను ఇబ్బంది పడటమేగాక తనపై ఆధారపడిన వారిని, సమాజాన్ని ఇబ్బందులకు గురిచేస్తున్నాడు. మనిషి చాలా అంశాలలో క్రమశిక్షణను విధిగా పాటించాలి.

1. విద్య
2. ఆహారం
3. నిద్ర
4. ప్రవర్తన
5. ఆర్థికం
6. సంఘసేవ

విద్య అంటే తెలుసుకొనుట అని అర్థం. ఏది తెలుసుకోవాలి? ఎంత తెలిసికోవాలి? తెలిసిన దానిని ఎలా సద్వినియోగం చేసుకోవాలి వంటి విషయాలను తెలుసుకొని మానవుడు నడచుకోవాలి. మన పూర్వులు అష్టాదశవిద్యలను పేర్కొన్నారు. ఋగ్వేదం, యజుర్వేదం, సామ వేదం, అధర్వణవేదం, శిక్ష, వ్యాకరణం, ఛందస్సు, నిరుక్తం, జ్యోతిష్యం, కల్పకం, మీా మాంస, న్యాయం, పురాణం, ధర్మశాస్త్రం, ఆయుర్వేదం, ధనుర్వేదం, గాంధర్వం, అర్థశాస్త్రం అనునవి అష్టాదశవిద్యలు. వీటిని అభ్యసించాలి. వీటిలో కొన్నింటిని అధ్యయనం చేయాలి. అపుడు మనిషికి పరిపూర్ణత వస్తుంది. కొందరు పండితులు చతుష్షష్టికళలను

గూడా విద్యలకిందనే చేరుస్తున్నారు.

చతుష్షష్టికళలు ఇవి: 1. ఐతిహ్యాము 2. ఆగమము 3. కావ్యము 4. అలంకారము 5. నాటకము 6. గాయకత్వము 7. కవిత్వము 8. కామశాస్త్రము 9. దురోదనము 10. దేశభాషాభిజ్ఞానము 11. లిపికర్మము 12. వాచకము 13. అవధానము 14. స్వరశాస్త్రము 15. శాసనము 16. సాముద్రికము 17. రత్నశాస్త్రము 18. రథాశ్వగజకేశలము 19.మల్లశాస్త్రము 20. సూదకర్మము 21. దోహదము 22.గంధవాదము 23.ధాతువాదము 24. ఖనివాదము 25. రసవాదము 26. జలవాదము 27. అగ్నిస్తంభము 28. ఖడ్గస్తంభము 29. జలస్తంభనము 30. ఆకర్షణము 31. మోహనము 32. విద్వేషణము 33. స్పాటకము 34. మారణము 35. కాలపంచకము 36. పరకాయప్రవేశము 37.పాదుకాసిద్ధి 38. వాక్సిద్ధి 39. ఇంద్రజాలికము 40. అంజనం 41. దృష్టిపంచకము 42. స్వరపంచకము 43. మణిమంత్రేషధాదిసిద్ధి 44. చోరకర్మము 45. చిత్రక్రియ 46. లోహక్రియ 47. అశ్మక్రియ 48.మృత్క్రియ 49. దాతుక్రియ 50. వేణుక్రియ 51. చర్మక్రియ 52. అంబకక్రియ 53. అదృశ్యకరణము 54. దూతీకరణము 55. వాణిజ్యము 56. పాశుపాల్యము 57. కృషి 58. ఆసనకర్మము 59. ప్రాణిద్యూతకౌశలము 60. సంగీతము 61. శిల్పము 62. చిత్రలేఖనము 63. గృహనిర్మాణము 64. వాస్తుశాస్త్రము.

అయితే ఈ అరువది నాలుగు కళలు విషయంలో పండితుల మధ్య అభిప్రాయ భేదాలున్నాయి. ఈవిద్యలన్నింటిని నేర్పడం ఎవరికీ సాధ్యంకాదు. ఒక వేళ నేర్వాలనుకున్నా జీవితకాలం సరిపోదు. అయినా ఒక విద్యపై సమగ్రంగానూ తక్కిన వాటిపై అవగాహన కలిగి ఉంటేచాలు. ఇది చేయాలన్నా క్రమశిక్షణ అవసరం. క్రమశిక్షణ ఉన్నపుడే ఈ పనిని మనం చేయగలం. విద్యనేర్చే, నేర్పే విషయంలో భారతీయులు పాశ్చాత్యుల కంటే ఎప్పుడూ చాలా ముందే ఉంటున్నారు. రాజులు కూడా తమ కుమారులను గురుకులాలకు పంపి విద్య నేర్పించారు. సామాన్యులు సైతం ఆ దారిలోనే నడిచారు. నాడు గురువులు మిక్కిలి గౌరవాన్ని పొందారు. అందుకు గట్టి నిదర్శనం వశిష్ఠుడు రఘువంశ రాజులందరూ అతన్ని ఆదరించి గౌరవించారు. రాక్షసరాజైన హిరణ్యకశ్యపుడు కూడా తనకొడుకు ప్రహ్లాదునికి విద్య నేర్పాలని చండమార్కులనే గురువును నియమించాడు. తనకొడుకు ఏమి నేర్చుకున్నాడో

కూడా పరిశీలించాడు. 'చదువులలోన సారమెల్ల చదివితి తండ్రీ! అని కొడుకు వినయంగా సమాధానమిచ్చాడు.

క॥ ధనమును విద్యయు వంశం
బును దుర్మతులకు మదంబు ౕబొనరించును, స
జ్జనులైన వారి కడ కువ
యును వినయము నివి యతెచ్చు నుర్వీనాథా!

అంటూ విదురుడు ధృతరాష్ట్రునికి హితబోధ చేస్తాడు. ధనం, విద్య. వంశం అనేవి దుర్జనులకు మదాన్ని, సజ్జనులకు వినయాన్ని కలిగిస్తాయంటాడు. మనం సజ్జనులుగా ఉండాలే గాని దుర్జనులుగా ఉండకూడదు.

శ్లో॥ మాతా శత్రుః పితావైరీ, యేనబాలోన పాఠితః॥
నగర్భచ్యుతి మాత్రేణ, పుత్రోభవతి పండితః॥

అంటుంది హితోపదేశం. బిడ్డలను చదివించని తల్లిదండ్రులు వారికి శత్రువులే. కని పారేసినంత మాత్రంచేత ఏ పుత్రుడును పండితుడు కాలేదు. గదా!

బిడ్డలను చదివించవలసిన బాధ్యత తల్లిదండ్రులదే. చదవవలసిన బాధ్యత బిడ్డలదే. 'విద్వాన్ సర్వత్ర పూజనీయతే', అన్నట్లు విద్యావంతుడు అన్నిచోట్ల పూజింపబడతాడు. దానికి గట్టి నిదర్శనమే నేటి మన విద్యావంతుల జీవితము.

నేడు విద్యావంతులు అనగా ముఖ్యంగా శాస్త్రసాంకేతిక వైద్య పౌరోహిత్యాది అంశాలలో మంచి ప్రతిభ ఉన్నవారు ఖండాంతరాలకు వెళుతున్నారు. అక్కడ అఖండ గౌరవాన్ని, అత్యధిక వేతనాలను పొందుతూ మంచి జీవితాన్ని అనుభవిస్తున్నారు. ఈ స్థాయికి చేరుకొన్నవారు, చేరుకోవాలను కొనేవారు పాటించినది, ఆచరించాల్సినది క్రమశిక్షణే.

మనిషి ఆరోగ్యంగా ఉన్నపుడే ఏ పనైన చేయగలుగుతాడు. ఎన్నివిద్యలైనా నేర్వగలుగుతాడు. మన ఆరోగ్యం మన చేతుల్లోనే ఉంటుంది అది ఇతరుల నుంచి అరువు తీసికొనేది కాదు. అందువల్ల ప్రతిఒక్కరూ ఆరోగ్యాన్ని పరిరక్షించుకోవాలి. అయితే ఎవరు తమ ఆరోగ్యాన్ని పరిరక్షించుకుంటారు. అంటే క్రమశిక్షణ కలిగినవారే. వేళకు తినడం, తిన్నది గూడా పరిమితంగానే తినటం, ఆ తిన్నదిగూడా ఆరోగ్యానికి ఉపకరించేది తినటం

ముఖ్యం, నేడు చాలా మంది మార్కెట్లో దొరికే రకరకాల పదార్థాలు తింటూ అనారోగ్యాలను కొని తెచ్చుకుంటున్నారు. ఇది ఏ విథంగానూ హితకరమూ కాదు, శ్రేయస్కరమూ అంతకన్నాకాదు, శాకాహారమే మంచిదని మన శాస్త్రాలు తెలుపుతున్నాయి.

శ్లో॥ అనాత్మ వంతః పశువత్ భుంజతేయేఽ ప్రమాణతః॥

రోగానీ కస్యతే మూలం అజీర్ణం ప్రాప్నువంతిహి॥

అంటాడు చరకమహర్షి. ఎవరైతే మితమనేది లేకుండా ఎల్లప్పుడూ ఏదోఒకటి నములుతూ ఉంటారో అటువంటి వారు అజీర్ణవ్యాధికి గురి అవుతారు. ఆ అజీర్ణమే సర్వరోగములకు మూలము. అందువల్ల క్రమశిక్షణ కలిగిన వ్యక్తి ఆహారవిషయంనోనూ తగిన జాగ్రత్తలు తీసికోవాలి.

నిద్ర అన్నది సకల జీవరాశులకు భగవంతుడిచ్చిన వరం. అయితే కాలప్రాంత భేదాలను బట్టి ఆయాజీవులు నిద్రించే సమయం విషయంలో హెచ్చుతగ్గులుంటాయి. సహజంగా మనిషికి ఆరుగంటలు నిద్రా సమయం సరిపోతుంది. అంతకు తగ్గితే ఆరోగ్యసమస్యలు మొదలవుతాయి. దానితో ఏ పనీ చేయలేరు. క్రమశిక్షణ కలిగిన వారు నిద్రపోయే మొత్తం కాలంతోబాటు నిర్ణీతవేళలు గూడా పాటించాలి. ఏ అర్ధరాత్రో పడుకొని ఉదయం తొమ్మిదిగంటల వరకు నిద్రపోతుంటారు కొందరు. అది వాంఛనీయము కాదు.

సూర్యోదయానికి ముందే నిద్రలేవాలన్నది శాస్త్రవిహితము పశుపక్షాదులన్నీ సూర్యోదయానికి ముందే నిద్రమేల్కొంటున్నాయి గదా. అయితే పసిపిల్లలు వృద్ధులు ఇందుకు అతీతులు.

మన క్రమశిక్షణను నిర్దేశించే కొలమానాలలో ప్రవర్తన ముఖ్యమైంది. మన ప్రవర్తన ఇతరులకు హాని, కీడు, ఇబ్బంది కలిగించేదిగా ఉండకూడదు. పెద్దలపట్ల గౌరవం, పిన్నలపట్ల ఆదరణ, సమవయస్కులపట్ల స్నేహతత్వం ఉండాలి. గర్వంపనికిరాదు. గర్విష్టికి ఎప్పటికైనా ఎదురుదెబ్బ తగులుతుంది. వినయం ముందుకు పోవటానికి, గర్వం వెనక్కుపోవటానికి దోహద పడుతాయంటారు పెద్దలు. అనటమే కాదు జీవితసత్యం కూడా అదే. ఎవరికైనా ధనగర్వం, విద్యాగర్వం, వంశగర్వం, అధికారగర్వం, ఐశ్వర్యగర్వం అనునవి గర్వాన్ని కలిగిస్తుంటాయి. అయితే సజ్జనులైనవారు వాటిని ప్రజలక్షేమంకోసంవినియోగించాలి

కానీ ఇతరులపట్ల అధిపత్యం చూపటానికి ప్రయత్నించరాదు. రాజ్యగర్వంతో బాలమిత్రుడు, ద్రోణుని హేళన చేసిన ద్రుపదుడు భంగపడ్డాడు. సంగీతవిద్యలో తనను మించిన వారు లేరని గర్వించిన తుంబరుడు నారదునిచేత పరాభవాన్ని చవిచూసాడు. మన ప్రవర్తనే మనకు కీర్తిని తెచ్చిపెడుతుంది.

మనిషి మనుగడకు మూలమైనది ఆర్థికం. 'అర్థస్యపురుషోదాసః!' అంటుంది భారతం. సంపద ఉన్నవారికి అందరూ దాసులు కావాల్సిందేనంటుంది. " కులముగలవాడు గోత్రంబు గలవాడు విద్యచేతవిర్ర వీగువాడు, ఈవి గలవాని బాసిన కొడుకులు" అంటాడు వేమన. అయితే అర్థములు నిత్యములు కావు అంటుంది పంచతంత్రం. సంపద టెంకాయలోకి నీరు చేరినట్లు వస్తుందని, ఏనుగుతిన్న వెలక్కాయలోని గుజ్జు మాయమైనట్లు వెళ్లిపోతుందని సుమతీ శతక కారుడు బద్దెన పేర్కొన్నాడు. మానవ సంబంధాలన్నీ ఆర్థిక సంబంధా లేనంటాడు కారల్‌మార్క్స్. ఇది త్రికాల సత్యం. అయితే ఈధనాన్ని జీవనానికి మాత్రమే సంపాదించాలి కాని అత్యాశకు పోరాదు. సృష్టిలో ఏ జీవి ధనాన్ని ఆహారాన్ని కూడబెట్టదు. ఒక్క మానవుడుతప్ప. అయితే మానవుడు ఎంత సంపాదించినా, కూడబెట్టినా పోవునపుడు తోడుగారాదు.

శ్లో॥ **ధనాని భూమౌ పశవశ్చగోష్ఠే, నారీగృహద్వారి జనాఃశ్మశానే!**
దేహశ్చితాయాం పరలోకమార్గే, ధర్మాను గోగచ్ఛతి జీవఏకః॥

అంటుంది శాస్త్రం.ధనాన్ని భూమియందు, పశువులను సాలలందు భార్యను ఇంటి గుమ్మంలోనూ, జనులను శ్మశానంలో, దేహమును చితియందు వదలిపెట్టి జీవుడు ఏకాకియై పరలోక మార్గమునకు పోవునపుడు ధర్మమొక్కటే అతనితో కూడా పోతున్నది. కాబట్టి క్రమశిక్షణ కలిగిన వ్యక్తి ఆర్థిక విషయంలోనూ తగిన నిబద్ధత పాటించాలి.

వ్యక్తి ఎంత చదువు చదివినా, ఎంత ఆస్తి సంపాదించినా, ఎంతకాలయు జీవించినా తనకోసమే కాకుండా పరులకోసం కూడా జీవించాలి. "పరోప కారాయ పుణ్యాయ, పాపాయ పర పీడనమ్" అన్నాయి శాస్త్రాలు.

శ్లో॥ **పిబన్తి నద్యః స్వయమేవనాంభం। ఖాదన్తినస్వాద ఫలాని వృక్షాః!**
పయోధరాస్సస్య మదన్తి నైవ, పరోపకారాయ సతాం విభూతయః॥

అంటాయి నీతి శాస్త్రాలు. నదులు తయనీటిని అవే త్రాగవు. చెట్లుతమ తియ్యని పండ్లను తామే తినవు. మేఘములు తమ వృష్టివలన పండిన సస్యములను తాము అనుభవించవు. అదేవిధంగా సత్పురుషులు గూడా తమ సంపదలను పరోపకారమునకే గాని ఎప్పుడూ స్వార్థానికి వాడుకోరు.

గాంధీ, నెహ్రూలు సంఘసేవకు తమ సంపదలను త్యాగం చేసారు. సంఘసంస్కర్తలు ప్రజలక్షేమం కోసం ఎన్నో ఆటుపోట్లను ఎదుర్కొన్నారు.

శాస్త్రవేత్తలు ప్రజలకోసం నిద్రాహారాలుమాని నూతన ఆవిష్కరణలు చేస్తున్నారు. రైతు నిస్వార్థంగా వ్యవసాయం చేసి పంటలు పండిస్తున్నాడు. ఈ రీతిగానే తక్కిన వృత్తులవారు నడుచుకుంటే సంఘం పురోగమన దిశగా సాగుతుంది. ఎలాంటి అలజడులు, అశాంతి, లేని సమాజం రూపుదిద్దుకుం టుంది దీనికి కావలసినది క్రమశిక్షణ. క్రమశిక్షణకు మారుపేరుగా గాంధీ, నెహ్రూ, అంబేద్కర్‌లను పేర్కొనవచ్చు. సమయపాలన పాటించుటలో విధినిర్వహణలో వారికి వారేసాటి. "క్రమశిక్షణ లేని ఏజాతి అభివృద్ధి చెందదు" అని ఒక దశలో గాంధీజీ ఘాటుగా హెచ్చరించాడు కూడా.

పురాణాల కాలంనుంచి నేటివరకు మనం వ్యక్తుల జీవితాలను పరిశీలిస్తే క్రమశిక్షణ కలిగినవారే ఉన్నతస్థితికి చేరుకున్నారని, కీర్తిని పొందారని, మంచి జీవితాన్ని అనుభవించారని, సమాజానికి దిక్సూచిగా మారారని స్పష్టమవుతుంది.

తిరుమల తిరుపతి దేవస్థానం వారి ఆధ్వర్యంలో నిర్వహింపబడుతున్న
ఆకాశవాణి ఎఫ్. ఎమ్. కేంద్రం వారు 13.6.2014
నాడు ప్రసారం చేసిన వ్యాసం.

నిత్యజీవితంలో దేశభక్తి

సర్వసాధారణంగా దైవంపట్ల మనకున్న ఆరాధనా భావాన్నే 'భక్తి' గా పరిగణిస్తుంటారు. అయితే జన్మనిచ్చిన తల్లిదండ్రుల పట్ల, విద్యాబుద్ధులు నేర్పిన గురువుపట్ల ఉండే గౌరవ భావ తత్పరతను కూడా భక్తి అంటున్నారు. అందుకే మన శాస్త్రాలు మాతృదేవోభవ, పితృదేవోభవ, ఆచార్యదేవోభవ అని శ్లాఘిస్తున్నాయి. వీటన్నిటికి అతీతమైనది దైవభక్తి. వీటిలో చేరదగినదే దేశభక్తి.

తాను పుట్టిపెరిగిన దేశంపట్ల కృతజ్ఞత కలిగి ఉండటం, అక్కడి ప్రజలకు సేవచేయటం వంటివి దేశభక్తి కిందకు వస్తాయి. దేశభక్తిని గూర్చి ఆదికావ్యం రామాయణంలోనే అద్భుతంగా చెప్పబడింది.

శ్లో॥ అపిస్వర్ణమయీ లంకా, సౌమిత్రే మేన రోచతీ!

జననీ జన్మభూమిశ్చ, స్వర్గాదపి గరీయసి॥

అన్నాడు శ్రీరాముడు. ఓ లక్ష్మణా! ఈ లంకా నగరం స్వర్ణమయమే అయినా జనని జన్మ భూమి స్వర్గం కంటె గొప్పవికదా అన్నాడు. మన సర్వశాస్త్రాల నీతిసారం అంతా ఒక ఎత్తైతే ఈ ఒక్క సూక్తి రత్నాకర మొక్కటే ఒక ఎత్తుగా నిలుస్తున్నది. భారతాది గ్రంథాలన్నీ గూడా దేశభక్తిని ప్రబోధిస్తున్నాయి. రాజులు తమ రాజ్యం సుభిక్షంగా ఉండాలనే యజ్ఞయాగాదులు చేసారు. తమ దేశాన్ని పరులచేతికివ్వరాదనే రాజులు పరాయి దేశస్థుల దండ యాత్రలను ధీటుగా ఎదుర్కొన్నారు. ఆధునిక కాలంలో రవి అస్తమించని బ్రిటీషు సామ్రాజ్యాన్ని భారతీయులు ఎదిరించి పోరాడారు. వారు మన దేశాన్ని వదలివెళ్ళి పోవునంతవరకు అలుపెరుగని పోరాటం చేసి ఘన విజయం సాధించారు. దానికి ప్రధాన హేతువు దేశభక్తియే. అయితే మాతృ, పితృ, గురు, దైవ భక్తులకు లభించినంత గుర్తింపు దేశభక్తికి లభించలేదని చెప్పవచ్చు. అయితే అంతమాత్రాన దేశభక్తి లేదనడానికి వీలులేదు.

'దేశమంటే మట్టిగాదోయ్

దేశమంటే మనుషులోయ్'

అన్నాడు గురజాడ అప్పారావు గారు. 'జయ జయ ప్రియ భారత జనయిత్రీ దివ్యధాత్రి' అంటూ మాతృదేశాన్ని శ్లాఘించాడు దేవులపల్లి కృష్ణశాస్త్రి. 'భారతభాగ్యవిధాతా' అంటూ జాతీయ గీతంలో రవీంద్రనాథ్ రాగూర్ దేశభక్తిని చాటుకున్నాడు. దేశభక్తితోనే 23 ఏళ్ల భగత్‌సింగ్ తెల్లదొరల పార్లమెంట్‌పై బాంబుదాడి చేసాడు. వారు అతన్ని ఉ రితీసినపుడు 'ఇంక్విలాబ్ జిందాబాద్' అంటూ నినదిస్తూ ఉరికంబం ఎక్కాడు. ఇలాంటి దేశభక్తినే చంద్రశేఖర ఆజాద్, రాజ్ గురులు చూపారు. దశాబ్దం కిందట మనకు పాకిస్థాన్‌కు కార్గిల్ దురాక్రమణ కారణంగా యుద్ధం జరిగింది. ఆ యుద్ధంలో మన సైనికుడు 'నచికేతుడు' పాకిస్థాన్ సైనికులకు బంధీగా దొరికాడు. వారు అతన్ని వారి దేశానికి తరలించారు. వారు అడిగిన అన్ని ప్రశ్నలకు తడబడ కుండా అతడు సమాధానం చెప్పాడు. అతడు చూపిన దేశభక్తికి మెచ్చివారు తిరిగి అతన్ని క్షేమంగా వదలిపెట్టారు. ఇటీవలి కాలంలో దేశభక్తి తత్పరత కలిగిన వ్యక్తిగా మనకు నచికేతుడు కనిపిస్తాడు. అయితే అతనికి ఇవ్వవలసిన గుర్తింపును మనం ఇవ్వలేదనే చెప్పాలి. నేటి యువ తరానికి అతడే మార్గదర్శకుడుగా నిలుస్తున్నాడు.

నిత్యజీవితంలో దేశభక్తిని నిర్ధారించడానికి చాలా ప్రమాణాలున్నాయి. అదే విధంగా చాలా అంశాలను కొలబద్ధగా తీసుకోవాలి. కేవలం దేశభక్తి గీతాలను ఆలపించినంత మాత్రాన సరిపోదు. అలాంటివి దేశభక్తి తత్పరతకు నిదర్శనాలు కావు. మనసా వాచా కర్మణా- దేశభక్తిని ప్రదర్శించాలి. రాజకీయ నాయకులు, ఉద్యోగులు, వ్యాపారులు, రైతులు, విద్యార్థులుతో బాటు వివిధ వృత్తులలో ఉన్న ఆ బాలగోపాలం తమస్వార్థాన్ని విడనాడి పొరుగువారికి తోడు పడినపుడే దేశభక్తిని చూపినవారుగా లెక్కించబడతారు.

రాజకీయ నాయకులు తమ ఎన్నికల ప్రణాళికల్లో ఏవేవి చేర్చి అధికారంలోకి వస్తారో వాటిని తు.చ. అమలు చేయాలి. ప్రజాకంటకమైన పనులు ఏవీ చేయరాదు. తమ స్వార్థం కోసమో, అధికారం నిలుపుకోవ టంకోసమో అడ్డమైన దారుల్లో నడువరాదు. ఉద్యోగులు తమ విధులను సక్రమంగా నిర్వహించాలి, లంచాలకు పాల్పడరాదు. ముఖ్యంగా ఉపాధ్యాయులు విద్యాబోధన సక్రమంగా చేసి పిల్లలను మంచి పౌరులుగా తీర్చిదిద్దాలి.

ఒక ఉపాధ్యాయుడు సక్రమంగా పని చేయకపోతే కొన్ని తరాలు నష్టపోతాయి. వారందరూ సంఘానికి భారంగా తయారవుతారు. రాను రాను వారు సంఘ విద్రోహశక్తులుగా మారతారు. దాంతో వారిలో దేశభక్తి కొరవడుతుంది. అది వారితోనే అంతమైపోదు. వారి పిల్లలకూ సంక్రమిస్తుంది.

వ్యాపారులు నిజాయితీతో వ్యాపారం చేయాలి. ప్రజలను దోపిడీ చేయరాదు. వస్తువు నాణ్యత పాటించాలి. తూనికలు కొలతల్లో ప్రమాణాలు పాటించాలి. నకిలీ వస్తువులు అమ్మరాదు. రైతులు నిస్వార్థంగా శ్రమిస్తున్నారు. అహర్నిశలు కష్టపడి పంటలు పండిస్తున్నారు. వారు పంటలు పండించకపోతే ఏ వర్గానికి తిండి ఉండదు. ప్రతి వ్యక్తి మూడు పూటలు తలచుకోవలసిన వ్యక్తి ఒక్క రైతును మాత్రమే. అందుకే పెద్దలు 'రైతేరాజు' అన్నారు. విద్యార్థులు సక్రమంగా విద్యార్జన చేయాలి. సంఘ విద్రోహ కార్యకలాపాలకు పాల్పడరాదు. ప్రభుత్వ ప్రైవేటు ఆస్తులకు నష్టం కలిగించరాదు. పరీక్షలలో అక్రమ మార్గాలకు పూనుకోరాదు. బాల్యం నుంచే మంచి క్రమశిక్షణ కలిగి నిబద్ధతతో నడుచుకోవాలి. అప్పుడే వారు మంచి పౌరులుగా ఎదుగుతారు. దాని ద్వారా సమాజానికి మంచి జరుగుతుంది. ఈ విధంగా ప్రతి ఒక్కరూ వారి వారి పరిధిలో విధినిర్వహణ సక్రమంగా చేస్తూ మసులుకుంటే దేశభక్తికి ప్రత్యక్షం గానూ, పరోక్షంగానూ దోహదపడినట్లే.

దేశభక్తి కలిగినవారు కులమతభేదాలు పాటించరాదు. ఇతరులను చులకనగా చూడరాదు. ఎదుటివారి ఉన్నతికి ఆటంకం కలిగించరాదు. పరస్త్రీలను కన్నతల్లివలె భావించాలి. దొంగతనాలు, అత్యాచారాలు వంటి అసాంఘిక చర్యలకు పాల్పడరాదు. పరుల శ్రమను దోచుకోరాదు. కుటిల రాజకీయాలు చేయరాదు. హత్యలు చేయరాదు. దేశనాయకుల పట్ల భక్తి ప్రపత్తులు కలిగి ఉండాలి. పరమత సహనాన్ని పాటించాలి. అజాత శత్రువుగా మసలు కోవాలి. ఇతరుల కష్ట నష్టాలలో పాలు పంచుకోవాలి. ఈర్ష్య అసూయద్వేషాలను మానుకోవాలి. ఈ దేశం నాది, మనది, మనందరిది అనే వసుదైక కుటుంబ భావం ఉండాలి. ఎదుటి వారి నొప్పించరాదు.

వ్యక్తి వికాసమే దేశవికాసంగా భావించాలి. జ్ఞానసముపార్జనకు పూనుకోవాలి. తన వంతు కర్తవ్యంగా తోటి ప్రాణుల సంక్షేమానికి సంరక్షణకు తన విజ్ఞానాన్ని

ఉపయోగించే కార్యాచరణకు తగిన ప్రణాళికను ఏర్పరచుకోవాలి. "ఈసురోమని మనుషులుంటే దేశమే గతి బాగుపడు నోయ్" అన్న గురజాడ సూక్తిని స్మరిస్తూ నిరుత్సాహాన్ని వదలివేయాలి. యుక్తాయుక్త విచక్షణ కలిగి తన తోటి ప్రజలతో మసులుకోవాలి. సహనశక్తిని అలవరుచుకోవాలి. సమున్నత లక్ష్యాన్ని సాధించటానికి శ్రద్ధగా కృషి చేయాలి. దురాశకు దూరంగా ఉండాలి. వినయ విధేయతలు కలిగి ఉండాలి. ప్రపంచంలోని సౌఖ్యాలన్నీ తనకే కావాలని ఆశించరాదు. సద్గుణాలు అలవరచుకోవాలి. తల్లి దండ్రులకు సేవ చేయాలి. నేడు ఎంతోమంది తమ తల్లిదండ్రులను రోడ్డున పడేస్తున్నారు. అలా పడేస్తున్నవారు బాగు చదువుకొన్నవారుగా, సంపాదనాపరులుగా ఉండుట ఆవేదన కలిగిస్తున్నది. ప్రతినిత్యం పత్రికల్లో అనాధ తల్లిదండ్రుల వృత్తాంతాలు చూస్తూనే ఉన్నాం. తల్లిదండ్రులను ప్రేమించలేనివాడు గౌరవించనివాడు, ఆదరించనివాడు దేశభక్తి కల్గి ఉంటాడంటే నమ్మశక్యమా? కాదుగదా! ఈ దుస్థితిని చాలా కాలం ముందే ఊహించిన వేమన మహాకవి! తల్లిదండ్రుల మీద దయలేని పుత్రుండు, పుట్టనేమి వాడు గిట్టనేమి?' అంటూ ఈసడించుకున్నాడు. తల్లిదండ్రుల సేవ ఎంత గొప్పదో, దాని వల్ల కలిగే ఫలితాలు ఎలాంటివో ధర్మవ్యాధుడు కౌశికునికి సవివరంగా తెలిపాడు.

సీ॥ **జననుత వీరు నాజననియు జనకుండుఁ**
జూవె వీరులకు శు శ్రూషసేసి
యిట్టి పరిజ్ఞానమేను ప్రాపించితి
నమరుల పూజింతు నర్థిమెల్ల
వారును నొందు దైవంబుల నఱుగఁ
నీ వృద్ధుల ఁనాపాలి వేల్పులనఘ
కమనీయ ఫలపుష్ప గంధ భూషణ
వస్త్రములు మనోహరభక్ష్య భోజ్యములును

తే॥ **వీరికెపుడు నివేదింతు వేడ్కఁబుత్ర**
దారాసహితుండనై నియతముగ సేవ
యాచరింతుము వేదముల్ యజ్ఞములు

వ్రతములు వీరనాకను తలపునిజము

ఈ అంశాలు నేటి తరానికి శిరోధార్యాలు.

మనం హాయిగా ఉంటున్నా, మన వృత్తిని నిర్వహిస్తున్నా, సోమరిగా ఉంటున్నా, అరాచకాలకు పాల్పడుతున్నా, ప్రశాంతంగా ఉంటున్నా అందుకు మూలకారణం మన సైనికులు. వారు ప్రాణాలు లెక్క చేయకుండా శారీరక సుఖాలను త్యజించి అహోరాత్రులు పొరుగుదేశ సరిహద్దుల్లో అనుక్షణం అప్రమత్తంగా ఉంటున్నారు. వారు ఒక గంట ఏమరుపాటుగా ఉంటే మన ఆటలన్నీ కట్టిపెట్టాల్సిందే. దేశభక్తులంటే మొట్టమొదటగా లెక్కించాల్సింది, గుర్తించాల్సింది, కీర్తించాల్సింది సైనికులనే. జన్మనిచ్చినందులకు తల్లిదండ్రుల ఋణాన్ని, భద్రతనిస్తున్నందుకు సైనికుల ఋణాన్ని ఎన్ని జన్మలెత్తివారికి సేవచేసినా వారి ఋణం ఇసుమంతైనా తీర్చుకోలేము. అయితే నాటిరోజుల కాలంనుంచి నేటివరకు అన్ని వర్గాల ప్రజలకు దేశభక్తి మెండుగానే ఉందని చెప్పవచ్చు. కానీ అది నీతి నిజాయితీతో కూడుకున్నపుడే సార్థకత ఉంటుంది. అందుకు మన పెద్దలు చెప్పిన ఉక్తులు ఆచరణలో పెట్టుట చాలా అవసరం.

"ఏ దేశమేగినా ఎందుకాలిడినా

పొగడరా నీతల్లి భూమి భారతిని"

అన్నాడు. రాయప్రోలు సుబ్బారావుగారు. ఇది ఎంతటి మహత్తరమైన మాట. నేటి తరానికి ఎంతో అవసరమైనది, ఆచరణీయమైనదిగదా! స్వామి వివేకానంద ఖండాంతరాలు తిరిగి వచ్చిన ఆధ్యాత్మిక తత్వవేత్త. ఆ మహనీయుడు ఏ దేశంలో అడుగుపెట్టినా మన భారతజాతి ఖ్యాతిని ఇనుమడింపజేసాడు. మన సంస్కృతి సంప్రదాయాల ఔన్నత్యాన్ని ఎలుగెత్తి చాటాడు. అయితే నేడు ఎందరో యువతీ యువకులు మన ప్రజల డబ్బుతో ఇక్కడ శాస్త్ర సాంకేతిక విద్యలు అభ్యసించి ధనవ్యామోహంతో పరాయి దేశానికి వెళ్లి అక్కడ ప్రజలకు సేవ చేస్తున్నారు. గ్లోబలైజేషన్‌లో ఇది సర్వసాధారణమే అయినా సామాజిక స్పృహతో ఒక్కసారి ఆలోచిస్తే ఎంత పొరబాటు చేస్తూన్నామో గ్రహించ గలుగుతారు. ఈ సందర్భంలో స్వామి వివేకానంద సూక్తిని ప్రస్తావించుట సమంజసంగా ఉంటుంది.

"పాశ్చాత్య ప్రపంచంలో జీవితంపైకి నవ్వులమయంగా ఉంటుంది. కానీ లోలోపలంతా విషాదం. చివరికి అది వేదనగా పరిణమిస్తుంది. భారతీయ సమాజం నిరాశానిస్పృహలు ఆవరించి నట్లు కనిపిస్తుంది. కానీ లోపలంతా ఉదాసీనత, ఉల్లాసాలతో నిండి ఉంటుంది".

మన భారతీయులు ఉదాసీనత, నిస్పృహలను వదలివేసి, దేశభక్తితో నడుచుకుంటే దశాబ్ద కాలంలోనే మన భారతదేశం ప్రపంచంలోనే అగ్రగామిగా నిలబడుతుంది.

తిరుమల తిరుపతి దేవస్థానం వారి ఆధ్వర్యంలో నిర్వహింపబడుతున్న ఆకాశవాణి ఎఫ్. ఎమ్. కేంద్రం వారు 15.6.2014 నాడు ప్రసారం చేసిన వ్యాసం.

జానపద కళలు- మన సంస్కృతికి ప్రతిబింబాలు

పరిచయం

ఆనందాన్ని కలుగజేసేవి కళలు. సౌందర్య తృష్ణను వ్యక్తీకరించుట ద్వారా కళ ఏర్పడింది. ఇది ఆదిమానవునిలో అంకురించి కాలక్రమంలో వటవృక్షంగా పరిణమించింది. కళావిర్భావమునకు మానవునిలోని పంచమయ కోశాలలో ఆనందమయ కోశము మూలమని ఆధ్యాత్మిక విదులు అభిప్రాయపడుతున్నారు. మిగిలిన వస్తువులు ఇవ్వలేని ఉదాత్తమైన అనుభూతిని, అలౌకికమైన ఆనందాన్ని మనకు కళలు ఇస్తున్నవి. ప్రకృతి పరిణామాలే మనకు భగవంతుడిచ్చిన గొప్ప కళగా భావించవచ్చు. దానిని సకల జీవ రాశులు ముఖ్యంగా మానవుడు అనుకరిస్తున్నాడు. ప్రతికళకూ భావవ్యక్తీకరణమే గమ్యముగా ఉంది. వాత్సాయన ముని తన కామశాస్త్రంలో అరువది నాలుగు కళలను పేర్కొన్నాడు. అటు తరువాత కొందరు కళలు అనంతాలన్నారు. ఎవరెన్ని వర్గాలుగా పేర్కొన్నా అవి అనాదిగా ఉన్నాయి. వాటిని అనుకరించి పోషించి ఆదరించిన వారు జానపదులు.

జానపదులు

'జానపదుల్ పురీ జనుల్' అన్నాడు ఎర్రన. జనపదమంటే ఒకప్పుడు పల్లెటూరు అని అర్థం. అందులో నివసించువారు జానపదులు. వారికి సంబంధించిన విజ్ఞానమే జానపద విజ్ఞానము. ఇందులో వారికి సంబంధించిన వాఙ్మయమేగాక జానపదకళలు, భాష, నృత్యం, సంగీతం, నాటకం, జానపద వైద్య విధానం, జానపదుల ఆచార వ్యవహారాలు, వేష భూషణములు, సాహిత్యం వంటివన్నీ జానపద విజ్ఞానంలో చేరును. నిరక్షరాస్యులైన జానపదులు అప్రయత్నంగా తమ సహజ భావాలను కవిత్వరూపంలో వెలువరించినపుడు ఆవిర్భవించేది జానపద కవిత్వం. సంతోషం, విషాదం, కరుణ, శృంగారం తదితర మానసిక భావాలను వెలిబుచ్చడానికి, పని పాటలు చేసుకొనేటప్పుడు కలిగే శ్రమను మరచిపోవడానికి, తీరిక సమయాల్లో వేడుక సంబరాల్లో పాడుకునేపాటలు, కథాగేయాలూ వంటివి జానపద కవిత్వ శాఖలోకి వస్తాయి. జానపద కవిత్వం- కళలు అవినాభావ సంబంధాన్ని కలిగి ఉంటాయి. జానపద కళలకు- కవిత్వం తోడయి వాటి

ఔన్నత్యాన్ని పెంపొందింపజేస్తున్నాయి.

జానపద కళలు

జానపద సంగీతం, నృత్యం, రూపకం అనేవి జానపదులు ప్రదర్శించు కళలలో ముఖ్యమైనవి వీటి ప్రదర్శనలో స్థల కాలాల్లో స్వల్ప తేడాలుంటాయి. వీరి కళలు ఎంత ప్రాచీనమైనవో అంత వినూత్నమైనవి కూడా. వీరి కళల సెలయేర్లు ఎన్ని నాగరికతలకు మూలకేంద్రాలయ్యాయో మన ఊహ కందవు. జానపదుల ప్రతిమాట, ప్రతికదలిక కళారూపమేనని చెప్పవచ్చు.

జానపదుల సంగీతం

వేల సంవత్సరాలనుంచి సాంప్రదాయకంగా ప్రజా సముదాయంలో ప్రచారం పొందింది జానపద సంగీతం. అరువది నాలుగు కళల్లో సంగీతం విశిష్టమైనది. ఇది జానపదుల్లో సామూహికంగా వికాసం పొందిన కళగా భావించవచ్చు. శిష్ట సంగీతానికి సంకీర్తనకారులుంటారు. అయితే జానపద సంగీతం మాత్రం అందరి సొత్తు. శిష్టసంగీతం కంటే ఇది చాలా సరళమైనది. దీని కొక ప్రామాణిక కొలబద్దలేదు. వివిధ తాళాలతో జానపద సంగీతాన్ని పాడుదురు. వీరికి ఏదైనా తంత్రీవాద్యమో, చర్మ వాద్యమో ఉ ంటేచాలు. వీటి ద్వారా వారు పరమానందాన్ని పొందుతారు.

జానపదుల వాద్యాలు

వాద్యసంగీతం, గాత్ర సంగీతం అని జానపదుల సంగీతం రెండు విధాలు. జానపదుల వాద్యాలు తంబుర, మృదంగం, వీణ, ఫిడేలు, నాదస్వరం, ముఖవీణ, శంఖం, గంట, నగారా, జేగంట, భేరీ, దుందుభి, ఏకనాదరి, కొమ్ము, పిల్లనగ్రోవి, డప్పు మొదలైనవి ఉన్నాయి. ఇవన్నీ వాద్యసంగీతం కోవకు వస్తాయి. జానపద కళాకారుడు ఆయా వాద్యాలకు అనుగుణంగా తన గాత్రంతో గానం చేస్తాడు. వీరి గాత్ర గానానికి వాద్యం తోడైతే బంగారానికి తావి అబ్బినట్టు ఉంటుంది.

జాతరలు, రథోత్సవాలు, వివాహాది శుభకార్యాలు, చావు, రాజకీయ ఊరేగింపు తదితర కార్యక్రమాలలో జానపదులు తమ సంగీత ప్రజ్ఞా పాటవాలను ప్రదర్శిస్తారు. జానపద సంగీతం సామాజిక స్పృహతో వెలువడుతుంది. జానపదులు సంతోషాన్నో,

దుఃఖాన్నో వ్యక్తం చేయడానికి కూనిరాగాలు తీసిననాడే సంగీతం పుట్టుకకు కారణమై ఉంటుంది. తెలుగు జానపద సంగీతానికి వేల సంవత్సరాలుగా ప్రాణభిక్ష పెట్టినవారు భిక్షుక గాయకులు, పిచ్చుకుంట్లు, శారద కాండ్రు, వీర ముష్టులు, జంగాలు, దాసర్లు, బుడబుక్కలవారు, బవనీలు, జక్కులవారు, బొమ్మలాటకాండ్రు వంటి కళాకారులు జానపద సంగీతాన్ని గాత్ర సంగీత రూపంగా కాపాడుతున్నారు. ఇంకా వారి సంగీత పరికరాలను వారే తయారుచేసుకుంటారు. జానపదుల సంగీతాన్ని ఇంట్లో సంగీతం, బయట సంగీతం అని రెండు విధాలుగా విభజించవచ్చు. పొద్దున మజ్జిగ చిలుకుతూ స్త్రీలు పాడేపాటలు, పూజ ముగిసిన తర్వాత పాడే మంగళ హారతులూ, పిల్లలను నిద్రపుచ్చటానికి పాడే లాలి జోల పాటలు ఇంట్లో సంగీతానికీ, వరికోత సమయంలో, కపిల తోలునప్పుడు, బరువులు మోయునప్పుడూ తదితర సందర్భాల్లో పాడే పాటలు బయట సంగీతానికి ఉదాహరణలు. జానపదుల సంగీతంలో పల్లవి ప్రముఖ స్థానాన్ని ఆశ్రమిస్తుంది. జానపదులు గేయాలు, కథా గేయాలు, వీరిగాథా గేయాలు ఆలపించునప్పుడు పల్లివి గొప్ప ఊపునిస్తుంది. బొబ్బిలి యుద్ధం రాణిరుద్రమదేవి గాథ మొదలైనవి ఆలపించునప్పుడు పల్లవి గాయకుల్లో, ప్రేక్షకుల్లో గొప్ప రసానుభూతిని కలిగిస్తుంది.

క్రీస్తు శకానికి పూర్వమే ఆంధ్రదేశంలో నృత్యం ప్రచారంలో ఉన్నట్టు హాలుని గాథా సప్తశతి ద్వారా మనకు తెలుస్తున్నది. అటు తరువాత భరతుని నాట్యశాస్త్రంలో నృత్యానికి చెందిన లక్షణాలు ఉన్నాయి. తెలుగులో పాల్కురికి సోమనాథుని పండితారాధ్య చరిత్రలో దేశీనృత్య పద్ధతుల వర్ణన ఉంది. అదే విధంగా సోమనాథుని బసవపురాణంలో పూజానృత్య వర్ణన ఉంది.

ద్వి॥ **"మంగళ హర్షోది తాంగ విక్రియల సంగతి నాత్మనుప్పొంగి యుప్పొంగి**
భయభక్తి యుక్తి దద్భాంఘ్రి చయము ఏయి జక్కజాగిలపడి మ్రొక్కి మ్రొక్కి
ఏటుతర సద్భక్తి పాదాబ్జరేణు ఏటల పర్యంకంబుపై బొర్లి పొర్లి
...
...

సెల్లించుచును భక్తి సేయుచున్నెదను"

అంటాడు. ఈ మహాకవి కవిత్వం మొత్తం జానపదులను ఆలంబనగా చేసికొని రచించినట్లు చెప్పవచ్చు.

జానపదులు నిత్యజీవితంలో అనుభవించు సంతోషం, దుఃఖం, వేదన, ఆప్యాయత, పుట్టుక, చావు మొదలైనవి లయాత్మకంగా కదిలి నృత్యమని పించుకున్నాయి. నృత్యం మనకు మానసికమైన ఆనందాన్ని కలిగిస్తుంది.

జానపదులనృత్యం

ఆదిమానవుడు నృత్యాన్ని నెమలివంటి పక్షులను చూచి నేర్చుకున్నాడనవచ్చు. గణ వ్యవస్థలో ఉన్న మానవులు సామూహికంగా నృత్యం చేసినట్లు మనం ఊహించవచ్చు. వీరి నృత్యం ముఖ్యంగా చిందులతో కూడి ఉంటుంది. జానపదుల నృత్యాన్ని రెండు రకాలుగా వర్గీకరించవచ్చు. వానిలో మొదటిది ధార్మిక నృత్యం, రెండోది లోకికనృత్యం. గుడులవద్ద, పురాణ కార్యక్రమాలవద్ద చేసే నృత్యాలు ధార్మికనృత్యాలు. పండుగలు, పెళ్లిళ్లు తదితర కార్యక్రమాల సందర్భంగా చేసేనృత్యాలు లౌకికనృత్యాలు. జానపదుల నృత్యాన్ని సంస్కరించటం ద్వారా శాస్త్రీయనృత్యం రూపుదాల్చిందని పరిశోధకులు అభిప్రాయ పడుతున్నారు.

మొసలినృత్యం, తాబేలు నృత్యం, ఎలుగుబంటి నృత్యం, పక్షి నృత్యం, గోండుల గూసాడినృత్యం, కండరెడ్ల మామిడినృత్యం, అరకు ప్రజల ధిమ్సానృత్యం, లంబాడినృత్యం, సిద్ధి నృత్యం, బతుకమ్మ నృత్యం, బడ్డెమ్మ నృత్యం, తప్పెటగుళ్ల నృత్యం, డప్పు నృత్యం, పులివేష నృత్యం, బుట్ట బొమ్మలాట నృత్యం, గొబ్బి నృత్యం, గుర్రపు నృత్యం, కరువ నృత్యం, కోలాట నృత్యం, గరగ నృత్యం, వీరనాట్యం, చెక్కభజన, పండరి భజన, ఘటనృత్యం మొదలైన నృత్యరీతులు జానపదుల కళావైదుష్యానికి నిలువెత్తు సాక్షాలుగా నిలుస్తున్నాయి.

జానపదుల నోటి వెంట మొదట పాట, మాట, నృత్యం, సంగీతం, వేషధారణ, చిత్రలేఖనం, సంభాషణలు మొదలగునవన్నీ కాలక్రమంలో క్రమానుసారంగా వెలువడి వికాసం చెంది ఉండవచ్చు. జానపదుల సంగీతం, నృత్యం కలసి జానపదుల రూపకాన్ని సుసంపన్నం చేశాయని భావించవచ్చు. ఎలుగుబంటి వేషం, కప్పల కావడి, కరగ నృత్యం,

కరువ నృత్యం, కలాపం, కురవంజి నృత్యం, చెంచుల కథలు, జట్టి జాము, జేగంట భాగవతులు, జోకుమార సంప్రదాయము, తప్పెట గుళ్లు, తోలుబొమ్మలాట, దాసర్లు, పగటివేషము, పాముల వాళ్లు, పులి వేషము, బయలాట, బహురూపులు, బాలసంతువారు, బుట్ట బొమ్మలు, బుడబుక్కలవారు, బుర్రకథ, భజనకుంటాలు, మారెమ్మ ఉత్సవం, మెరవణి, మోడి, యక్షగానం, గిరిజనుల కళలు, వాలకము, వీధి భాగోతం మొదలైనవి జానపద కళారూపాలుగా పేర్కొనవచ్చు.

జానపదుల కళలు

పుట్టినది మొదలు గిట్టేవరకు జానపదుల ప్రతికదలిక, మాట, పాట, చేష్ట, నడక, తిండి, వస్త్రధారణ అన్నీ కళాత్మకమైనవే. సంక్రాంతి కనుమ పండుగ రోజు పశువులను అలంకరించి ఊరేగించడం, శ్రీ కృష్ణాష్టమి రోజు ఉట్టి కట్టడం, వినాయకుని విగ్రహాలు తయారు చేయడం, పెళ్లిళ్లలో అలివేణి కుండలు తయారు చేయడం, మొలకల పౌర్ణమి సందర్భంగా పెద్దల సమాధుల వద్ద కృత్రిమ బాణాసంచా తయారుచేసి పేల్చడం (పెట్లుప్పు, బొగ్గులు, ఎండి చెక్కపొడితో తయారు చేస్తారు), వ్యవసాయానికి అవసరమైన నాగలి, గొడ్డలి, కొడవలి తదితర వస్తువులను కళాత్మకంగా తయారు చేయడం వంటివి జానపదుల కళలుగా పేర్కొనవచ్చు.

కర్ర తిప్పుట కూడా జానపదుల కళారూపాల్లో ప్రధానమైనదిగా చెప్పవచ్చు. హరికథ, గొల్లసుద్దులు, వగ్గుకథలు, కావమ్మ-మారయ్య కథలు, ఎల్లమ్మ కథ, జాజర పాటలు, రంగులరాట్నము, పాచికలు (దాయాలు), కోడి పందెములు, మేష యుద్ధాలు, జంతు బిలులు, గొండ్లి నృత్యము, వైష్ణవ భాగవత వేషము, బోగముసాని వేషము, దాసరి వేషము, దసరా వేషాలు, జంగాల వేషం, ఎరుకలి వాని వేషం మొదలగు వివిధ వర్గాల వారి వేషాలు ఇంకా అచ్చనగాయాలు, పట్టె ఆట, మట్టి ఆట, దాగుడు మూతలు, బావులు చెరువులు నదులవద్ద దేవర్లు చేయుట, వంటివెన్నో సంప్రదాయ కళారూపాలు జానపదులకుపెట్టని కోటగా ఉంటున్నాయి.

ఉత్తరాంధ్రలో పైడితల్లి అమ్మవారి వేడుకల్లో సిడిమాను ఎక్కటం, కోస్తాంధ్రలో ఎద్దుల పందెములు, కోడిపందెములు, రాయలసీమలో శరీరమంతా సూదులు గుచ్చుకొనుట,

దవడల్లో శూలాలు గుచ్చుకొనుట, కొండచుట్టు ఊరేగింపులు, గంగజాతరలు, మహాభారత తిరునాళ్లు వంటి వెన్నో కళారూపాలున్నాయి. తెలంగాణలో బతుకమ్మ, వేడుకలు, బోణాలు, సమ్మక్క-సారలమ్మ జాతరలు జానపదుల సాంప్రదాయ కళలుగా తరతరాలనుంచి రాణిస్తున్నాయి.

కళలు మనసంస్కృతికి ప్రతిబింబాలు. ఆంధ్ర దేశంలోని ప్రతిగ్రామం కళలకు పుట్టినిల్లే. ఒక ప్రాంతంలోని కళ మరోప్రాంతంలో ఉండదు. ఉన్నా మూస ధోరణిలో అసలు ఉండదు. అదే జానపదలు కళానైపుణ్యానికి, సృజనాత్మకతకు సజీవ సాక్ష్యాలు. శాస్త్ర సాంకేతిక విజ్ఞానం వికసించిన ఈరోజుల్లో కళలు ముఖ్యంగా జానపదుల కళలు అంతరిస్తున్నాయి. కాలక్రమంలో అది జాతి వినాశనానికి దారితీస్తుంది.

'పురోభివృద్ధి కోరువారు పూర్వవృత్తాంతం మరువరాదు' అన్నట్లు పురోగమించ దలచినవారు మన ప్రాచీన సాంప్రదాయ కళలను కాపాడుకుం టూరావాలి. కాలానుగుణంగా వచ్చే మార్పులతో వాటిని సంస్కరించుకోవాలి.

ఖాజిపాలెం, కె.వి.ఆర్, కె.వి.ఆర్. మరియు యమ్.కె.ఆర్ కళాశాల తెలుగు విభాగం వారు 26 జూలై 2014 నాడు 'జానపద విజ్ఞానంలో ప్రతిబింబించిన తెలుగు సంస్కృతి' అనే అంశంపై నిర్వహించిన యు.జి.సి జాతీయ సదస్సులో చదివిన వ్యాసం.

హిందీ కథానికల్లో స్త్రీపాత్ర చిత్రణ - భిన్నపార్శ్వాలు

ఆధునిక తెలుగు సాహిత్యంలో అత్యధిక పాఠకాదరణ పొందుతున్న ప్రక్రియ కథానిక. సమకాలీన సామాజికాంశాలను చిత్రించుటకు కథానికలాగా ఉపయోగపడే ప్రక్రియ మరొకటి లేదని దృఢంగా చెప్పవచ్చు. అయితే అగ్నిపురాణంలో చెప్పిన కథానికకూ, నేటి కథానికకు చాలా భేదాలున్నాయి. ఆధునిక కథానిక పుట్టుకకు ఆంగ్లేయుల ప్రభావం, పారిశ్రామిక విప్లవం కారణాలని విమర్శకులు నిర్ధారించారు. ఈ రెండు కారణాలతో ఒక్క తెలుగులోనే గాక వివిధ భారతీయ భాషల్లోనూ ఇంకా ప్రపంచభాషల్లోనూ కథానిక ప్రక్రియ ఆవిర్భవించింది. నేడు అన్ని భాషల్లో వెలువడుతున్న కథానిక, ఇంచుమించు ఒకే రకమైన లక్షణాలను కలిగి ఉంది. ఈ ఒక్క సౌలభ్యం కథానికలను ఒక భాష నుంచి మరొక భాషలోకి విషయానుగుణంగా అనువదించుటకు దోహదపడుతున్నది. ఈ అనువాద సాంప్రదాయం మూలంగా ఒక భాషలో వెలువడిన కథానికలను మరొక భాషీయులు చదువుటకు వీలుకలుగుచున్నది. ఈ పరంపరలో మనం కథానికలను పరిశీలించిన అవన్నీ గూడా వివిధ సామాజిక సమస్యలను చిత్రిస్తున్నట్లుగా బోధపడుతుంది. అయితే కూడు, గూడు, గుడ్డ అనేవి ప్రజల మౌలిక సమస్యలు. కానీ వీటిని పక్కకు తోసిపుచ్చి సమాజం పెడదారుల్లో నడుస్తున్నది. స్త్రీ మనుగడ, స్త్రీల రక్షణ, స్త్రీల జీవితం సామాజిక సమస్యగా మారిపోయాయి. వేదకాలం నుంచి నేటి వరకు ఈ పరిస్థితిలో మార్పు రాలేదు.

ఈ మార్పుకై ఎంతో సాహిత్యం వెలువడింది. అందులో భాగంగానే హిందీ సాహిత్యంలో కూడా కథానికలు వెలువడుతున్నాయి. స్త్రీల సమస్యా దృక్కోణంలో వాటిని పరిశీలిస్తే, అవి సమస్య పరిష్కారం దిశగా కాక, కథకుల ఆలోచనారీతిని, వారి అభిప్రాయాలను ప్రస్ఫుటం చేస్తున్నాయి. ఈదృష్టితో మూడు హిందీ కథానికలను పరిశీలించి చర్చించడం జరుగుతున్నది.

ఆచార్య చతురసేన్ శాస్త్రిగారు 'మొఘల్‌రాకుమారి' అనే కథను రాశారు. దానిని యార్లగడ్డ నిర్మల గారు తెలుగులోకి అనువదించారు. 'మౌనరాగం' అనే కథను 'ద్విజేంద్రనాథ్ మిశ్రా'గారు రాశారు. దానిని 'వాణీదేవి'గారు అనువదించారు. ఇక 'సత్యయుగం' అనే

కథానికను 'లతీఫ్ ఘోంఘీ' రచించారు. దానిని నిర్మలానంద అనువదించారు. వీటిలో మొఘల్ రాకుమారి కథ, విపుల, 2007 ఫిబ్రవరి సంచికలోనూ, మౌనరాగం అనే కథ డిసెంబరు 2011 విపుల సంచికలోనూ, సత్యయుగం అనే కథ విపుల మే 2012 సంచికలోనూ ప్రచురించబడ్డాయి. వీటిలో మొదటి కథ మొఘల్ రాకుమారి. ఇందులోని ఇతివృత్తం రాజరిక వివాహ భావజాలానికి సంబంధించింది. రెండవ కథ మౌనరాగం. ఇందులోని ఇతివృత్తం ఆర్థికాంశాలతో ముడిపడిన నైతిక విలువలను బోధించేది. ఇక మూడవ కథ సత్యయుగం ఒక డాక్టరు విధి నిర్వహణకు సంబంధించింది. మొదటి రెండు కథలు స్త్రీ జీవిత ప్రాధాన్యం కలిగినవి. మూడవ కథ స్త్రీలపట్ల సమాజానికున్న చిన్న చూపును తెలుపుతుంది.

1. మొఘల్ రాకుమారి

మొఘల్ చక్రవర్తి అలంగీర్ కుమార్తె లాలా రుఖ్. ఆమె చాలా అందగత్తె. ఆమెను పెళ్లి చేసికొనుటకు ఎందరో రాకుమారులు పోటీ పడ్డారు. కానీ అలంగీర్ తన కుమార్తెను కాశ్మీర దేశరాజ కుమారుడైన బుఖారాకు ఇచ్చి వివాహం చేయనిశ్చయించుకుంటాడు. ఢిల్లీ నుంచి మంది మార్బలంతో తన కుమార్తెను సాగనంపాడు రాజు. మార్గమధ్యంలో కాశ్మీర రాజ పరివారం వచ్చి లాలారుఖ్‌ను తీసికొని వెళ్ళే ఏర్పాట్లు ఇరువర్గాలు చేసికున్నారు. వివాహం కాశ్మీరులో జరుగునట్లు నిశ్చయించుకున్నారు. రాకుమార్తెకు మార్గమధ్యంలో కాశ్మీర పరివారం స్వాగతం పలుకుతుంది. చాలా దూరం కాబట్టి చాలా రోజులు నడవాలి. ఒక రోజు పరివారం రాత్రి వేళ ఒకచోట విడిది ఏర్పాటు చేసికుంటుంది. ఆ రాత్రిలో దూరం నుంచి రాకుమార్తెకు సంగీతం వినబడుతుంది. ఆమె సంగీతమంటే చెవికోసుకుంటుంది. ఆ సంగీతానికి ముగ్ధురాలై ఆ సంగీతం వినిపిస్తున్న వ్యక్తి వివరాలు తెలిసికొంటుంది. అతడు కాశ్మీర పరివారంలోని కవిగా తెలిసికొని, తన దగ్గరకు వచ్చి సంగీతం వినిపించమంటుంది. రాకుమారి ఆజ్ఞ కాదనలేక, పరస్త్రీల దరిదాపులో ఉండకూడదని తెలిసికూడా ఆమెకు అల్లంతదూరంలో కూర్చుని సంగీతం వినిపిస్తాడు. ఆ సంగీతానికి ఆమె ముగ్ధురాలౌతుంది. అతని అందచందాలకు మోహిస్తుంది. ఇరువురు కలసి పెళ్లి చేసికోవాలని నిశ్చయించుకుంటారు. అయితే కాశ్మీర రాజకుమారుడు

చంపిస్తాడని భయపడతారు. ప్రాణాలు పోయినా లెక్కచేయకూడదని నిర్ణయించుకుంటారు. భయపడుతున్న కవితో రాకుమారి ఇలా అంటుంది. "ఇబ్రహీం! బుఖారా రాకుమారుడు భావుకుడు, ఉదారుడు అని విన్నాను. ఆయన అన్నీ అర్థం చేసికోగలడు. మనల్నిద్దర్నీ క్షమిస్తాడు" (విపుల-ఫిబ్రవరి 2007-పుట 46) అంటుంది. అప్పటి నుంచి ఇద్దరూ కలిసే ప్రయాణిస్తారు.

కొన్నాళ్లకు ఇద్దరూ పరివారంతో రాజమందిరం చేర్తారు. అక్కడ తన మనోవాంఛను రాకుమారునితో చెప్పడానికి వెళ్తుంది. అతన్ని చూడగానే నిశ్చేష్టు రాలౌతుంది. ఆ కవే పెళ్లి కుమారుడైన రాకుమారుడు.

ఈ కథలో స్త్రీ తాను వలచిన వ్యక్తిని వివాహం చేసికొనుటకు ప్రాణాలర్పించుటకు కూడా సిద్ధపడుతుంది. కాబోయే భార్య అందచందాలను చూడాలని మార్గమధ్యంలోకి వచ్చిన రాకుమారుడు కవి అవతారంతో రాజకుమారికి దగ్గరౌతాడు. అక్కడ ఆమె మనోవాంఛను గౌరవిస్తాడు కాని శిక్షించలేదు. ఇక్కడ రాజకుమారుడు ఒక స్త్రీకి అందునా కాబోయే భార్యకు పూర్తి స్వేచ్ఛనిచ్చాడని, ఆమె అభిప్రాయాలను గౌరవించాడని చెప్పవచ్చు. ఈ కథలో స్త్రీ మనస్సుకు సముచితస్థానం ఇవ్వబడిందనే చెప్పవచ్చు.

2. మౌనరాగం

రఘునందన్, మనోరమలు భార్యభర్తలు. మనోరమకు పెళ్లిగాకముందు ఆనంద్ అనే టీచర్ ఆమెను ప్రేమిస్తాడు. కొన్ని అనివార్య కారణాల వల్ల వారిపెళ్లి జరగదు. కొన్నాళ్లకు ఆనంద్ మాష్టారు అనారోగ్యంతో చనిపోతాడు. అతడు తన వద్ద ఉన్న ఆస్తిలో ఐదులక్షలు మనోరమకు, మిగిలిన రెండు లక్షలు తాను పనిచేస్తున్న పాఠశాలకు చెందేటట్లు వీలునామా రాస్తాడు. ఒక లాయరు జంషెడ్‌పూర్ నుంచి వచ్చి మనోరమకు వీలునామా చూపిస్తాడు. మనోరమను కోర్టుకు వచ్చి సాక్ష్యం చెప్పి ఐదు లక్షలు తీసికోవాలంటాడు. అందుకు మనోరమ భర్త రఘునందన్ అంగీకరించడు. తన మనోభిప్రాయాన్ని ఇలా తెలిపాడు. "నేనెక్కడా మొహం ఎత్తుకొని తిరగలేను. అందరూ నన్ను వేలెత్తి చూపుతారు. ఎగతాళి చేస్తారు. నన్ను చూసిన వాళ్లంతా... సిగ్గులేని వాడు, భార్య ప్రియుడిచ్చిన డబ్బుతో జల్సా చేస్తున్నాడని ఎత్తిపొడుస్తారు. నేనీ వూళ్లో వుండలేను. ఈ అవమానాన్ని రోజూ నేను

సహించలేను" అని వేదనతో (విపుల - డిసెంబరు 2011 - పుట : 56) అంటాడు.

అయితే రఘునందన్ తల్లిదండ్రులు అన్ని విధాల ఆలోచించి ఆ డబ్బు తీసికోవాలని సలహా ఇస్తారు కొడుకు - కోడలికి. ఆ డబ్బుతో రఘునందన్ వ్యాపారం చేసి బాగా స్థిరపడ్డాడు. ఈ కథలో - తన భార్యకు పెళ్లిగాక ముందే వేరొక వ్యక్తితో సంబంధం ఉందని తెలిసికొని భర్త రఘునందన్ ఎంతగానో బాధపడ్డాడు. అయితే తన భార్య ఏ తప్పు చేయలేదని విశ్వసిస్తాడు. భార్యద్వారా వచ్చినడబ్బుతో బ్రతకడం హేయమని భావిస్తాడు. అలాచేస్తే తన ఆత్మాభిమానం దెబ్బతింటుందని తలుస్తాడు. కానీ చివరికి తన భార్య నిర్దోషి అని తెలుసుకొని, ఆ డబ్బు తీసికోవడంలో తప్పులేదని భావిస్తాడు. అతని తల్లి దండ్రులు గూడా అతనికి ఆ సలహానే ఇస్తారు. ఈ కథలో పురుష అహంభావం కనిపించినా స్త్రీకి తగిన గౌరవం ఇచ్చినట్లుగానే భావించాలి.

3. సత్యయుగం

ఈ కథలో ఒక డాక్టరు విధి నిర్వహణ గురించి చెప్పబడింది. విధి నిర్వహణలోనూ, సమయపాలనలోనూ, సేవ చేయుటలోనూ అతనికి ఎవరూ సాటిరారు. ఆ హాస్పిటల్‌లో పనిచేసే స్టాఫ్ నర్సుకూడా చాలా నిజాయితీ పరురాలు. ఎవరైనా డబ్బివ్వబోతే "వొద్దమ్మ! చాలినంత జీతం ఇస్తూనే ఉంది ప్రభుత్వం. మీ దగ్గర అనవసరంగా మీ డబ్బు తీసికొని, చచ్చిస్వర్గానికి వెళ్లినపుడు దేవుడికి మొహం ఎలా చూపించమంటారు" (విపుల - మే 2012 - పుట:106) అంటుంది.

ఇంకా ఈ కథలో ఆడపిల్లలపట్ల సమాజానికున్న చిన్నచూపుగూడా కళ్లకు కట్టినట్లు చిత్రించబడింది. "పెత్తైన వ్యక్తిని ఎవరైనా ఆసుపత్రికి తీసుకొచ్చినపుడు అనే దేమంటే, సంతానం ఎక్కువైతే నీకీ కష్టం ఆడపిల్లను కన్నావో కూడ బెట్టలేక చస్తావు. అలా వాళ్లకి పెళ్లిళ్లు చేస్తూ చేస్తూనే హరీ మనేస్తావు" (విపుల - మే 2012 - పుట:106)

'మొఘల్ రాకుమారి' కథలో స్త్రీ అభిరుచులు, ఆలోచనలు గౌరవించబడ్డాయి. మౌనరాగం కథలో స్త్రీ వ్యక్తిత్వాన్ని అనుమానించినా, హింసించలేదు. సత్యయుగం కథలో 'స్త్రీ'లపట్ల చిన్నచూపు చూడబడింది. ఆ కథలోని పాత్రల్లో డాక్టరు మగవాడు. ఇక నర్సు ఎలాగు స్త్రీయే. మగ డాక్టరు స్థానంలో స్త్రీపాత్ర ప్రవేశ పెట్టి ఉండవచ్చు. మరొక

విశేషమేమంటే ఆడపిల్లలను కంటారని పెళ్లి కాగానే మగవాళ్లకు ఆపరేషన్‌లు చేయాలన్నారు. ఆడపిల్లలను కని కష్టాల బారిన పడవద్దని హెచ్చరించారు.

స్థూలంగా ఈ మూడు కథలను పరిశీలించిన స్వాతంత్ర్యానంతరం స్త్రీకి తగిన గౌరవం, హోదా ఇవ్వలేదని, పురుషునికంటె స్త్రీని చులకనగానే చూశారని గట్టిగా చెప్పవచ్చు.

చిత్తూరు, ఎన్.పి.సావిత్రమ్మ (మహిళా) డిగ్రీ కళాశాల వారు 25 ఫిబ్రవరి 2013 నాడు '1970 నుంచి వెలుబడిన హిందీ కథానికల్లో మహిళల సాధికారత' **అనే అంశంపై నిర్వహించిన జాతీయ సదస్సులో సమర్పించిన వ్యాసం.**

Made in the USA
Monee, IL
22 August 2025

23932682R00105